AF706226

ഗ്രീൻ ബുക്സ്

കൂനമ്പാറയിലെ മേള

പി. വത്സല

നോവലിസ്റ്റ്, കഥാകൃത്ത്, അധ്യാപിക.
1938ൽ കോഴിക്കോട് ജനനം.
കേരള സാഹിത്യ അക്കാദമി പ്രസിഡന്റ്,
എസ്.പി.സി.എസ്. ഡയറക്ടർ ബോർഡ് അംഗം
എന്നീ നിലകളിൽ സേവനം.
കുങ്കുമം അവാർഡ്, അബുദാബി മലയാളി സമാജം
അവാർഡ്, കേരള സാഹിത്യ അക്കാദമി അവാർഡ്,
മാതൃഭൂമി പത്മപ്രഭാ പുരസ്കാരം, വയലാർ അവാർഡ്,
എഴുത്തച്ഛൻ അവാർഡ് എന്നിവ ലഭിച്ചിട്ടുണ്ട്.
പ്രധാന കൃതികൾ: നെല്ല്, ആഗ്നേയം,
നിഴലുറങ്ങുന്ന വഴികൾ, വിലാപം, പാളയം,
ചാവേർ, കൂമൻകൊല്ലി, കാലാൾ കാവലാൾ,
പംഗുരു പുഷ്പത്തിന്റെ തേൻ, തൃഷ്ണയുടെ പൂക്കൾ.

ഗ്രീൻ ബുക്സ് പ്രസിദ്ധീകരിച്ച
ഗ്രന്ഥകാരിയുടെ ഇതരകൃതികൾ

മലയാളത്തിന്റെ സുവർണ്ണകഥകൾ - പി. വത്സല
മൈഥിലിയുടെ മകൾ
ഗൗതമൻ
മരച്ചോട്ടിലെ വെയിൽച്ചീളുകൾ
കൊല്ലി
നിന്നെ തിരയുമ്പോൾ

കഥ

കൂനമ്പാറയിലെ മേള

പി. വത്സല

ഗ്രീൻബുക്സ്

green books private limited
gb building, civil lane road, ayyanthole,
thrissur- 680 003, kerala, ph: +91 487-2381066, 2381039
website: www.greenbooksindia.com
e-mail: info@greenbooksindia.com

branches:
thrissur 8589095302
thiruvananthapuram 8589095301
calicut 8589095307

malayalam
koonamparayile mela
story
by
p. valsala

published august 2024

cover design : s. mahendra

printed in india
repro india ltd

isbn : 978-81-975554-1-1

₹ 230.00
GBPL/1375/2024

മുഖക്കുറി

വയനാടിന്റെ ദൃശ്യചാരുതയും ഗ്രാമീണ ജീവിത യാഥാർത്ഥ്യങ്ങളും ആദ്യമായി മലയാളിയുടെ കൺമുന്നിലെത്തിച്ച കഥാകാരിയായിരുന്നു വത്സല. വായനക്കാർക്ക് ഒട്ടും പരിചിതമല്ലാതിരുന്ന ഒരു ലോകത്തിലേക്കാണ് ആ എഴുത്തുകാരി വായനയുടെ വാതായനങ്ങൾ തുറന്നിട്ടത്. മലയാളസാഹിത്യത്തെ നിരവധി ചെറുകഥകളാൽ സമ്പന്നമാക്കിയ വത്സലയുടെ ആദ്യകാലത്തെ മികച്ച കഥകളുടെ ഒരു സമാഹാരമാണ് ഈ കൃതി. ഗോത്രവർഗ്ഗക്കാരും പട്ടണവാസികളും കാടിന്റെ പ്രകൃതിഭംഗിയും കഥാപാത്രങ്ങളാകുന്ന ഈ കഥകൾക്ക് ഒരു കാലത്തും മരണമില്ല. 2023ൽ നമ്മെ വിട്ടുപിരിഞ്ഞ പ്രതിഭാധനയായ എഴുത്തുകാരിയുടെ സ്മരണയ്ക്കു മുന്നിൽ ഗ്രീൻബുക്സ് ഈ സമാഹാരം സമർപ്പിക്കുന്നു.

എഡിറ്റർ

കഥകൾ

കറുത്ത മഴ പെയ്യുന്ന താഴ്വര

പകലിന്റെ നല്ല മണിക്കൂറുകളിൽ അയാൾ എലിക്കത്തിര പണിയുകയായിരുന്നു. പച്ചമുളഞ്ചീന്തുകളും കൈതനാരും ചേർത്തു മെടഞ്ഞുമെടഞ്ഞു കൈവിരലുകൾ കനത്തു. വെളുത്ത വിരലുകൾ മുഴുക്കെ അനേകം കറുത്ത പരുപരുത്ത തഴമ്പുകൾ. ഇപ്പോൾ അയാൾ തന്റെ വിരലുകളുടെ നേർക്കു നോക്കാറില്ല. നോക്കുന്നതു വിരലുകൾകൊണ്ട് അമർത്തിപ്പിടിച്ച എലിക്കെണിയിലോ, മറ്റെന്തെങ്കിലും ആയുധത്തിന്മേലോ ആണ്.

ഓർമ്മവെച്ച കാലം മുതൽക്ക് അയാളുടെ കൈയിൽ എന്തെങ്കിലുമൊരു ആയുധം ഉണ്ടായിരുന്നു. കവണ, ആനവിറളി, പന്നിപ്പടക്കം, അമ്പ് എരുതിനെ തല്ലുന്നവടി, മടവാൾ.

അയാൾക്കതിശയമായി, ഇക്കാലമത്രയും താൻ പടവെട്ടുകയായിരുന്നു. എന്നിട്ടെന്തു നേടി?

മദ്ധ്യാഹ്നമടുക്കാറായി. അയാൾ ജോലി നിർത്തിയില്ല. മെടഞ്ഞു തീർക്കാത്ത എലിക്കെണിയിൽ അയാളുടെ കൂർത്ത കൺമുനകൾ തറഞ്ഞുനിന്നു. വിരലുകൾ യന്ത്രത്തിന്റെ പൽചക്രങ്ങളായി.

വയൽവരമ്പുകളിൽ പണ്ടകശാല തീർത്തു മഴക്കാലത്തിനുവേണ്ടി കാത്തിരിക്കുന്ന എലികളെ കൊന്നൊടുക്കാൻതന്നെ അയാളുറച്ചിരുന്നു.

മുപ്പത്തിനാലു വർഷങ്ങൾക്കു മുമ്പ് അമ്മാവന്റെ വടക്കിനിയിൽ പിറന്നുവീണപ്പോൾ അയാൾ നിരായുധനായിരുന്നു. പിന്നീടു കാലിത്തൊഴുത്തിലും കുളത്തിലും വയലിലുമായി കഴിഞ്ഞ നാളുകളിൽ അയാൾ പണിയായുധങ്ങളുമായി പരിചയപ്പെടാൻ തുടങ്ങി. ആദ്യമാദ്യം ചാട്ടവാറിന്റെ ഞാൺ നടുമ്പുറത്തുവീണു നോവിപ്പിച്ചു. കൂരിയെ വിരട്ടാനെറിഞ്ഞ കല്ലുകൾ മരക്കൊമ്പിൽ തട്ടി തിരിച്ചു സ്വന്തം മണ്ടയിൽ വന്നുവീണു. ഞാൺ തെറ്റിയ അമ്പ് പെരുവിരലിനെ ചതച്ചു. കാലികൾ കാൽവിരലുകൾ ചവിട്ടിയരച്ചു.

അയാൾ പിൻവാങ്ങിയില്ല. ക്രമേണ അയൽക്കാർ അയാൾക്ക് എല്ലാ സമരമുറകളും പഠിപ്പിച്ചുകൊടുത്തു. ആനക്കാവലിന് എവിടെ പന്തൽ കെട്ടണം. പന്നികളെ വിരട്ടാൻ എളുപ്പമാർഗ്ഗമെന്ത്? കൂരിയെ ആട്ടാൻ ഒച്ചയിടുന്നതെങ്ങനെ.

അയൽക്കാരന്റെ കണ്ണിൽ ഉത്സാഹം മിന്നിത്തിളങ്ങി. അയാളാണു കൈക്കോട്ടിനു പിടിയിടാനും എരുതിണ പൂട്ടാനും കന്നുകാലികളുടെ കുളമ്പുദീനത്തിനു ചികിത്സിക്കാനും പഠിപ്പിച്ചത്. കൂട്ടത്തിൽ എലിക്കത്തിര ഉണ്ടാക്കാനും പഠിപ്പിച്ചു. കവണയുടെ കല്ലേറുകൊണ്ടു കാട്ടാന വിരണ്ടോടി.

പടക്കം പൊട്ടുന്നതു കേട്ടു പന്നികൾ പാഞ്ഞുപോയി, ഒച്ചകേട്ടു കൂരികൾ പറന്നു. പക്ഷേ, എലികൾ....

പഠിച്ച പണി പതിനെട്ടും നോക്കി. എലികളെ തോല്പിക്കാൻ അയാൾക്കു കഴിഞ്ഞില്ല.

പുലരുമ്പോൾ പാടങ്ങളിൽ കതിരുകൾ കഴുത്തറ്റുവീണു കിടന്നു. നെൽച്ചെടികളുടെ കബന്ധങ്ങൾ എഴുന്നുനിന്നു. പ്രഭാതത്തിന്റെ കണ്ണീരു വീണ പാടത്തുനിന്ന് അയാൾ തലകുമ്പിട്ടു പിന്തിരിഞ്ഞു.

അയാൾ തൊഴുത്തുകൾക്കു വീതികൂട്ടി. തറയിൽ പരുക്കൻ ശീമക്കുമ്മായം തേച്ചു. മുന്തിയ ഇനം എരുതുകളെ മേടിച്ചു. രാസവളങ്ങളും കീടനാശിനികളും എമ്പാടും മേടിച്ചുകൂട്ടി. അവയുടെ മണം കേട്ട് അയാളുടെ ഭാര്യയുടെ മുഖം പതിവിലും കൂടുതൽ വിളറി. ചുണ്ടുകൾ കറുത്തു. അവർ തലചുറ്റി വീണു.

അയാൾ അടച്ചിട്ട ഗ്രാമീണ വായനശാലയെ സമീപിച്ചു. ഉമ്മറത്തു സ്ഥിരക്കാരായ തെണ്ടിപ്പയ്ക്കളെ കല്ലെറിഞ്ഞോടിച്ചു. വീട്ടങ്ങളിൽ തൂങ്ങിയുറങ്ങുന്ന വാവലുകളെ തുരത്തി. വളച്ചാക്കുകളും കീടനാശിനികളും അവിടെ സൂക്ഷിച്ചു.

പക്ഷേ, എലികൾ...

അവ അജ്ഞാതമായ ഇടങ്ങളിൽ അറകളുണ്ടാക്കി. അവ നെടുവരമ്പുകളുടെ ഹൃദയത്തിൽ കടന്നുകൂടുന്നതേതു പഴുതുകളിലൂടെ എന്ന് അയാൾക്കു മനസ്സിലായില്ല.

അയാളുടെ അറിവോ അനുമതിയോ കൂടാതെ അവ ഭൂഗർഭത്തിൽ ഗോഡൗണുകൾ പണിതു ഇരവുതോറും അവ കരളുന്ന ഒച്ച കേട്ടു. അയാളുടെ ഉറക്കം നഷ്ടപ്പെടാൻ തുടങ്ങി.

അർദ്ധരാത്രിയിൽ ഞെട്ടിയുണർന്നു റാന്തലിന്റെ തിരിനീട്ടി. കരിമ്പടം പുതച്ചയാൾ മുറ്റത്തിറങ്ങി.

ഭാര്യ സന്തോഷത്തോടെ മൊഴിഞ്ഞു.

''ഒരീസമെങ്കിലും രാത്രിയൊന്നെണീറ്റു വയലിൽ പോയി നോക്കാൻ തോന്നിയല്ലോ.''

''ഒരു ദിവസമാക്കണ്ട. എന്നും നോക്കാം.''

അയാൾ തിരക്കിട്ടു നടന്നു. എട്ടുദിക്കിൽനിന്നും എലികളുടെ കരച്ചിൽ കേട്ടു. നടന്നുനടന്നു ദേഹം വിയർത്തു. കരിമ്പടം കുതിർന്നു. ഞണ്ടുകളും പേക്കാച്ചികളും ഭയപ്പാടോടെ വരമ്പുകൾ മുറിച്ചോടി മറഞ്ഞു. സ്വന്തം വയൽ അവസാനിച്ചിട്ടും അയാൾ നടന്നു. കാവൽ മാടങ്ങളിൽനിന്നു ബീഡിപ്പുകയുടെ മണമുയർന്നു.

പാറക്കെട്ടിൽ മാളം തുരക്കുന്ന നദിയുടെ സമീപമെത്തിയപ്പോൾ അയാൾ നിന്നു.

അക്കരെ കപ്പനട്ട കൂപ്പുകളിൽ പന്നിവേട്ടയുടെ കോലാഹലം.

മുരൾച്ചയോടെ പാറക്കെട്ടിനോട് മല്ലിടുന്ന നദി. ഇരുണ്ട അഗാധതയിലേക്കു നോക്കി അയാൾ നിന്നു.

ഒരിക്കലും മുഖത്തോടു മുഖം കണ്ടിട്ടില്ലാത്ത കൊച്ചുജീവികളോടു മല്ലിട്ടു ജീവിതം പാഴാക്കുന്നതെന്തിനെന്ന് അയാൾ ചിന്തിച്ചു.

ഇരുട്ടിലൂടെ നടന്നടുക്കുന്ന കാലൊച്ചയുടെ സാന്നിദ്ധ്യം അയാളറിഞ്ഞു. മരണംവരെ അതു തന്നെ സർവദിക്കിലും പിന്തുടരുമെന്ന് അറിയാവുന്ന അയാൾ ഒരു കല്ലുപോലെ നിന്നു

''എലി കുടുങ്ങിയോ?''

വിളക്കിനു പുറം തിരിഞ്ഞുനിന്ന് അയാൾ പറഞ്ഞു.

''കുടുങ്ങി.''

''എത്രയെണ്ണം?''

''ഒന്ന്.''

''ഒരൊറ്റയൊന്നോ?''

''ഒന്നുപോരേ?''

''എന്നിട്ടെവിടെ?''

അയാൾ നദിയുടെ ഒഴുക്കിലേക്കു ചൂണ്ടിക്കാണിച്ചു.

അവിശ്വാസത്തിന്റെ വിഷം പുരണ്ട കണ്ണുകൾ തന്റെ മുഖവും നദിയുടെ അടിത്തട്ടും തേടുകയാണെന്ന് ആ ഇരുട്ടിലും അയാളറിഞ്ഞു.

''എന്നിട്ട് എലിക്കെണി എവിടെ?''

''എറിഞ്ഞുകളഞ്ഞു.''

''എന്റെ ഭഗവാനേ, എറിഞ്ഞുകളയ്യേ? അത് ഇനീം എത്രകാലം ഉപയോഗിക്കണ്ടതാ.''

''അതിനു ചോരയുടെ മണമുണ്ട്. മണത്തറിഞ്ഞാൽ പുതിയ എലികൾ വീഴില്ല.''

''ഇനി എന്തു ചെയ്യും?''

''മറ്റൊന്ന് ഉണ്ടാക്കാം.''

''ആരുണ്ടാക്കും?''

''ഞാൻ.''

''നിങ്ങൾക്കറിയ്യോ?''

''പിന്നെ... ഞാനിത്ര കാലവും ജീവിച്ചതെന്തിന്?''

''ഇനിം എന്തിനാവ്ടെ നിക്കണത്?'' ഭാര്യ വെളിച്ചത്തിലേക്കു നീങ്ങിനിന്നു.

''നടന്നോ. ഞാൻ വരാം.''

അവർ നടന്നകന്നു. അയാൾ എലിക്കെണി വച്ച വയൽവരമ്പു നോക്കി നടന്നു. കെണിക്കു ചുറ്റും നെന്മണികൾ ഉതിർന്നു കിടക്കുന്നു. എലിയില്ല.

നദിയുടെ കറുത്ത ചുഴിയിൽ ഗദ്ഗദം ഉയർന്നു.

കിഴക്കിന്റെ പരിഹാസച്ചിരി കാണാൻ വേണ്ടി അയാൾ പുഴക്കരയിൽ കുത്തിയിരുന്നു. പിന്നെ കാവൽ പന്തലിൽനിന്നു മടവാളെടുത്തു പച്ചമുളയും, കൈതനാരും വെട്ടിക്കൊണ്ടുവന്നു.

മകനുണർന്നു പല്ലു തേക്കുകപോലും ചെയ്യാതെ അയാളുടെ അടുത്തുവന്നിരുന്നു.

അവന്റെ മിനുത്ത കൈത്തലവും തൂവൽപോലെ മൃദുലമായ വിരലുകളും അയാളുടെ നെഞ്ചിൽ സഞ്ചരിച്ചു.

''പണിതീർന്നാ ഞാൻ വയ്ക്കട്ടെ അച്ഛാ, എലിക്കെണി? അച്ഛൻ അനുകമ്പയോടെ മകന്റെ മുഖത്തു നോക്കി.

''ഇനി എന്നും ഇപ്പണി നിനക്കാണ്.''

''ഞാൻ വലുതായോ അച്ഛാ?''

''ഓ, എലിക്കെണി വയ്ക്കാൻ മാത്രം വലുതായിട്ടുണ്ട്.''

കുട്ടി മനസ്സിൽ ഇരകോർത്തു കെണിവയ്ക്കാൻ തയ്യാറായി നിൽക്കവേ ഭാര്യ പരുക്കനൊച്ചയിൽ വിളിച്ചു പറഞ്ഞു.

''ഇന്നു മുഴ്വോനും എലിക്കെണി ഉണ്ടാക്കിയിരുന്നാ പിന്ന്യത് വയ്ക്കേണ്ടി വരൂലാ. വയലുണങ്ങ്ണൂ.''

പണി തീരാത്ത എലിക്കത്തിരയും പണിയായുധങ്ങളും കൈയിൽ വച്ചു. കാലിച്ചാണകം തീർത്ത കുന്നുകൾക്കിടയിലൂടെ അയാൾ വയലിലേക്കു നടന്നു, കുട്ടി അനുഗമിച്ചു.

മഞ്ഞവെയിൽ പതിച്ച വയൽ ഒരു രോഗിയെപ്പോലിരുന്നു. പഴുപ്പു ബാധിച്ച ഇമയിളക്കി വയൽ അയാളെ കാത്തുകിടന്നു. തടിച്ചുയർന്ന ഞരമ്പുകൾ സൂചിപ്പിച്ച വാർദ്ധക്യം അയാളെ മടുപ്പിച്ചു. അയാൾ വയലിലേക്കു നോക്കിയില്ല. നേർവരമ്പിനു നടന്നു. വയലിന്റെ വാർദ്ധക്യം കണ്ട് അയാൾ ഞെട്ടി.

അടുക്കളയിൽ തേഞ്ഞുതീരുന്ന ഭാര്യയുടെ തുരുമ്പിച്ച ഒച്ച അയാളെ പിന്തുടർന്നു.

വെയിൽ കായുന്ന വയൽ തുടരെത്തുടരെ കോട്ടുവായിട്ടു. വരണ്ട വെള്ളച്ചാലുകൾ അയാളെ ആനന്ദിപ്പിച്ചു.

''അച്ഛാ വെള്ളം തിരിക്കേണ്ടേ?''

''എവിടെ വെള്ളം?''

''ചോലേലുണ്ടാവും, ഞാൻ പോയി തിരിക്കട്ടെ.''

വെള്ളമുണ്ടാവില്ലെന്നു ബോദ്ധ്യമായിരുന്നിട്ടും അയാൾ പറഞ്ഞു.

''പോയി നോക്ക്.''

ഒരു നിമിഷം പറന്നകലുന്ന പാദങ്ങൾ നോക്കിയിരുന്നിട്ട് അയാൾ അപൂർണ്ണമായ എലിക്കത്തിര കൈയിലെടുത്തു.

വിരലുകളിലെ പഴയ തഴമ്പുകൾ തേഞ്ഞുതിരുകയും തൽസ്ഥാനത്തു പുതിയ കുമളി മുഴുക്കുകയും ചെയ്തു.

കുമിള പൊട്ടി,

വിരലുകൾ തുടുത്തപ്പോൾ അയാൾ ചിരിച്ചു

പരിഭ്രമത്തോടെ പാഞ്ഞെത്തിയ കുട്ടി പറഞ്ഞു.

''അച്ഛാ, ചോര...''

''അതെ.''

''അച്ഛനു വേദനിക്കണില്ലേ?''

അച്ഛൻ ചിരിച്ചു.

''എന്താ അച്ഛൻ നെലോളിക്കാത്തത്?''

''എന്റെ ചോര മുഴ്വോനും വറ്റീന്നാ ഞാൻ നിനച്ചിരുന്നത്. മുഴ്വോനും ചെളിയാന്നു കരുതി.''

കുട്ടി പകപ്പോടെ വിരൽതുമ്പിൽ നിന്നു ചോര തുളിക്കുന്നതു നോക്കി നിന്നു.

തന്റെ ചുമൽ ചാരി നില്ക്കുന്ന മകന്റെ ഉൾതുടിപ്പ് അച്ഛൻ വ്യക്തമായും കേട്ടു.

പൊടുന്നനവെ അയാൾ അവന്റെ മിഴികളിൽ നോക്കി. ഓളങ്ങളിൽ ആണ്ടുപോയ വെളിച്ചം.

''മോൻ പേടിക്കണ്ടാ. ചോരയുണ്ടാവണത് നല്ലതാ. ചാവാത്തതിന്റെ ലക്ഷണമാ അത്.''

അവുസേപ്പു ചേട്ടൻ പന്നിയെ അറുത്തപ്പോൾ വയൽ ചോരയിൽ കുളിച്ചത് അവനോർമ്മിച്ചു.

ചത്തിട്ടും അതിനു ചോരയുണ്ടായിരുന്നു.

അവൻ ഉശിരനായിരുന്നു.

പണി പൂർത്തിയാക്കിയ കെണി മകനെ ഏൽപ്പിച്ച് അയാൾ എണീറ്റു.

കറുത്ത മേഘങ്ങൾ മേലാപ്പു വിരിച്ച നടയിലൂടെ മ്ലാനമായ സന്ധ്യ പതുക്കെ കടന്നുവന്നു.

അയാൾ അക്കരയ്ക്കു സൂക്ഷിച്ചുനോക്കി.

മഴയുടെ ഇരമ്പൽപോലെ ഒരു ശബ്ദം.

അയാളുടെ കണ്ണുകൾ തെളിഞ്ഞു.

ഇരമ്പലിന്റെ അവസാനത്തിൽ അക്കരെ നിരത്തിൽ കറുത്ത മൂടുപടമണിഞ്ഞ വാഹനം വന്നുനിന്നു.

മകൻ പാഞ്ഞുപോയ വഴിയിൽ ഒരു നിമിഷം നോക്കിനിന്നിട്ട് അയാൾ ദേഹം തട്ടിക്കുടഞ്ഞു. നെഞ്ചിൽ പറ്റിനിന്ന ചപ്പുകളും ചവറുകളും തൂത്തുമാറ്റി.

ഇന്ന് അല്ലെങ്കിൽ നാളെ...

താഴ്‌വര മഴയ്ക്കുവേണ്ടി കാത്തിരിക്കുന്നു.

അതിനു മുമ്പ്.

കട്ട വീണ വെള്ളച്ചാലിലൂടെ ചിതലുകൾ ഇരതേടി നടന്നു.

തൂങ്ങിനിന്ന മഴക്കാറുകളെ അയാൾ ഭയന്നു.

ഇന്ന് ഇന്നെനിക്കു രക്ഷപ്പെടണം.

മലനിരകൾ കെട്ടിയ കോട്ടയിൽനിന്ന് എനിക്ക് ഓടിപ്പോകണം.

അയാൾ പുഴക്കര ലാക്കാക്കി നടന്നു. കറുത്ത കുപ്പായമണിഞ്ഞ ആരാച്ചാർ ചക്രവാളത്തിൽനിന്നു മുന്നോട്ടു വന്നു.

പുഴക്കരയിലെ കാവൽമാടത്തിൽ പകലുറക്കം കഴിഞ്ഞെണീറ്റ അയൽക്കാരൻ ചോദിക്കുന്നു.

''എങ്ങോട്ടാ ഈ മോന്തി നേരത്ത്?''

മറുപടി പറയാൻ നേരമില്ല.

അയാൾ വിട്ടില്ല.

"എങ്ങോട്ടാന്ന്?"

"അക്കരയ്ക്ക്." ഭൂമിയുടെ ചൂടുള്ള പുഴയിൽ ഒരു കാൽ വച്ച് അയാൾ മറുപടി പറഞ്ഞു.

"എന്താണക്കരെ?"

"വണ്ടി."

"എന്തിനാണ് വണ്ടി?"

"പട്ടണത്തിൽ പോകണം."

"കൊയ്തിട്ടു പോയാപ്പോരേ?"

"പോരാ."

"ആരുണ്ട് കുടിയിൽ?"

"മകൻ."

"അവനത്ര വളർന്നോ? ഞാൻ കൊറെക്കാലായി അവനെ കണ്ടിട്ടില്ലായിരിക്കും."

കിഴവൻ വയലുകളെ നോക്കി നെടുവീർപ്പിട്ടു.

പുഴയുടെ ഓരത്തു തൂക്കുപാലം അറ്റുവീണു ഞാന്നുകിടന്നു. ഒരറ്റം ഒറ്റ ചൂരൽവള്ളിയിൽ അത്തിമരത്തിന്റെ കൊമ്പിൽ.

"അക്കരെ വണ്ടീൽ വന്നതാരാ?"

അയാൾ കിഴവന്റെ ചോദ്യത്തിനു മറുപടി പറഞ്ഞില്ല.

പായൽ പൊതിഞ്ഞ കരിങ്കല്ലുകളെ തഴഞ്ഞ്, ഒഴുക്കിനെ മുറിച്ച് അയാൾ അക്കര പറ്റി.

കുട്ടിയുടെ തേങ്ങലിനെ പുഴ ഞെക്കിക്കൊന്നപ്പോൾ അയാൾ ആശ്വസിച്ചു.

വയലോരങ്ങളിലെ കുടിലുകളിൽനിന്ന് മണ്ണെണ്ണ വിളക്കുകൾ സൂക്ഷിച്ചു നോക്കുന്നതു കണ്ട് അയാൾ തല താഴ്ത്തി നടന്നു.

സ്വന്തം കാലുകൾകൊണ്ട് ഒച്ചയുണ്ടാക്കി അയാൾ നടന്നു. നിര മാറ്റി വച്ചു കച്ചവടക്കാരൻ ചോദിച്ചു.

"ആരാ?"

"ഞാൻ."

"എന്തേ ഈ നേരത്ത്?"

"നാളെ പുലരുമ്പോഴ് അങ്ങാടിക്ക് പോകണം?"

"ഓ... വണ്ടീൽ പോകാനായിരിക്കും."

കറുത്ത ആവരണമണിഞ്ഞ വണ്ടിയുടെ അകം കാണാൻ വയ്യാ.

കടപ്പുള്ളിൽനിന്ന് മങ്ങിയ വെളിച്ചം മുറ്റത്തേക്ക് നീണ്ടു.

''വണ്ടി എപ്പഴാ തിരിച്ചുപോവുക?'' അയാൾ കടക്കാരനോടു ചോദിച്ചു.

''നിങ്ങൾ തന്നെ ചോദിക്കൂ. ഇതാ, അവരിവടെ ചായ കുടിക്കുന്നുണ്ട്. മഴ കണ്ടിട്ട് കേറിയിരുന്നതാ.''

താഴ്‌വാരത്തുനിന്ന് നീണ്ട തേങ്ങൽ...

മഴ അടുത്തെത്തുകയാണ്.

അക്കരെയുള്ള ഒരു വീടിന്റെ പേരു പറഞ്ഞുകൊണ്ട്, ആഗതർ പുറത്തു വന്നു.

ഒരു ചെറുപ്പക്കാരനും ഭാര്യയും.

കടക്കാരൻ പറഞ്ഞു.

''മഴ പെരുകുംമുമ്പ് അക്കര പറ്റുന്നതാണ് നല്ലത്.''

പാതിതിന്ന ഉണക്കറൊട്ടി നിരത്തിലേക്കെറിഞ്ഞ് യുവതി പറഞ്ഞു:

''പോകാം.''

''ഈ ഇരുട്ടത്ത് ആരാ വഴി കാണിച്ചുതരുന്നത്?''

കടക്കാരൻ അയാളുടെ മുമ്പിൽ വന്നു.

''നിങ്ങൾ പോകൂ. നാളെ ഇവരുടെ കൂടെ പോവുകയുമാവാം.''

ഭാര്യയും ഭർത്താവും നിരത്തിലിറങ്ങി. യുവതി അലിയാൻ ഭാവിക്കുന്ന ആകാശത്തേക്കു നോക്കി. ഇടറിവീണ മഴത്തുള്ളികളിലൊന്ന് അവരുടെ നീണ്ട ഇ-മെയിൽ കോർത്തുനിന്നു. പിന്നെ ഊർന്നു കണ്ണീരായി.

കടക്കാരൻ പറഞ്ഞു:

''പുതുമഴയാണ്. അകത്തു കയറി ഇരിക്കാം.''

സ്ത്രീയുടെ ഇമകൾ മഴയെ മാടിവിളിക്കുമ്പോലെ, അവരുടെ ദേഹത്തുനിന്നു വേനലിന്റെയും വിയർപ്പിന്റെയും ഗന്ധം പ്രസരിച്ചു.

മഴച്ചാറലേറ്റു നില്ക്കുന്ന ദമ്പതികളെ അയാൾ അസൂയയോടെ, ഭയത്തോടെ നോക്കിനിന്നു. അയാൾ ഉമ്മറത്തു നിന്നിറങ്ങിയില്ല മഴയ്ക്കു പുറം തിരിഞ്ഞു നിന്നു. അകത്തെ മുരിച്ചുമരിൽ ഉറങ്ങിക്കിടക്കുന്ന പൂച്ചയിൽ അയാൾ ശ്രദ്ധ കേന്ദ്രീകരിക്കാൻ ശ്രമിച്ചു.

മഴയിൽ കുതിർന്ന മണ്ണിലൂടെ തന്നെത്തേടി വരുന്ന വേരുകളെ അയാൾ ഭയന്നു. നീരാളിയുടെ കൈകൾ തന്നെ കീഴ്പ്പെടുത്തും മുമ്പ്....

കടക്കാരൻ പറഞ്ഞു:

''മഴ പെയ്ത സ്ഥിതിക്കു നാളെ നിങ്ങൾ ഇവിടം വിടുന്നതു ശരിയല്ല. ഉഴവു തുടങ്ങാൻ പറ്റിയ ദിവസമാണ് നാളെ. അസ്സലായിട്ട് കരിപിടിക്കും. ''

അയാൾ ഞെട്ടി.

ദമ്പതികൾ ഉമ്മറത്തു കയറിനിന്നു.

മഴ ആർത്തുപെയ്യാൻ തുടങ്ങി.

''ഇരുട്ടായി. ഇനിയും നിന്നാൽ പറ്റില്യ.'' അവൾ കുട നീർത്തി ഇറങ്ങി.

കടക്കാരൻ ചോദിച്ചു.

''നിങ്ങൾ വഴികാണിക്കാൻ പോണില്ല്യോ?''

''ഇല്ല. അവർ വഴി കണ്ടുപിടിച്ചോളും.''

അവർ നടന്നകന്നു.

അയാൾ ഉമ്മറത്തെ ബഞ്ചിൽ നീണ്ടുനിവർന്നു കിടന്നു.

മഴ വർദ്ധിക്കുന്നതു കണ്ടു കടക്കാരൻ പറഞ്ഞു:

''അകത്തു കയറിക്കിടക്കുന്നതാണ് നല്ലത്.''

അയാൾക്ക് സമാധാനമായി.

മഴയുടെ കരച്ചിൽ കേൾക്കാതെ ഉറങ്ങാം.

മണ്ണുരുളകൊണ്ടു മെനഞ്ഞെടുത്ത ഭിത്തിയിൽ എമ്പാടും സുഷിരങ്ങൾ. മഴ സുഷിരങ്ങളിലൂടെ എണ്ണമറ്റ വിരലുകൾ നീട്ടി അയാളെ തൊടാൻ ശ്രമിച്ചു.

നനഞ്ഞ ദേഹവുമായി പുറത്തുനിന്ന് കയറി വന്ന പട്ടിയുടെ വാൽ ദേഹത്തുരസിയപ്പോൾ അയാൾ ഞെട്ടിയെണീറ്റു. മരബെഞ്ചിനു തണുപ്പു ബാധിച്ചുകഴിഞ്ഞു. കടക്കാരൻ നല്കിയ കരിമ്പടം മടക്കി ബെഞ്ചിന്മേലിട്ടു. അയാൾ അതിന്നു മീതെ ഇരിപ്പുറപ്പിച്ചു.

മഴയുടെ ഇരമ്പം ഒരു പേടിസ്വപ്നംപോലെ അയാളുടെ ഞരമ്പുകളിൽ നുഴഞ്ഞുകയറി.

കടക്കാരന്റെ കൂർക്കംവലിയിൽ ശ്രദ്ധിച്ചുകൊണ്ട് അയാൾ മഴയെ മറക്കാൻ ശ്രമിച്ചു. നനഞ്ഞു കുതിർന്ന പുതുമണ്ണിന്റെ ഗന്ധം സർപ്പങ്ങളായി ഇഴഞ്ഞെത്തും മുമ്പ് അയാൾ ഒച്ചയുണ്ടാക്കാതെ എണീറ്റു.

താഴ്വരയിൽ നിറഞ്ഞ കണ്ടങ്ങൾ കുപ്പിച്ചില്ലുകൾപോലെ തിളങ്ങി. അയാളുടെ കണ്ണുകൾ നൊന്തു.

കറുത്ത മണ്ണിന്റെ മനസ്സ് ഉറങ്ങുകയല്ലെന്ന് അയാൾക്ക് ബോദ്ധ്യമായി. താഴ്‌വാരം ഒരു യക്ഷിയെപ്പോലെ മഴ കുടിച്ചു ലഹരിയിൽ മുങ്ങി മയങ്ങിക്കിടക്കുകയാണ്.

അവളുണരും മുമ്പ്...

അവളിൽ നിന്നു പ്രസരിക്കുന്ന മദഗന്ധം തന്നെത്തേടിയെത്തും മുമ്പ്....

അയാൾ വാതിൽ തുറന്ന് ഉമ്മറത്തെത്തി.

ആകാശത്തിന്റെ തെക്കേക്കോണിൽ അപ്പോഴും കാത്തുനില്ക്കുന്ന ആരാച്ചാരുടെ കണ്ണുകളിലെ കത്തി തിളങ്ങി. വാൾത്തല പുളഞ്ഞു. അയാളിറങ്ങി...

അകത്തിരുന്ന് ആരോ ചോദിച്ചു:

‘‘നിങ്ങളെങ്ങോട്ടാ?’’

ഈ താഴ്‌വര വിട്ട് എങ്ങോട്ടെങ്കിലും.’’ ■

ബലിപുഷ്പങ്ങൾ

ശവകുടീരങ്ങളുടെ മഹാനഗരത്തിൽ അനേകം വർഷങ്ങൾക്കു ശേഷം ഒരിക്കൽകൂടി നടരാജനെ കണ്ടെത്താനാവുമെന്നു ഗിരിജ പ്രതീക്ഷിച്ചിരുന്നില്ല.

വേനൽച്ചൂടിൽ പഴുത്തുവീഴുന്ന ഒരു സായാഹ്നം. മനോരോഗിയായ അമ്മയെ ക്വാർട്ടേഴ്സിൽ, ടി.വി.യുടെ മുമ്പിലിരുത്തി അവൾ ഇറങ്ങിപ്പോന്നതാണ്. താഴെ മുറ്റത്തെത്തിയപ്പോൾ മുകളിൽ ബാൽക്കണിയിൽ ചാരിനിന്ന് പാണ്ഡെയുടെ മകൾ വിളിച്ചു ചോദിച്ചു.

''ചേച്ചി എങ്ങോട്ടാണ്?''

അവൾ നുണ പറഞ്ഞു: ''മാർക്കറ്റിലേക്കാണ്.''

പാർക്കിലേക്കെന്നു പറഞ്ഞാൽ അവൾ കൂടെയിറങ്ങും. വഴിവാണിഭക്കാരുടെ തെരുവിലൂടെ ഒരു പ്രദക്ഷിണം അനിവാര്യമാകും.

മനുഷ്യർ കൂട്ടത്തോടെ കൂടുകൂട്ടിത്താമസിക്കുന്ന സെവന്റീൻ എൻക്ലേവിൽനിന്ന് ഓടിയകന്ന് ഏകാന്തതയിലിരിക്കാവുന്ന ഒരു സായാഹ്നത്തെ പാണ്ഡെയുടെ മകളെച്ചൊല്ലി നഷ്ടപ്പെടുത്താൻ ഗിരിജ തയ്യാറുണ്ടായിരുന്നില്ല. മടക്കത്തിൽ ഒരു മുടിപ്പിന്നു മേടിച്ചുകൊണ്ടു വന്നാൽ ആ പതിമ്മൂന്നുകാരിയുടെ പിണക്കം തീർക്കാം.

വാതിൽ പുറമേ നിന്ന് ചേർത്തടയ്ക്കുമ്പോൾ ടി.വി.യിൽ നിന്നു മുഖംതിരിക്കാതെ അമ്മ അവളെ ഓർമ്മിപ്പിച്ചു. പാർക്കിൽ പോകുന്നെങ്കിൽ പെണ്ണുങ്ങളിരിക്കുന്ന മൂലയ്ക്കേ ചെന്നിരിക്കാവൂ.

അവൾ മറുപടി പറഞ്ഞില്ല. അമ്മയെ സമാധാനിപ്പിച്ചു.

''ഞാൻ അമ്മയ്ക്കു മരുന്നു മേടിക്കാൻ പോവുകയാണ്.''

''നീ മറ്റൊരു ഡോക്ടറെ ചെന്നു കണ്ടു വിവരം പറയണം.'' അമ്മ ആശ്വാസസ്വരത്തിൽ പറഞ്ഞു.

''ഞാൻ വരണമെന്നുണ്ടോ?''

''ഇല്ല.''

മെഡിക്കൽ ഷോപ്പിൽനിന്നു നിറഭേദമുള്ള വിറ്റാമിൻ ഗുളികകൾ മേടിക്കാൻ ഗിരിജ തീരുമാനിച്ചു.

പാർക്കിൽ ആളുകൾ കുറവായിരുന്നു. ബദാം മരങ്ങൾ കൂറ്റൻ കുടകൾ നീർത്തി നില്ക്കുന്നതിനു കീഴെ, മൺമറഞ്ഞ പാദുഷാമാരുടെ ശവകുടീരങ്ങൾ. വേനൽച്ചൂടിൽ കരിഞ്ഞുപോയ പുൽത്തകിടിയിൽ പഴുത്ത ബദാമിലകൾ എമ്പാടും വീണു കിടന്നു.

അക്ഷരങ്ങൾ മാഞ്ഞുപോയ ശിലാഫലകങ്ങളിലൊന്നിൽ ഗിരിജ ചാരിയിരുന്നു. കയ്യിൽ കരുതിയ മാസിക അവൾ വിടർത്തി മടിയിൽ വച്ചു.

നടപ്പാതയ്ക്കു പുറംതിരിഞ്ഞാണ് അവൾ ഇരുന്നത്. മുമ്പിൽ അതിരുകളില്ലാത്ത പുരാതന ശ്മശാനഭൂമി. വരൾച്ചയിൽനിന്ന് എത്തിനോക്കുന്ന പുതിയ പുൽനാമ്പുകൾ മഞ്ഞുനീരു കുടിച്ചു പുതുജീവൻ കൈക്കൊണ്ട പച്ചനാമ്പുകളിൽ പ്രകാശത്തിന്റെ മൂർച്ച കുറഞ്ഞ ചിരി.

അങ്ങേ അറ്റത്ത് പുളിമരങ്ങളുടെ കവരങ്ങളിൽ കുരുങ്ങിപ്പോയ, പഴുത്തുവീഴുന്ന സൂര്യൻ.

വടക്കുകിഴക്കേ കോണിൽ തലയുയർത്തി നിൽക്കുന്ന ഒരു ശവകുടീരം അവളുടെ കണ്ണിൽ തടഞ്ഞു. ഉയർന്ന കൽക്കൂരയുള്ള ഒരു കുടീരം. നാലു സ്തംഭങ്ങളിലും കൊത്തുപണികൾ കീഴെ ആളുയരത്തിൽ മണ്ഡപം. മണ്ഡപത്തിലിരുന്നു കീറിയ സ്വെറ്റർ തയ്ക്കുന്ന കിഴവനെ കണ്ട് അവൾ അത്ഭുതപ്പെട്ടു. സ്വന്തം വീട്ടുമുറ്റത്തെന്നപോലെ ശാന്തനായി ജോലി ചെയ്യുന്ന അയാൾ നടപ്പാതകളുടെ പിരിവുകളിൽ തെളിയുകയും മായുകയും ചെയ്തുകൊണ്ടിരിക്കുന്ന സുഖകാംക്ഷികളെ ശ്രദ്ധിക്കുന്നുണ്ടായിരുന്നില്ല. അയാളുടെ മുമ്പിൽ ഒരടുപ്പെരിഞ്ഞുകൊണ്ടിരുന്നു. ശ്മശാനഭൂമിയിൽനിന്നു ശേഖരിച്ച ഉണക്കച്ചുള്ളികൾ തീനാളമേറ്റു പൊട്ടിച്ചിതറുന്ന ശബ്ദം അവൾ വ്യക്തമായികേട്ടു. അടുപ്പിൽ കരിപിടിച്ച ഒരലൂമിനിയപ്പാത്രത്തിൽ വേവുന്ന കിച്ചടിയുടെ മണം അവൾ അറിഞ്ഞു. ഓരോ വശവും തയ്ച്ചുതീരുമ്പോൾ അയാൾ സ്വെറ്റർ കൺമുമ്പിൽ വിടർത്തിപ്പിടിച്ചു. പുതിയ കീറലുകൾ കണ്ടെത്തി. പണിപ്പെട്ടു വലിയ സൂചിയിൽ പുതിയ ഇഴകൾ കോർത്തു. അയാളുടെ തലയ്ക്കു മുകളിൽ കൽക്കൂരയുടെ ശില്പങ്ങളിൽ അമ്പലപ്രാവുകൾ കുറുകി ചിത്രശലഭങ്ങൾ തീനാളങ്ങൾക്കുനേരെ പറന്നണയുമ്പോൾ അയാൾ തന്റെ കുപ്പായം കൊണ്ട് അവയെ ആട്ടിയകറ്റി.

ഉത്തർപ്രദേശിലേയോ ഹരിയാനയിലേയോ നാട്ടിൻപുറത്തുനിന്നു നഗരത്തിലേക്ക് ഇരതേടിപ്പോന്ന ഒരു കരകൗശലവിദഗ്ധനാണ്

അയാളെന്നു ഗിരിജയ്ക്കു തോന്നി. വഴിവാണിഭക്കാർ കൊണ്ടുനടക്കുന്ന തരത്തിൽപെട്ട ഒരു വലിയ മാറാപ്പ് അയാളുടെ അരികിലുണ്ടായിരുന്നു. അതിന്റെ പഴുതിലൂടെ വർണ്ണത്തുകിലുകൾ തലകാണിച്ചു.

ഗിരിജ മടിയിലിരുന്ന മാസികയുടെ ഏടുകൾ മറിച്ചുകൊണ്ടിരുന്നു. അവളുടെ നോട്ടം അപ്പോഴും ശവകുടീരത്തിൽ സ്വസ്ഥനായിരുന്നു ജോലി ചെയ്യുന്ന ആ മനുഷ്യനിലായിരുന്നു.

പുറകിലെ നടപ്പാതയിലൂടെ ഒരു മോട്ടോർബൈക്ക് ഇരച്ചുവന്ന ശബ്ദം കേട്ട് അവൾ തിരിഞ്ഞു നോക്കി.

വണ്ടിയിറങ്ങിയ ചെറുപ്പക്കാരൻ പുറംതിരിഞ്ഞു നിന്നു. വണ്ടിയെ ഒരു ബദാം മരത്തടിയോടു ചേർത്തുവയ്ക്കുന്ന ശ്രമത്തിലായിരുന്നു.

അയാൾ നിവർന്നുനിന്നു. തിരിഞ്ഞുനോക്കി.

ഒരിക്കൽകൂടി സൂക്ഷിച്ചുനോക്കി.

അയാൾ തന്നിൽ ഒരു പരിചയക്കാരിയെ തേടുകയാണെന്ന് ഗിരിജയ്ക്കു തോന്നി. അവൾ ഓർമ്മയുടെ പഴയ ഏടുകൾ മറിച്ചുനോക്കി. പഴക്കം ഏറെയില്ലെങ്കിലും പൊടിയണഞ്ഞു നിറംമങ്ങിയ ഏതാനും ഏടുകൾ, ഏറെക്കാലമായി അസ്പൃശ്യമായിക്കിടക്കുന്ന ഏടുകൾ.

അയാൾ ബദാം മരച്ചോട്ടിൽനിന്ന് അവളിരിക്കുന്ന പുൽത്തകിടിയുടെ നേർക്ക് നടന്നുവന്നു.

അയാളുടെ കനംകുറഞ്ഞ തലമുടിയിൽ വഴിനീളെ വീണ വേനൽപ്പൂക്കളുടെ വാടിയ ഇതളുകൾ പറ്റിക്കിടപ്പുണ്ട്.

ശിലാഫലകത്തിന്റെ അപ്പുറം നിന്ന് അയാൾ ഒരു ചിരിയോടെ ചോദിച്ചു.

''ഗിരിയല്ലേ?''

തന്റെ പേരുപോലും അറിഞ്ഞുവച്ചിരിക്കുന്ന ഈ മനുഷ്യൻ...

ഒരു നേരിയ നടുക്കത്തോടെ ഗിരിജ എണീറ്റു.

''ഗിരിജ ഇപ്പോൾ ഇവിടെയാണോ?''

അയാൾ വലതുകയ്യിന്റെ പെരുവിരൽകൊണ്ടു തല ചൊറിഞ്ഞപ്പോൾ ഗിരിജ പെട്ടെന്നോർത്തു.

നടരാജൻ.

''അതെ. ഗിരിജ ഇവിടെ വന്നിട്ട് എത്ര വർഷങ്ങളായി?''

''അനേകം. ഞാനോർത്തുവയ്ക്കുന്ന പതിവില്ല.''

നടരാജൻ വിസ്മയത്തോടെ അവളെ അടിമുടി വീക്ഷിച്ചു.

''ഗിരിജയ്ക്ക് ഒരു മാറ്റവുമില്ലല്ലോ.''

''എന്റെ ജീവിതത്തിലും വലിയ മാറ്റമൊന്നും ഉണ്ടായിട്ടില്ല. അതുകൊണ്ടാവും.''

അവളുടെ വാക്കുകളിൽ പ്രകടമായ വരൾച്ച നടരാജന്റെ ഉത്സാഹത്തെ വാട്ടി.

അവൾ പുൽത്തകിടിയുടെ ഓരം ചേർന്നിരുന്നു.

''ഞാനിവിടെ ഇരിക്കുന്നതിൽ വിരോധമുണ്ടോ?''

''ഇതൊരു പബ്ലിക് പാർക്കല്ലേ?''

നടരാജന്റെ മുഖത്തു നേരിയ ജാള്യത പരക്കുന്നത് അവൾ കണ്ടു.

നടരാജൻ അവളുടെ മുമ്പിൽ പുൽത്തകിടിയിൽ ചമ്രം പടിഞ്ഞിരുന്നു.

''ജോലി കാത്തു മടുത്തപ്പോൾ കിട്ടിയ ജോലിയുമായി ഞാൻ നാടുവിട്ടു. ഗിരിജയെ ഒന്നറിയിക്കണമെന്നുണ്ടായിരുന്നു.''

ക്ഷമാപണത്തിന്റെ സ്വരത്തിൽ അയാൾ തുടർന്നു.

''ഗിരിജയെപ്പറ്റി, നാട്ടിൽനിന്നു വരുന്നവരോടെല്ലാം ഞാനന്വേഷിക്കാറുണ്ടായിരുന്നു.''

ഗിരിജ അകലെ കിഴവന്റെ തുന്നപ്പണി നോക്കിയിരുന്നു.

''ഇത്തരം ഒരു നഗരത്തിൽ വന്നുപെട്ടാൽ പിന്നെ മോചനമില്ലെന്നു ഗിരിജയ്ക്കിപ്പോൾ മനസ്സിലായല്ലോ.''

മോചനത്തിനു വേണ്ടി ഗുളികകളിൽ വിശ്വാസമർപ്പിച്ചിരിക്കുന്ന അമ്മയെ അവൾ ഓർത്തു. 'സെവന്റീൻ എൻക്ലേവ്' എന്ന കെട്ടിടത്തിന്റെ ഭിത്തികൾ തീർത്തിരിക്കുന്ന തടവറയെക്കുറിച്ച് അവൾ ഓർത്തു.

''ഗിരിജ തനിച്ചാണോ?''

''അതെ. അമ്മയുടെ കൂടെ.''

''അമ്മ, ഇവിടെയോ?''

''അമ്മയ്ക്ക് നാട്ടിൽ ആരുമില്ല.''

നടരാജൻ എന്താണ് ചെയ്യേണ്ടതെന്നറിയാതെ തന്റെ കൈകൾ പരസ്പരം പിണച്ചും വിടർത്തിയുംകൊണ്ടിരുന്നു.

''ഗിരിജ വീക്കെന്റുകളിൽ എന്തു ചെയ്യും?''

അവൾക്കു പറയണമെന്നു തോന്നി - മെത്ത ഉണക്കും, കാർപ്പെറ്റിലെ പൊടിതട്ടും, ചെടിച്ചട്ടിയിൽ വളംചേർക്കും. അമ്മയുടെ

മുറി വൃത്തിയാക്കാൻ സഹായിക്കും. പഴയ മാസികകൾ വീണ്ടും വീണ്ടും വായിക്കും.

അവൾ മൗനത്തിലൂടെ സഞ്ചരിച്ചു.

അവൾക്ക് വീക്കെന്റുകൾ ഉണ്ടായിരുന്നില്ല. ഒരാഴ്ചയുടെ ഏഴു ദിനങ്ങൾക്കും നീളവും വീതിയും സമമായിരുന്നു. വിരസമായ വീക്ക് ഡെകൾ ആപ്പീസിലൊടുങ്ങുന്നു.

അടുത്ത സെക്ഷനിലെ ടൈപ്പ് റൈറ്ററുകളിലൂടെ ആയുസ്സ് ചോർന്നുപോകുന്നത് അവൾ വല്ലപ്പോഴും ഓർക്കാറുണ്ടായിരുന്നു. അപ്പോൾ ടൈപ്പ് റൈറ്ററുകൾക്കും തന്റെ ക്യാബിനിന്നും ഇടയ്ക്കുള്ള വാതിലുകൾ ചേർത്തടച്ചു സ്വയം രക്ഷ നേടുന്നു. ഈയിടെ ടൈപ്പ് റൈറ്ററുകൾ അവളെ അലോസരപ്പെടുത്താറില്ല. കതകുകൾ അടച്ച് അവയെ അകറ്റേണ്ടി വരാറുമില്ല.

ഒരു ചിന്തയിൽ നിന്നുണർന്ന് നടരാജൻ അവളോടു ചോദിച്ചു.

''നാളെ ഗിരിജയ്ക്കെന്താണ് പരിപാടി?''

ഗിരിജ ഒന്നു നടുങ്ങി. വർഷങ്ങൾക്കു മുമ്പ് നടരാജന്റെ ഇത്തരം ഒരു ചോദ്യത്തിൽനിന്നും ഓടി രക്ഷപ്പെട്ടതോർത്തു. പക്ഷേ അന്നു നാട്ടിലെ കൊച്ചുപട്ടണത്തിലായിരുന്നു. ചെറുപ്പത്തെ ഭയമായിരുന്നു. മനുഷ്യരെ അതിലേറെ.

നടരാജൻ അവളുടെ ചിന്തകൾ വായിച്ചു. അയാൾ മ്ലാനമായ ഒരു ചിരി ചിരിച്ചു.

പുൽത്തകിടിയിൽ ചുവന്ന നിറമാർന്ന ബദാമിലകൾ നേർത്തൊരു ഞരക്കത്തോടെ പൊഴിഞ്ഞു വീണുകൊണ്ടിരുന്നു.

അവൾ രോഗിണിയായ അമ്മയെക്കുറിച്ചു പറയുമോ എന്നു നടരാജൻ ഭയപ്പെട്ടു.

അവൾ പറഞ്ഞു, ''ഒരു പരിപാടിയുമില്ല. നഗരം വിട്ട് എങ്ങോട്ടെങ്കിലും പോകണം. ഒരു ഫുൾഡേ ഔട്ടിങ്ങ്.''

നടരാജന്റെ വരണ്ട മിഴികളിൽ പ്രത്യാശ തളിരിടുന്നത് അവൾ കണ്ടു. അതവഗണിച്ചിട്ട് അവൾ ചോദിച്ചു.

''നിങ്ങളുടെ ഫാമിലി എവിടെ?''

''നാട്ടിൽ. കുട്ടികളുടെ പരീക്ഷ കഴിഞ്ഞു. അവർ നാട്ടിൽ പോയിരിക്കയാണ്.''

തെരുവീഥിയിലൂടെ സ്കൂൾ ബസ്സിൽ കയറിപ്പോകുന്ന യൂണിഫോമണിഞ്ഞ കിടാങ്ങളുടെ ഒരു ഘോഷയാത്ര അവളുടെ മനോമുകുരത്തിൽ തെളിഞ്ഞുമാഞ്ഞു. ചത്ത മിഴികളും വാടിയ കവിളുകളുമുള്ള കുട്ടികൾ. പുസ്തകഭാരം ചുമന്നു തളർന്ന കുട്ടികൾ.

നാട്ടിന്റെ നാനാഭാഗത്തുനിന്നും വന്നു ചേർന്നിരിക്കുന്നവർ. അവരിൽ രണ്ടുപേർ നടരാജന്റെ മക്കളായിരിക്കണം. അവരിപ്പോൾ നാട്ടിൽ ഉത്സവം കാണുകയാവും. അവരുടെ അമ്മ നാട്ടുവിശേഷം പറഞ്ഞും വിരുന്നുനടന്നും ദിവസങ്ങൾ പോക്കുന്നുണ്ടാവും.

അവൾക്ക് നടരാജനോട് അനുതാപമുണ്ടായി.

തന്റെ തടവറയിൽനിന്ന് എങ്ങോട്ടെങ്കിലും ഓടിപ്പോകണമെന്നു കുറെ നാളായി അവൾ വിചാരിക്കുന്നു.

മഞ്ഞുതൊപ്പിയണിഞ്ഞ്. വെളുക്കുംമുമ്പ് മിൽക്ക് ബൂത്തിനു മുമ്പിലെ കാത്തുനില്പ്, എക്സ്ഹോസ്റ്റ് ഫാനിന്റെ കിരുകിരുപ്പിൽ അടുക്കളയിലെ വിരസമായ ജോലികൾ. ബസ്സ്സ്റ്റോപ്പിലെ അവിരാമമായ കാത്തുനില്പ്. ഇവയെല്ലാം അവൾ കഠിനമായി വെറുത്തു.

നടരാജൻ ഒരു വരദാനത്തിനു വന്നിരിക്കയാണ്. അയാളുടെ കണ്ണുകളിൽ എന്നോ കരിഞ്ഞുപോയ പ്രകാശത്തെക്കുറിച്ചോ പൊഴിഞ്ഞുപോയ വർഷങ്ങളെക്കുറിച്ചോ അവൾ അപ്പോൾ ചിന്തിച്ചില്ല.

പോകണം. എല്ലാം ഇട്ടെറിഞ്ഞു പോകണം. മിൽക്ക് ബൂത്തുകളും ബസ്സ്റ്റോപ്പുകളും മരുന്നുകടകളും എക്സ്ഹോസ്റ്റ് ഫാനുകളും ഇല്ലാത്ത ഒരിടത്തേക്ക്...

നഗരത്തിനു പുറത്തേക്കുള്ള വഴികൾ അവൾക്കജ്ഞാതമായിരുന്നു. നഗരം വിട്ടുള്ള മനുഷ്യരും അവരുടെ ഭാഷയും അവൾക്കപരിചിതമായിരുന്നു.

ജീവപര്യന്തം തടവിനു വിധിക്കപ്പെട്ട ലക്ഷങ്ങളിലൊരുവളായി അവൾ കഴിഞ്ഞുകൂടുകയായിരുന്നു.

താനൊരു മനോരോഗിയായി മാറുകയാണെന്ന് അവൾ ഭയപ്പെട്ടു. അവൾ കൃതജ്ഞതയോടെ നടരാജന്റെ മുഖത്തു നോക്കി.

നടരാജൻ പോക്കറ്റിൽ നിന്നു രണ്ട് ടൂർ ടിക്കറ്റുകൾ എടുത്തു കാണിച്ചു.

ഇത് ആർക്കുവേണ്ടി മേടിച്ചു എന്നു ഗിരിജ ചോദിച്ചില്ല.

‘‘ഇതിലൊന്നു ചുമ്മാ കളയേണ്ടിവരുമായിരുന്നു.’’

ഗിരിജ അതു കേട്ടു പൊട്ടിച്ചിരിച്ചു.

തന്റെ ചിരിയുടെ ശബ്ദം അവൾക്കുതന്നെ അപരിചിതമായി തോന്നി. അവൾ ചുറ്റും നോക്കി.

നടരാജൻ പറഞ്ഞു: ‘‘നാളെ കാലത്ത് ആറുമണിക്കാണ് ബസ്സ് പുറപ്പെടുക.’’

''എനിക്കറിയാം. ഞാൻ സ്റ്റോപ്പിലെത്തും.''

അവൾ പൊടുന്നനെ എണീറ്റു.

''അമ്മയ്ക്കു ഗുളികകൾ മേടിക്കണം.''

അവൾ നടന്നു മറയുംവരെ നടരാജൻ നോക്കിനിന്നു.

പുതിയൊരു വർണ്ണത്തിലുള്ള വൈറ്റമിൻ പിൽസും പാണ്ഡെയുടെ മകൾക്കൊരു മുടിപ്പിന്നുമായി ഗിരിജ തന്റെ താവളത്തിലേക്ക് തിരക്കിട്ട് നടന്നു. നേർത്തൊരു ശീതക്കാറ്റ് വീശാൻ തുടങ്ങിയിരുന്നു.

ഫസ്റ്റ് ഷോവിന് പോകുന്ന മിസ്സിസ് പാണ്ഡെ കോണിയിറങ്ങി അവൾക്കെതിരെവന്നു. പാണ്ഡെയുടെ പുത്രി കോണിപ്പടികൾക്കു മീതെ മുഖം വീർപ്പിച്ചു നില്പുണ്ട്.

ഗിരിജ കുട്ടിയുടെ മെടഞ്ഞിട്ട മുടിയിൽ മുടിപ്പിന്നു ചാർത്തി. അവൾ അമ്മയുടെ പുറകേ ഓടിപ്പോയി.

ഗിരിജ ആശ്വാസത്തോടെ മുൻവാതിൽ തള്ളിത്തുറന്നു. അവളുടെ അമ്മ അപ്പോഴും ടി.വിയുടെ മുഖത്തു നോക്കിയിരിപ്പുണ്ട്. സ്ക്രീനിൽ കോമിക്ക് സിനിമയുടെ രംഗങ്ങൾ മിന്നിമറയുന്നു. അമ്മയുടെ കൂർക്കംവലി അവൾ വാതില്ക്കൽ നിന്നുതന്നെ കേട്ടു. ഇരുന്നുറങ്ങുന്ന അമ്മയുടെ അടുത്തുകൂടി അവൾ ശബ്ദിക്കാതെ അടുക്കളയിലേക്കുനടന്നു. അത്താഴം ഒരുക്കി മേശമേൽ കൊണ്ടു വന്നു വച്ചു. ഫ്രിഡ്ജിന്റെ ശൈത്യമേകുന്ന ഭക്ഷണം. കറി എന്തുകൊണ്ടാണെന്നുതന്നെ അവൾ മറന്നുകഴിഞ്ഞിരുന്നു. ഉരുകാത്ത കൊഴുപ്പിന്റെ പാട കിണ്ണത്തിൽ പാറിക്കിടന്നു. അവൾ അമ്മയ്ക്കുള്ള റൊട്ടി എടുത്തുവച്ചു. ഉറങ്ങുന്ന അമ്മയുടെ നേർക്കു നോക്കി. മേശപ്പുറത്തുവീണ സ്പൂണിന്റെ ശബ്ദം അവരെ ഉണർത്തി.

''ഇത്രനേരത്തെ നീ ആപ്പീസിൽ പോവുകയാണോ?''

അവൾക്കു കലിവന്നു. അതു പ്രകടിപ്പിക്കാതെ ഗിരിജ പറഞ്ഞു.

''ഞാൻ അമ്മയ്ക്ക് പുതിയ മരുന്നുകൾ മേടിച്ചു കൊണ്ടുവന്നിരിക്കുന്നു.''

അവരുടെ മിഴികൾ ആഹ്ലാദത്താൽ മിന്നി.

''ഇക്കുറി അവർ നിന്നെ കബളിപ്പിച്ചില്ലായിരിക്കും.''

''ഇല്ല. പുതുതായി തുറന്ന കടയാണ്.''

അവർ ഫോയിൽ പൊളിച്ച് ഗുളിക മൊത്തം ഉള്ളംകയ്യിലിട്ട് ഓമനിച്ചു. പിന്നെ സാവധാനം വായിലേക്കെറിഞ്ഞു.

ഇനി നാലുനാൾ അമ്മ തന്റെ സങ്കല്പത്തിലുള്ള രോഗത്തെക്കുറിച്ചു സംസാരിക്കില്ലെന്ന ഉറപ്പോടെ ഗിരിജ പിറ്റേന്നു കാലത്തെ

യാത്രയ്ക്കുള്ള ഉടുപ്പുകൾ എടുത്തുവെച്ചു. പ്രഭാതത്തിന്റെ കതിരൊളിയുള്ള ചുരിദാറും കമ്മീസും. ഇളം മഞ്ഞനിറത്തിലുള്ള ഷാൾ. സാരിയുടുത്തു യാത്ര ചെയ്യുന്നതിനെ അവൾ വെറുത്തു. അവളുടെ ഹോളിഡെ വസ്ത്രമായിരുന്നു അത്.

* * *

പുലരും മുമ്പേ അവൾ ഉടുത്തൊരുങ്ങി. അതിന്നും മുമ്പേ അമ്മ ഉണർന്നെണീറ്റിരുന്നു. ഒരു മൂളിപ്പാട്ടോടുകൂടി അവർ തലേന്നാളത്തെ പത്രത്തിന്റെ താളുകൾ മടക്കിവയ്ക്കുകയാണ്.

‘‘ഇന്നുച്ചയ്ക്ക് എന്താണു കൂട്ടാൻ?’’

വാതിൽക്കലെത്തിയ മകളോട് അമ്മ ചോദിച്ചു.

അതിന്ന് എത്ര മണിക്കൂറുകൾ കഴിയണം.

ഗിരിജ പാൽപ്പാത്രവും കൂപ്പണും എടുത്തു കതകു ചാരി പുറത്തു കടന്നു.

മിൽക്ക് ബൂത്തിലേക്ക് ബദ്ധപ്പെട്ട് പോകുന്ന മിസ്സിസ് പാണ്ഡെയോട് അവൾ പറഞ്ഞു.

‘‘എനിക്കുള്ള പാൽ മേടിച്ചുവയ്ക്കാമോ?’’

‘‘ഓഹോ!’’

‘‘അമ്മയ്ക്ക് കാന്റീനിൽ നിന്നു പൂരിയും കറിയും വരുത്തിക്കൊടുക്കാമോ?’’

മിസ്സിസ് പാണ്ഡെ കാണിച്ചോട്ടിലെ നേർത്ത ഇരുട്ടിൽനിന്ന് അവളുടെ മുഖം വായിക്കാൻ ശ്രമിച്ചു. പിന്നെ അവർ ചോദിച്ചു.

‘‘ഗിരിജാദേവി എങ്ങോട്ടാ?’’

‘‘ഒരു ഹോളിഡേ...’’

‘‘ബെസ്റ്റ് ഓഫ് ലക്ക്.’’

അവർ ചിരിച്ചു യാത്ര പറഞ്ഞു.

ഗിരിജ സ്റ്റോപ്പിലെത്തുമ്പോൾ ടൂറിസ്റ്റു വണ്ടി മഞ്ഞണിഞ്ഞ ശിരസ്സോടെ ചോലച്ചോട്ടിൽ നില്പുണ്ട്. പാതിയും നിറഞ്ഞു കഴിഞ്ഞു.

ഗ്ലാസ് ഷട്ടർ നീക്കി നടരാജൻ കൈ പുറത്തേക്കിട്ടു.

മറ്റൊരു ലോകത്തു നിന്നാണ് നടരാജൻ വിളിക്കുന്നത്. അവൾ വിട്ടുപോന്ന, മറന്നുതുടങ്ങിയിരുന്ന ഒരു ലോകത്തുനിന്ന്.

നടരാജൻ ഒരു ഷോൾഡർ ബാഗ് നിറയെ പഴങ്ങളും ബിസ്കറ്റുകളും കരുതിയിരുന്നു. സഞ്ചി മടിയിലെടുത്തുവെച്ചു. അയാൾ ഗിരിജയ്ക്കിരിക്കാൻ ഇടമുണ്ടാക്കി.

വണ്ടി സ്റ്റാർട്ടായപ്പോൾ നടരാജൻ പറഞ്ഞു.

''നാളെ ഈ നേരത്ത് നാമിവിടെ തിരിച്ചെത്തും. നൈറ്റ് ജേണി ഒരു കണക്കിനു സുഖമാണ്. കാഴ്ചയുടെ ആവർത്തനം ഒഴിവാക്കാം.''

തിരിച്ചുവരവിനെക്കുറിച്ച് അവൾ ആലോചിച്ചിരുന്നില്ല.

''നാം ഏതൊക്കെ സ്ഥലങ്ങൾ കാണും എന്നു ഗിരിജയ്ക്കറിയാമോ?''

അവൾ തലകുലുക്കി.

''ഹരിദ്വാറിലെ ശീവേലിയും ദീപക്കാഴ്ചയും കാണാം.''

''പിന്നെ?''

''ഒരുപാട് തീർത്ഥാടകരെ കാണാം. അളകനന്ദയും...''

വണ്ടിയുടെ ഇരമ്പലിൽ അയാളുടെ ശബ്ദം അലിഞ്ഞുപോയി.

ഇടവേളയിൽ അവർ മരച്ചോട്ടിലിരുന്ന് ഓറഞ്ചു തിന്നു. മരച്ചോട്ടിലെ അടുപ്പിൽ ചപ്പാത്തി ചുട്ടു വിൽക്കുന്നത് മേടിച്ചു ചൂടോടെ കഴിച്ചു. ദേശാടനപ്പക്ഷികളെപ്പോലെ അവർ അവിരാമം സഞ്ചരിച്ചു. ഉച്ചതിരിഞ്ഞാണ് ലക്ഷ്യത്തിലെത്തിയത്. ഹരിദ്വാറിൽ കാവിവസ്ത്രക്കാരും വൃത്തികെട്ട വേഷക്കാരും തെരുവുകളിൽ കറങ്ങിക്കൊണ്ടിരുന്നു.

ഇടവഴികളിലെ കവാടങ്ങളിലൂടെ മനുഷ്യരും എരുമകളും ഉരുമ്മിച്ചേർന്ന് ഇറങ്ങിവന്നു.

എരുമകളും മനുഷ്യരും ഒന്നിച്ചു താമസിക്കുന്ന മുറികൾക്കു മുമ്പിലൂടെ പഴയ പാത ഇഴഞ്ഞുനീങ്ങി.

നാനാദിക്കിൽനിന്നും വന്നവർ നാനാതരം ഭാഷകൾ സംസാരിച്ചു.

നടരാജൻ തനി നാടൻഭാഷയിൽ ഉറക്കെയുറക്കെ സംസാരിക്കാൻ തുടങ്ങി. അവൾ അധികപക്ഷവും ഉരിയാടിയതേയില്ല.

ക്ഷേത്രസ്ഥാനത്ത് അന്നും ഏതോ ഉത്സവത്തിന്റെ തിരക്കുണ്ടായിരുന്നു. ദേവീക്ഷേത്രത്തിലെ ഭജന കേട്ടുകൊണ്ട് അവർ അക്കരയ്ക്കുള്ള പാലത്തിനു മീതെ നിന്നു. ഉരുക്കിന്റെ രക്ഷാവേലിക്കകത്തു നിന്നു പരശതം തീർത്ഥാടകർ ഗംഗയിലെ ശൈത്യത്തിന്റെ കുളിർ കളയുന്നുണ്ടായിരുന്നു.

നെയ്ത്തിരികളേന്തിയ പൂക്കൂടകൾ താളങ്ങളിൽ ചാഞ്ചാടിക്കൊണ്ടു താഴോട്ടു താഴോട്ടൊഴുകിപ്പോയി. വലിയ പണക്കാരുടെ കൂറ്റൻ പൂക്കൂടകളും ചെറിയവന്റെ ചെറിയ കുമ്പിളുകളും തൊട്ടുരുമ്മി, അകന്നുമാറി, വിറച്ചു വിറച്ചുകൊണ്ട് ഓളങ്ങളോടെതിരിട്ടുകൊണ്ട്

ഒഴുകി മുന്നോട്ടു പോയി. സന്ധ്യയുടെ ശീതക്കാറ്റിൽ നെയ്ത്തിരി നാളങ്ങൾ ആടിയുലഞ്ഞു. പൂവിതളുകൾ കുളിർന്നുവിറച്ചു.

ചിരപരിചിതമായ ലാഘവത്തോടെ ഓളങ്ങൾ അവയെ പൊക്കിയെടുത്തു ചുമന്നുകൊണ്ടുപോയി. അനന്തതയിലേക്ക്, നീലിമയുടെ അതിരില്ലാ ലോകത്തേക്ക്.

ഇരുമ്പഴി പിടിച്ചു പാലത്തിന്മേൽ നിൽക്കുകയായിരുന്ന ഗിരിത പറഞ്ഞു.

''എനിക്കും ഒരു പൂക്കൂട വേണം. ഒരു നെയ്ത്തിരി വേണം.''

നടരാജൻ അത്ഭുതത്തോടെ അവളുടെ മുഖത്തു നോക്കി. സന്ധ്യയുടെ ചോപ്പിൽ ഒരു ചെമ്പുപ്രതിമയുടേതുപോലെ അവളുടെ കവിളുകൾ തിളങ്ങി.

''മരിച്ചവർക്കുവേണ്ടിയാണ് പൂക്കൂടകൾ ഒഴുക്കുന്നത്.''

''അതിന്നെന്ത്?''

''ഗിരിജയുടെ അച്ഛന്റെ ആത്മശാന്തിക്ക്?''

''അല്ലല്ല. എനിക്ക്. ഞാനെന്നേ മരിച്ചുകഴിഞ്ഞു.''

നടരാജൻ പതുക്കെ ഞെട്ടുന്നത് അവൾ കണ്ടു.

നടരാജനെ കാത്തുനിൽക്കാതെ അവൾ തിരിഞ്ഞു അക്കരെയ്ക്കു നടക്കാൻ തുടങ്ങി. പൂക്കൂടകളും നെയ്ത്തിരികളും വിൽക്കുന്ന ഒരു പയ്യൻ ഒരു സാൽമരത്തിന്റെ ചോട്ടിലെ തിണ്ണയിൽ ഇരിക്കുന്നത് അവൾ പകലേ കണ്ടിരുന്നു.

ചെളിപുതയുന്ന കല്പടവുകളിറങ്ങി അവർ ഗംഗയുടെ മാറത്തൂടെ നടന്നു. വലുതും ചെറുതുമായി നിറഞ്ഞു വിതുമ്മിനിൽക്കുന്ന കൂടകൾ ചൂണ്ടി ചെറുക്കൻ ചോദിച്ചു.

''ഇതിലേതു വേണം?''

ഗിരിജ പറഞ്ഞു

''ഇതൊന്നും പോരാ. ഇവയേക്കാളെല്ലാം വലിയതൊന്ന് ഒരുക്കിത്തരൂ.''

ചെറുക്കന്റെ മുഖം ഉത്സാഹംകൊണ്ടു വിടർന്നു. ഒരു വലിയ ആത്മാവിനെ പരലോകത്തേക്കയയ്ക്കാനുള്ള വെമ്പലോടെ അവൻ വലിയ ഇലകൾ കോർത്ത് ഒരു കൊച്ചു കടയോളം വലിപ്പമുള്ളൊരു കുമ്പിൾ തീർത്തു.

ഗിരിജയുടെ ചുമലിൽ കൈവെച്ചുകൊണ്ട് നടരാജൻ ചോദിച്ചു.

''ഇതിലെന്തുതരം പൂക്കളാണ് നീ വയ്ക്കുക?''

ചുവപ്പും വെളുപ്പും മഞ്ഞയും കലർന്ന പൂക്കൾ കുമ്പിളിൽ നിറച്ച് ഒരു വലിയ നെയ്ത്തിരി കത്തിച്ച് പയ്യൻ കൂടു പൊക്കിയെടുത്ത് അവളെ ഏൽപ്പിച്ചു.

''ഇരുപത്തഞ്ചുരൂപ.''

ഇരുപത്തഞ്ചു രൂപയ്ക്കൊരു സ്വർഗ്ഗം? നടരാജൻ ചിരിച്ചു.

അവർ ബലിക്കടവിലേക്കു നടന്നു. നീളെ നിരന്ന സിമന്റ് പടവുകളിലിറങ്ങി മുണ്ടു മാടിക്കയറ്റി, അവർ പൂക്കുമ്പിളുകൾ ഒഴുക്കിൽ അർപ്പിച്ചുകൊണ്ടിരുന്നു. ഗിരിജ അവർക്കിടയിലിറങ്ങി നിന്നു.

നടരാജൻ അവൾക്കൊപ്പം ഇറങ്ങി.

അയാളുടെ കയ്യുകൾ അവളുടെ ചുമലിൽ അമർന്നു നിന്നു.

''പതുക്കെ, പതുക്കെ...''

ഗിരിജ പൊട്ടിച്ചിരിച്ചു.

ഗംഗയ്ക്ക് എന്നെങ്കിലും വേഗത കുറയുമോ?

''പടവിൽ വഴുക്കലുണ്ട്. ശ്രദ്ധിച്ചിറങ്ങണം.''

''നിരന്തരം കയറിയിറങ്ങുന്നവർ ഇടവിടാതെ ഓളം തള്ളുന്ന നദിയുടെ മാർത്തട്ടിലൂടെ ഒഴുകിപ്പോവുന്ന സ്വപ്നങ്ങൾ.

ഗിരിജ പിന്നെയും പടവുകളിറങ്ങി.

അവൾക്കു മുമ്പിലെ ഇരുമ്പിന്റെ രക്ഷാവേലി മുറിഞ്ഞു കിടന്നിരുന്ന ആ വിടവിൽ അവളല്ലാതെ ആരും ഇറങ്ങാൻ ധൈര്യപ്പെട്ടിരുന്നില്ല.

നടരാജന്റെ കൈകൾ അവളുടെ ചുമലുകളെ മുറുകെപ്പിടിച്ചു.

ചുമലു കുലുക്കി ഗിരിജ ചോദിച്ചു.

''ഇവിടെയുമില്ലേ എനിക്കൊരു സ്വാതന്ത്ര്യം? നോക്കൂ ആ ഓളങ്ങൾ ഓർത്തു ചിരിക്കുന്നതു കണ്ടില്ലേ?''

ഇരുമ്പു ചങ്ങലത്തുമ്പ് കിലുങ്ങി.

ഗിരിജയുടെ പൂക്കൂട ഒരു വലിയ സ്വപ്നംപോലെ ഓളങ്ങളിൽ വിടർന്നുവിലസി.

നടരാജന്റെ ആർത്തനാദം അക്കരെച്ചെന്നു മാറ്റൊലിക്കൊണ്ടു.

''ഗിരിജേ...'' ■

യമുന കരയുന്നു

യമുനയുടെ നിലയ്ക്കാത്ത ഒഴുക്കിന്റെ തീരത്ത് കാറ്റ് തീർത്ത കൊച്ചു കൊച്ചു മണൽക്കൂനകൾ. പിന്നെ അനന്തമായ പൂഴിപ്പരപ്പ്. മാലിന്യം കലർന്ന് നിറം മങ്ങിപ്പോയ മണൽത്തിട്ട.

വസുമതിയും ഭർത്താവും മണൽക്കൂനകളിലൊന്ന് തിരഞ്ഞെടുത്തു. ഇരിപ്പിടം കണ്ടെത്തുന്നതിൽ സമർത്ഥനായ അവളുടെ ഭർത്താവ് പറഞ്ഞു:

‘‘ഇതാ, ഇവിടെയിരുന്നാൽ ഉടുപ്പിൽ അഴുക്കു പുരളുകയില്ല. സായാഹ്നശോഭയിൽ തിളങ്ങുന്ന താജ് കാണാം. മനുഷ്യരുടെ ശല്യവും ഇല്ല.

ദൂരെ, വളവിനപ്പുറം യമുനയുടെ കിഴക്കെത്തീരത്ത് കെട്ടി ഉയർത്തിയ കോട്ടയുടെ മുകളിൽ താജ്മഹൽ വിരാജിക്കുന്നു. വിശാലമായ അങ്കണത്തിൽ നിരന്തരം ചലിക്കുന്ന വർണ്ണരാജി ക്ഷുദ്രകീടങ്ങളെപ്പോലെ കൊച്ചുകൊച്ചു വർണ്ണച്ചിറകുകൾ വിരുത്തി വിലാസലോലമായ ഒരു സായാഹ്നത്തിനുവേണ്ടി എത്തിയ മനുഷ്യക്കൂട്ടം. അവർ രാജ്യത്തിന്റെ നാനാഭാഗത്തുനിന്നും വന്നവരായിരുന്നു. ഉച്ച തിരിഞ്ഞ നേരത്ത് വസുമതിയും ഭർത്താവും അവർക്കിടയിലായിരുന്നു. ആൾക്കൂട്ടത്തിന്നിടയിൽ നിൽക്കുമ്പോൾ വസുമതി ചിന്തിച്ചു.

നാം എത്ര ഭാഗ്യവാന്മാരാണ്. ചരിത്രപ്രസിദ്ധവും ലോകവിശ്രുതവുമായ ഈ അങ്കണത്തിൽ കാലുകുത്താൻ കഴിഞ്ഞവർ. അനേകതരം വേഷവിധാനങ്ങളും ഭാഷകളും രീതികളും ഒന്നിച്ചുകൂടിയ അങ്കണം. പലർക്കും തീർത്ഥാടകരുടെ ഭാവമായിരുന്നു. ഭിക്ഷയാചിച്ച് നേടിയ ഒരസുലഭ സംഭവം. നിത്യജീവിതം അരിഷ്ടിച്ചു നേടിയെടുത്ത ഉല്ലാസത്തിന്റെ വിനാഴികൾ. അവർ കാരണമില്ലാതെ പൊട്ടിച്ചിരിച്ചു. അഭൗമമായ സൗന്ദര്യത്തിനു മുമ്പിൽ അതീവ വിനീതരായി വിസ്മയം കൊണ്ടു. അപ്പോഴും അകമേ അഭിനന്ദിച്ചു. ഭാഗ്യവാന്മാർ!

ഇപ്പോൾ ദൂരെ, ഈ നദിതീരത്തിരുന്ന് നിത്യവിരഹത്തിന്റെ മൂർത്തീമദ്ഭാവമായ വെണ്ണക്കൽ കൊട്ടാരത്തിന് നേർക്ക് നോക്കുമ്പോൾ അവൾക്കു തോന്നി. മനുഷ്യൻ എത്ര ചെറുതാണ് എണ്ണപ്പെട്ട വിനാഴികകൾക്കുവേണ്ടി വർണ്ണച്ചിറകു മുളയ്ക്കുന്ന കൊച്ചുകീടങ്ങൾ. അന്തിവെയിലിൽ തിളങ്ങുന്ന ചിറകുകൾ.

അവളുടെ മുഖത്തുനോക്കി ജനാർദ്ദനൻ ചോദിച്ചു.

''വസുമതി എന്താണാലോചിക്കുന്നത്?''

''മനുഷ്യന്റെ വലിപ്പക്കുറവിനെപ്പറ്റി.''

ഒരു കുടന്നപ്പൂഴി വാരി ദൂരെ കാറ്റിന്നനുകൂലമായി വീശിയെറിഞ്ഞുകൊണ്ടു ജനാർദ്ദനൻ പൊട്ടിച്ചിരിച്ചു.

''നീയൊരു മണ്ടിതന്നെ. ഇപ്പറയുന്ന ചെറിയ മനുഷ്യൻ, ദാ, അക്കാണുന്ന താജ് നിർമ്മിച്ചില്ലേ?''

ഭർത്താവിന്റെ വദനത്തിൽ വിടർന്നു നിൽക്കുന്ന വിജയഭാവം അവൾ കണ്ടു. അദ്ദേഹം എപ്പോഴും അങ്ങനെയാണെന്ന് അവൾ ഓർമ്മിച്ചു. എല്ലാ ഇടത്തരം ഉദ്യോഗസ്ഥന്മാരെയുംപോലെ ഇൻസ്റ്റാൾമെന്റുകളിലൂടെ ജീവിതം കെട്ടിപ്പടുത്തവൻ. വസുമതിയെ ദീർഘമായ ഒരുല്ലാസയാത്രയ്ക്ക് കൊണ്ടുപോകണമെന്നത് അയാളുടെ ആഗ്രഹങ്ങളിലൊന്നായിരുന്നു. കാരണം. അയാളുടെ കിടയിൽപെട്ടവർക്ക് താജിന്റെ മാന്ത്രിക സൗന്ദര്യം സ്വപ്നത്തിലോ പുസ്തകത്തിലെ വരികളിലോ മാത്രം അനുഭവിക്കാവുന്ന ഒന്നാണ്. ഈ നേട്ടത്തെക്കുറിച്ചും അവൾ ചെറുതെന്നു പറയുമോ?

വസുമതിക്ക് കൂട്ടുകാരന്റെ ഉള്ളിലിരുപ്പ് മനസ്സിലായി.

അവൾ ചിരിച്ചില്ല. അവൾക്കു കരയണമെന്നു തോന്നി. കാരണം, അവളുടെ കുഞ്ഞ് ആയിരം കാതങ്ങൾക്കപ്പുറം അവളുടെ അമ്മയുടെ ഗ്രാമത്തിലാണ്. കുഞ്ഞിനെക്കൂടി കൊണ്ടുവന്നാൽ ചെലവു കൂടും എന്ന് ഭർത്താവ് അവളെ പലവുരു കണക്കുകൾ സഹിതം ബോദ്ധ്യപ്പെടുത്തിയിട്ടുണ്ടായിരുന്നു. കുഞ്ഞു പിറക്കുംമുമ്പ് അവൾ ഏകയായിരുന്നു. നഗരത്തിൽ ജോലി ചെയ്യുന്ന ഭർത്താവ് സ്ഥിരമായൊരു താവളമൊരുക്കുന്നതിലുള്ള ബദ്ധപ്പാടിലായിരുന്നല്ലോ. അതുകൊണ്ടവൾ വിവാഹത്തിനുശേഷവും ഗ്രാമീണഭവനത്തിലെ നാലു ചുമരുകൾക്കുള്ളിൽ കഴിച്ചുകൂട്ടാൻ നിർബന്ധിതയായി.

അന്നെല്ലാം വാരാന്ത്യങ്ങളിൽ വീട്ടിലെത്തുന്ന ഭർത്താവ് അവളോടു പറയുമായിരുന്നു.

''നമുക്കൊരു വീടുവേണം. ഒരു പൂന്തോപ്പു വേണം. നാലാളെപ്പോലെ ജീവിക്കണം.''

ആ നാലുപേരിൽപ്പെട്ടവരാണ് ദൂരെ താജിന്റെ അങ്കണത്തിൽ സുന്ദരമായ ഒരു പൗർണമിക്കുവേണ്ടി കാത്തിരിക്കുന്നത്.

അവരുടെ അനേകം ശബ്ദശകലങ്ങൾ കൂടിക്കുഴഞ്ഞ് ഒന്നായി. ഒരാരവമായി, ഒരു മാറ്റൊലിയായി, യമുനയുടെ ഓളങ്ങളിൽ ചിതറി വീണുകൊണ്ടിരുന്നു.

താജ്മഹലിന്റെ ഇരുണ്ട ഇടനാഴിയിൽ, ചരിത്രകാലത്തിന്റെ തണുപ്പനുഭവിച്ചു നടക്കുമ്പോൾ അവർ നിശ്ശബ്ദരായി. ധൂപക്കൂട്ടുകൾ മിഴികളിൽ നേർത്ത നീറ്റലുണ്ടാക്കി. മങ്ങിയ സ്മൃതി ധൂമികയിൽ നീട്ടപ്പെട്ട കൈത്തലങ്ങൾ വരണ്ടു വിണ്ട, ശോഷിച്ച കൈത്തലങ്ങളിൽ നാണയങ്ങൾ ഒച്ചയോടെ വീണുകൊണ്ടിരുന്നു. മൂലയിലെ ഇരുട്ടിൽ, വെള്ളക്കാരന്റെ ക്യാമറ മിന്നി. കൈത്തലങ്ങൾ നൊടിയിടകൊണ്ട് പിൻവാങ്ങി. ധൂപക്കൂട്ട് പതിന്മടങ്ങ് പുകഞ്ഞു. തൊപ്പിയണിഞ്ഞ കാവൽക്കാർ വഴിമാറിനിന്നു. രത്നഖചിതമായ മാർബിൾ പേടകത്തിൽനിന്ന് മുക്തി നേടിയ മുംതാജിന്റെ ആത്മാവ് അവിടെ ചുറ്റിനടക്കുന്നുണ്ടായിരുന്നു. സന്ദർശകരുടെ മനോമുകുരത്തിൽ അവളെക്കുറിച്ചുള്ള ഓർമ്മകൾ പതിഞ്ഞുകിടപ്പുണ്ടായിരുന്നു. അവൾ ശവക്കല്ലറയെ പിന്നേയും വലംവെച്ചുകൊണ്ടിരുന്നു. ചവിട്ടിത്തേഞ്ഞ മാർബിൾ ഫലകങ്ങളുടെ തണുപ്പുവിട്ട് വേനൽ കത്തുന്ന അങ്കണത്തിലിറങ്ങാൻ ആരും ആഗ്രഹിച്ചില്ല. പുറത്തെ വേനൽ വേദനിപ്പിക്കുന്ന സത്യമായിരുന്നു.

ചരിത്രത്തിന്റെ ശവപേടകത്തിനു മുമ്പിൽ സ്വപ്നസഞ്ചാരികളെപ്പോലെ അവർ വലംവെച്ചുകൊണ്ടേയിരുന്നു. ഈ അസുലഭ മുഹൂർത്തം ഇനിയൊരിക്കൽ കൈവന്നു എന്നുവരില്ല. വേനലിൽ വേവുന്ന വഴികൾ കാതങ്ങൾക്ക് അപ്പുറത്തേക്കു നീളുന്നു.

നഗരത്തിലൊരു രാത്രിക്കുള്ള താവളമുറപ്പിച്ചാണ് ജനാർദ്ദനനും വസുമതിയും കോട്ടവിട്ട് യമുനാതീരത്തെത്തിയത്. രാത്രിവണ്ടിക്കു മടങ്ങേണ്ടവരുടെ ബദ്ധപ്പാടിൽനിന്ന് മോചനം നേടി, നദീതീരത്തിരുന്നു കാറ്റുകൊള്ളാനവർ തീരുമാനിച്ചു.

മുകളിൽ അത്യുന്നതങ്ങളിൽ ആകാശത്തിന്റെ നീലിമ ഒരോർമ്മപോലെ തങ്ങിനിന്നു താജിന്റെ താഴികക്കുടങ്ങളിൽ കുരുങ്ങിയ വെള്ളപ്പട്ടു തുകിൽപോലെ മുകിലുകൾ പാറിക്കളിച്ചു.

പക്ഷേ, താഴോട്ടു വരുന്തോറും ആകാശത്തിന്റെ മുഖം ഇരുണ്ടു. സന്ധ്യയുടെ കണ്ണു കലങ്ങി കരിവാളിച്ചു.

മുംതാജിന്റെ ആത്മാവ് അസ്വസ്ഥമായൊരു തെന്നലായി, ചൂടുകാറ്റായി, യമുനാതടത്തിലൂടെ ഉഴറിനടന്നു. അവളുടെ വിരഹാഗ്നിയിൽ പടിഞ്ഞാറെ മാനം കത്തിക്കാളുന്നു.

യമുനയുടെ ഇരുണ്ട കയങ്ങളിൽ സഹസ്രാബ്ദങ്ങളുടെ രഹസ്യ കേന്ദ്രങ്ങളിൽ, അവളുടെ സ്മരണകൾ ഇടറിവീഴുന്നു.

വസുമതി മൂകയായി, യമുനയുടെ ഓളങ്ങളുടെ ആഴത്തിലേക്ക് നോക്കി.

നദീതീരത്തെ പഴയ സ്നാനഘട്ടങ്ങളെ തഴുകുന്ന ഓളങ്ങൾ അവിരാമം മിടിച്ചുകൊണ്ടിരുന്നു. ആഗ്രക്കോട്ടയിൽ ആരംഭിക്കുന്ന രഹസ്യപഥങ്ങൾ ഒരുകാലത്ത് ഈ കുളക്കടവുകളിൽ അവസാനി ച്ചിരുന്നു. അവിടെ നീരാടാനെത്താറുണ്ടായിരുന്ന, കുങ്കുമക്കുറി മാഞ്ഞ സപത്നിമാരുടെ മുഖങ്ങൾ കണ്ടുകൊണ്ട് മുംതാജ് യാത്ര തുടരുന്നു. അവൾ പാദസ്വരങ്ങളൂരി യമുനയിലെ ഓളങ്ങളിലേക്കെറിയുന്നു.

വസുമതി മുഖം തിരിച്ചു ഭർത്താവിനോടു ചോദിക്കുന്നു.

‘‘ചരിത്രം സത്യമായിരിക്കുമല്ലോ.’’

അമ്പതിനായിരം കൊടുത്തു ചരിത്രാദ്ധ്യാപകനായിത്തീർന്ന ജനാർദ്ദനൻ ഭാര്യയുടെ ബാലിശമായ ചോദ്യം കേട്ടു പൊട്ടിച്ചിരി ക്കുന്നു.

‘‘നോക്കൂ. ആ താജ്മഹൽ സത്യമല്ലേ?’’

അവൾ തലയിളക്കുന്നു.

‘‘ഇക്കാണുന്ന യമുനയും അതിന്റെ തീരത്തിരിക്കുന്ന നമ്മളും സത്യമല്ലേ?’’

അവൾ വീണ്ടും തലയിളക്കുന്നു

അയാൾ പറയാൻ തുടങ്ങി.

നമ്മുടെ ഭൂതകാലം. എത്രയെത്ര മഹത്തായ സംരംഭങ്ങൾ. കോട്ട കൾ, കൊത്തളങ്ങൾ, ശവകുടീരങ്ങൾ! ഒരാഴ്ചയ്ക്കകം നാം എല്ലാം കണ്ടുതീരും. അപ്പോൾ നിന്റെ അഭിപ്രായം മെച്ചപ്പെടും.’’

ഗവേഷണഫലമായി തനിക്കു ലഭിക്കാനിരിക്കുന്ന മറ്റൊരു തുരുപ്പു ചീട്ടിനെ സ്വപ്നം കണ്ടുകൊണ്ട് ജനാർദ്ദനൻ ഇരുന്നു. അയാളുടെ ഓരോ ചലനവും ആത്മവിശ്വാസം തുടിക്കുന്നതായിരുന്നു.

ശൂന്യമായ മേടുകൾക്കും മേടുകളിൽ തലയുയർത്തി നില്ക്കുന്ന കൂറ്റൻ പുകക്കുഴലുകൾക്കുമപ്പുറം ഛിന്നമായ ചക്രവാളസീമയിൽ ഒരു വിളർത്ത പൗർണ്ണമി ഉദിക്കുന്നുണ്ടായിരുന്നു.

യമുനയുടെ അക്കരെ പകൽ അസ്തമിച്ചിരുന്നു. ഇരുട്ട് ചേക്കേറിയ ചതുപ്പിൽ ജനപദങ്ങൾ പൂണ്ടുകിടന്നു.

സന്ദർശകരെ ആനന്ദിപ്പിക്കാൻ വേണ്ടി നിയോഗിക്കപ്പെട്ട പൗർ ണ്ണമിയുടെ മുഖം ക്ലാന്തമായിരുന്നു. പുകക്കുഴലുകൾ വമിക്കുന്ന വിഷപ്പുകയേറ്റ് അവൾ വിളറിയിരുന്നു.

യമുനയിലെ ജലരാശി കൂടുതൽ കറുത്തുകൊഴുത്തു. നേർത്ത നിലാവ് ചിരപുരാതനമായൊരു ദുഃഖംപോലെ അവളുടെ ഓളങ്ങളിൽ പടർന്നു.

താജ്മഹലിന്റെ അങ്കണത്തിൽ ചലിച്ചുകൊണ്ടിരുന്ന വിപ്പൊട്ടുകളിൽനിന്ന് തിളക്കം കൊഴിഞ്ഞു വീണു. അവ വെറും നിഴൽത്തുണ്ടുകളായി.

മുമ്പിൽ, മങ്ങിയ നിലാവിൽ വിടർന്നുവരുന്ന സ്വപ്നത്തിൽ അവർ സ്വയം മറന്നില്ലാതെയായി. ഉയർന്ന കുംഭഗോപുരങ്ങൾ ഒരു ചെറു മന്ദസ്മേരത്തോടെ താഴോട്ടു നോക്കി

അപ്പോഴാണ് വസുമതിയുടെ ശ്രദ്ധ തെറ്റിയത്. യമുനാതീരത്ത് ഇരുട്ടിന്റെ ചതുപ്പിൽ മുളച്ചുയർന്ന എട്ടുപത്ത് നിഴലുകൾ. അനന്തമായ നിരപ്പിൽ ഒരു വരിയിൽ നിരന്ന നിഴലുകൾ,

കീറിപ്പറിഞ്ഞു മുഷിഞ്ഞ പർദ്ദ നീക്കി നിലാവ് എത്തിനോക്കി. മണൽത്തിട്ട തെളിഞ്ഞു. കറുത്ത കുത്തുകൾ തെളിഞ്ഞു. വികസിച്ചു. അവ, ആൾരൂപങ്ങളായി, എട്ടോ പത്തോ ശോഷിച്ച അസ്ഥികൂടങ്ങൾ. അസ്ഥികൂടങ്ങളുടെ ഒരു കൊച്ചു നിര.

വസുമതി ഒരുൾക്കിടിലത്തോടെ നോക്കിയിരുന്നു. അവർ പത്തുപേരല്ല. നൂറല്ല; ആയിരമല്ല; ഭൂതവർത്തമാനങ്ങളിലൂടെ കാലത്തിന്റെ അനന്തതയിലേക്ക് നീണ്ടുകിടക്കുന്നൊരു പെരുംജാഥ, മുമ്പിൽ നടക്കുന്നവന്റെ കൈയിൽ ഒരു ലോട്ട. തൊട്ടു പിറകിൽ ഏല്പിച്ച കൈകളിൽ ഒരു മഞ്ചം രണ്ടു മുളന്തണ്ടുകളും ഒരു മരപ്പലകയും ചേർത്തു ചമച്ചൊരുമഞ്ചം.

മണൽക്കൂനയിലിരുന്ന ദമ്പതിമാരെ അവർ കാണുന്നില്ല. ഉയർന്ന മേട്ടിൽ തലയുയർത്തി നില്ക്കുന്ന മാർബിൾ സ്വപ്നത്തേയോ അതിന്റെ മുമ്പിൽനിന്ന് പുതിയ സ്വപ്നങ്ങൾ വാർത്തെടുക്കുന്നവരെയോ അവർ കാണുന്നില്ല. അവരുടെ ശൂന്യമായ മിഴികൾക്ക് മുമ്പിൽ ഇരുട്ട് ചേക്കേറിയ പൂഴിപ്പരപ്പ്. നാമമാത്രമായ വസ്ത്രം ധരിച്ചിരുന്ന അവരിൽ ഒരാളുടെ ഉത്തരീയം ശവത്തുണിയായി പരിണമിച്ചിരുന്നു. പരേതന്റെ നഗ്നപാദങ്ങളും കൈത്തണ്ടുകളും പുറത്തേക്ക് നീണ്ടുകിടന്നു. കൈകളിലെ ലോഹവളകൾ മങ്ങിയ വെളിച്ചത്തിൽ വെളിവായി. വസുമതി ഒന്നു നടുങ്ങി. ഒരു സ്ത്രീയുടെ ശവം. അവർ മുഖം തിരിക്കാതെ ഒരു ദുസ്സ്വപ്നത്തിൽനിന്നു മോചനം നേടാനുള്ള വ്യഗ്രതയോടെ വിറയ്ക്കുന്ന വിരലുകൊണ്ട് ജനാർദ്ദനനെ തോണ്ടി. ജനാർദ്ദനൻ പിറുപിറുത്തു.

“നാമിവിടെ വന്നതെന്തിന്? താജിന്റെ അങ്കണത്തിലിരുന്ന് പൗർണ്ണമി കാണാമായിരുന്നല്ലോ. നമ്മൾക്ക്.”

വസുമതി പറഞ്ഞു. ''നോക്കൂ. ആ മഞ്ചം ചുമക്കാനുള്ള കരുത്തു പോലും അവർക്കില്ല.''

ചലിക്കുന്ന ഒരു പറ്റം നിഴലുകളായി, ഒരു ചരടിൽ കോർത്ത മട്ടിൽ അവർ നീങ്ങി. അവർക്കു പുറകെ, ആർത്തട്ടഹസിക്കുന്ന, വിശന്നു കരയുന്ന, കരയാൻപോലും ശക്തിയില്ലാത്ത ഒരു വലിയ ജനക്കൂട്ടം നീങ്ങുന്നുണ്ടെന്ന് അവൾക്കു തോന്നി. ഇരുട്ടുവീണ ചതുപ്പുകളിൽനിന്ന് അവർ അനുനിമിഷം പൊട്ടിമുളച്ചു സംഘം ചേരുന്നു.

ഭയംകൊണ്ട് അവൾക്ക് അനങ്ങാൻ കഴിഞ്ഞില്ല.

മണൽ തിട്ടകൾക്ക് വഴിമാറി. ഓളങ്ങളുണ്ടാക്കിയ കൊച്ചു കൂനകൾ തട്ടിത്തകർത്ത്, താണതലം നോക്കി അവർ മുന്നോട്ടു പോയി.

വസുമതി ഒച്ചയുണ്ടാക്കാതെ എഴുന്നേറ്റു. അവളുടെ കാൽച്ചോട്ടിൽ മണൽത്തരികൾ സ്തബ്ധരായി. യമുനയുടെ അമർത്തിയ തേങ്ങൽ അവൾ വ്യക്തമായി കേട്ടു.

''നീയെന്തിനാണിങ്ങനെ പകച്ചുനോക്കുന്നത്? ഏതോ ഏഴയുടെ ശവമാണ്. കുറേക്കൂടി ഇരുന്നാൽ, ഇനിയും കാണാം.''

എന്നിട്ടയാൾ യമുനയുടെ ഇരുതീരങ്ങളിലും ചതുപ്പിൽ മുളച്ചു പൊങ്ങുന്ന ജനപദങ്ങളെപ്പറ്റി അവൾക്ക് വിവരിച്ചുകൊടുത്തു.

''നിനക്കറിയാൻ പാടില്ലാഞ്ഞിട്ടാണ്. ചരിത്രത്തിൽ എന്നും അവരുണ്ടായിരുന്നു. ഈ ചതുപ്പുകൾ താണ്ടിയാണ്, സാർത്ഥവാഹക സംഘങ്ങൾ, മരുഭൂമികൾക്കപ്പുറത്തുനിന്നും മാർബിളുകൾ ചുമന്നു കൊണ്ടു വന്ന് ഈ കുടീരം പടുത്തുയർത്തിയിരിക്കുന്നത്.''

ജനാർദ്ദനന്റെ വാക്കുകൾ കാറ്റത്തെ കരിയിലകൾപോലെ അലക്ഷ്യമായി പാറിപ്പറന്നു.

അവൾ ദൂരേക്ക് വിരൽ ചൂണ്ടി. ചൂട്ടുകറ്റയുടെ ദുർബലമായ ഒരു തീനാളം.

''അവിടേക്ക് എത്ര ദൂരം കാണും?''

''വരൂ. നമുക്കു പോകേണ്ട വഴിയാണ്.''

ജനാർദ്ദനൻ അവളുടെ കൈ പിടിച്ചു.

ചെരുപ്പുകൾക്കിടയിലൂടെ തണുത്ത മണൽത്തരികൾ ഊർന്നിറങ്ങി. അകലെ വിഷപ്പുക കുമിഞ്ഞ് ചക്രവാളം ഇരുണ്ടു. പലതരം സൈറൺ വിളികൾകൊണ്ട് സന്ധ്യയുടെ നെഞ്ചകം വിങ്ങി.

അവർ പുതയുന്ന മണലിലൂടെ നടന്നുനടന്ന് ചൂടുകറ്റ എരിയുന്ന ദിക്കിലെത്തി.

മൂന്നു കല്ലുകൾക്കു മീതെ കയറ്റിവെച്ച തകരക്കഷ്ണത്തിൽ കുറച്ചുപേർ റൊട്ടി ചുടുകയായിരുന്നു. കാലൊച്ച കേട്ടിട്ടും അവർ

തിരിഞ്ഞു നോക്കിയില്ല. വൃദ്ധന്മാരോ ചെറുപ്പക്കാരോ എന്ന് തിരിച്ചറിയാൻ വയ്യാത്തവിധം വർഷങ്ങൾ ഇടറിവീണ മുഖങ്ങൾ.

വസുമതിക്കു തോന്നി, അവരിൽ മരിച്ച പെണ്ണിന്റെ ഭർത്താവും സഹോദരങ്ങളും അമ്മാവന്മാരെല്ലാമുണ്ട്. റൊട്ടി ചുടുന്നവന്റെ ചുറ്റുമിരുന്ന് മറ്റുള്ളവർ തീനാളത്തിനു നേർക്ക് കൈത്തലം നീട്ടിപ്പിടിച്ചിരിക്കുന്നു. അവരുടെ നഗ്നശരീരങ്ങൾ തീനാളങ്ങൾക്കൊപ്പം വിറയ്ക്കുന്നുണ്ടായിരുന്നു. അവർ നിശ്ശബ്ദരായിരുന്നു.

കരിഞ്ഞ ചോളറൊട്ടിയുടെ മണം അവിടെ തിങ്ങിനിന്നു.

അവസാനത്തെ റൊട്ടി തട്ടത്തിലിട്ട് പാചകക്കാരൻ തിരിഞ്ഞിരുന്നു. അവൻ ലോട്ടയിലെ വെള്ളം ഒരിറക്കു കുടിച്ചു. ഇരിക്കുന്നവർ കൂട്ടത്തോടെ പ്രതിഷേധസ്വരമുയർത്തി. അവർ ലോട്ട കമഴ്ത്തി, നിരാശയോടെ അതു വലിച്ചെറിഞ്ഞു.

കറുത്തു കൊഴുത്ത യമുനയുടെ തീരത്ത് അവർ ചുമന്നു കൊണ്ടു വന്ന മുളന്തണ്ടുകൾ കിടപ്പുണ്ടായിരുന്നു. ■

പാച്ചു മുത്തപ്പന്റെ അനുഗ്രഹം

പാണനും പാട്ടിയും പിറന്ന മണ്ണിൽ മടങ്ങിയെത്തുമ്പോൾ നേരം പാതിരാവായിരുന്നു. മാമ്പഴങ്ങളുടേയും ചക്കപ്പഴത്തിന്റെയും മണം മാഞ്ഞുതുടങ്ങിയ ഗ്രാമത്തിൽ. കാവുകളിൽ ചെണ്ടയുടെ മാറ്റൊലി അമർന്നുകഴിഞ്ഞിരുന്നു.

ശേഷിക്കുന്നത് മുമ്പിലെ നീണ്ട നടപ്പാത. മഴക്കാലത്തിന്റെ ആരവം. അടച്ചുപിടിച്ചു പെയ്യാനിരിക്കുന്ന മഴക്കാലത്തെ ഒരു മധുരസ്വപ്നം പോലെ മുമ്പിൽ തെളിഞ്ഞുകണ്ടു ശങ്കു. ഉറക്കം തൂങ്ങിക്കൊണ്ട് പുറകെ നടക്കുന്ന മാതുവിനോടു ശങ്കു പറഞ്ഞു:

''വരുന്ന മഴ പിഴയ്ക്കില്ല.''

മാറാപ്പിൽ മഞ്ഞപ്പൊടി പുരണ്ട കുറെ ഒറ്റ നോട്ടുകളും തോർത്തു മുണ്ടിന്റെ തുമ്പത്ത് ഒരു കിഴി ചില്ലറ നാണ്യങ്ങളും. കുറെ പഴങ്കുപ്പായവും പഴമുണ്ടും സമ്പാദ്യമായിക്കഴിയുമ്പോൾ. എല്ലാ വേനലറുതികളിലും കെട്ടിയവൻ തന്റെ മോഹത്തിന്റെ ഇതൾ വിടർത്തും.

കള്ളക്കർക്കടകം നാട്ടിൽ കാലെടുത്തുവയ്ക്കുംമുമ്പ് എല്ലാം തീരുന്ന കഥയെക്കുറിച്ചാണ് മാതു ഓർക്കുക.

അവൾ മറുമൊഴി ചൊല്ലിയില്ല. ഇമപോലും അനക്കിയില്ല. ഇരുട്ടോ ഉറക്കമോ വഴിനീളെ തൂവിക്കിടക്കുന്നു. കറുപ്പിന്റെ ആഴം മനക്കണ്ണിൽ കണ്ടുകൊണ്ടു മിഴി തുറക്കാതെതന്നെ മാതു ചോദിച്ചു:

''ചൂട്ടു വേണ്ടേ?''

എന്തിനാ ചൂട്ട്? നിറഞ്ഞ നിലാവ് വെൺമേഘത്തിന്റെ തരികൾ പാറിക്കിടക്കുന്ന, പാൽക്കടൽപോലത്തെ ആകാശം. നറുവെണ്ണയിൽ കുളിച്ചുനിൽക്കുന്ന നാട്ടിൻപുറം. മഴക്കാറുകൾ ഏതോ നാട്ടിലാണ്.

അവർ ചിരപരിചിതമായ ഗ്രാമപാതയിലൂടെ മുന്നോട്ട് നടന്നു. കാൽക്കീഴിൽ വേനൽ വരട്ടിയ പുൽത്തകിടുകൾ ഞെരിഞ്ഞമരുന്നു. വറുത്ത മണ്ണിന്റേയും വരട്ടുചാണകത്തിന്റേയും മണം വീശുന്ന കാറ്റ്.

കരിക്കാംകുന്നിൽ അവശേഷിച്ച കോട്ടയിൽനിന്ന് കാലൻകോഴി കൂവുന്നു.

മഞ്ഞപ്പൊടിയും തുളസീദളങ്ങളും തൂവിയ അരിയും പലവ്യഞ്ജനങ്ങളും നിറച്ച മാറാപ്പിന്റെ ഭാരം വലത്തെ ചുമലിൽനിന്ന് ഇടത്തോട്ടു മാറ്റി ശങ്കു വേച്ചുവേച്ചുനടന്നു.

അപ്പോൾ മാതുവിന്റെ ഉറക്കം പമ്പകടന്നു.

നിങ്ങളിപ്പോ അരി പാടത്തു തൂവും.

ശങ്കു വിചാരിച്ചു.

നാട്ടാരുറങ്ങിയതു നന്നായി.

നാളെ കാലത്ത് അവരുണരുമ്പോൾ ശങ്കു തന്റെ ഉമ്മറത്തിരുന്നു മധുരമിട്ട ചായ കുടിക്കുകയാവും. ആമിനത്താത്തായുടെ ആട്ടിൻപാൽ കൊണ്ടു കൊഴുപ്പിച്ച ചായ.

അരിയും മീനും വേവുന്ന മണം അടുക്കളയിലുയരും.

നാട്ടിൽ കുറേനാളത്തേക്കെങ്കിലും പെണ്ണുങ്ങൾ പെറാതിരിക്കണേ എന്നു മാതു അറിയാതെ ശങ്കു പ്രാർത്ഥിച്ചു. ഈറ്റെടുക്കാൻ പോയാൽ പിന്നെ മാതുവിനെ കാണാൻ കിട്ടില്ല. അടുപ്പിൽ തീയെരിയില്ല. ഒരു ചായ കുടിക്കണമെങ്കിൽ രണ്ടു ഫർലോങ്ങ് നടന്നു കുന്നു കയറി മറിഞ്ഞു കുഞ്ഞാലിക്കയുടെ ചായക്കട പൂകണം.

രണ്ടു മാസത്തേക്കു പെണ്ണുങ്ങൾ പെറേണ്ട.

വയൽവരമ്പുകളും നാട്ടുപാതയും സന്ധിക്കുന്ന ആൽമരച്ചോട്ടിൽ നിന്ന് ആരോ വിളിച്ചുചോദിച്ചു:

''ആരാത്?''

കുട്ടൻ മുതലാളിയുടെ വിശാലമായ പൂന്തോപ്പിനെ വകഞ്ഞു പോകുന്ന മണൽപ്പാതയിൽ നിരന്നുകിടക്കുന്ന കാറ്റുകൾ മുരളുന്നു. പറമ്പിൽ കടവുപാലത്തിന്റെ പണി കഴിഞ്ഞിരിക്കും. ഭാഗ്യവാൻ.

ഡിന്നർ ഇത്ര പെട്ടെന്നു കഴിഞ്ഞുപോയതിൽ ശങ്കുവിന്ന് അരിശം വന്നു. രണ്ടാഴ്ചയെങ്കിലും കഴിയാതെ അതു നടക്കുമെന്നറിഞ്ഞിരുന്നെങ്കിൽ.

ഇന്നലെ പോരാനിരുന്നതാണ്.

അപ്പോഴേക്കും മാതുവിന്ന് ഒരു സിനിമ കാണണം. വടക്കുനിന്നും തിറയുത്സവങ്ങൾ കഴിഞ്ഞു തിരിച്ചുപോരും പക്കത്ത് ഒരു സിനിമ കാണാൻ അവൾ കൊതിച്ചതു തെറ്റല്ല. എന്നാലും കുട്ടൻ മുതലാളിയുടെ കൊട്ടാരത്തിലെ ഡിന്നർ. ദൂരെ പട്ടണത്തിൽനിന്നു വന്നു ചേരുന്ന വമ്പന്മാർക്ക് നല്ല നാടൻ വാറ്റുചാരായം എത്തിച്ചുകൊടുക്കേണ്ട ചുമതല ശങ്കുവിന്നായിരുന്നു.

ശങ്കുവിനെ കുട്ടൻ മുതലാളി മറന്നല്ലോ.

രണ്ടു നാൾകൂടി മുതലാളിക്കു കാത്തുനില്ക്കാൻ പാടില്ലായിരുന്നു.

ഇനിയെന്നാണൊരു പാലം പണിതീരുന്നത്? എന്നാണൊരു കെട്ടിടം പണിയുടെ കുറ്റിപൂജ നടക്കുക?

കരാറുകാരൻ കുട്ടൻ മുതലാളി ശങ്കുവെ മറന്നതോർത്ത് ശങ്കുവിന്നു കരച്ചിൽ വന്നു. പെട്ടെന്ന് താൻ അനാഥനായിത്തീരുന്നതുപോലെ അവനു തോന്നി.

മാതുവും കുട്ടൻ മുതലാളിയുമല്ലാതെ തനിക്കീ ഗ്രാമത്തിൽ ആരാണൊരു തുണയുള്ളത്.

''ഒന്നു പതുക്കനെ നടക്കീന്നും.'' മാതു പുറകിൽനിന്നു വിളിച്ചു പറഞ്ഞു.

ഗെയ്റ്റിന്റെ അരികിൽ ശങ്കു നിന്നു. കാറുകൾ വഴിക്കുവഴി ഒഴുകിപ്പോയി. പലതരം മോഹിപ്പിക്കുന്ന ഗന്ധങ്ങൾ അവ അവശേഷിപ്പിച്ചു. ചാഞ്ഞും ചെരിഞ്ഞും കിടക്കുന്ന തടിയൻ മലകളിൽനിന്നു ഭൂകമ്പമുണരുമ്പോലെ കൂർക്കംവലികൾ കേൾക്കുന്നുണ്ടായിരുന്നു.

ഒരുപാടു കാറുകൾ കടന്നുപോയപ്പോൾ ഗൂർഖ ഒച്ചയോടെ ഗെയ്റ്റ് വലിച്ചടച്ചു.

ശങ്കു ഞെട്ടി.

അടഞ്ഞ വാതിലിനു മുമ്പിൽ അവൻ പകച്ചുനിന്നു.

ഒച്ചയുമനക്കവും വെടിഞ്ഞു പൊടുന്നനെ നിദ്രയിലേക്കു വഴുതി വീണ പൂന്തോപ്പിനേയും അതിന്റെ അപ്പുറം തല ഉയർത്തി നില്ക്കുന്ന മണിമേടയേയും ഒരു ദീർഘനിശ്വാസത്തോടെ ശങ്കു നോക്കി.

തികച്ചും ഒരപരിചിതനോടെന്നപോലെ ഗൂർഖ നിഷ്കരുണം ചോദിച്ചു.

''എന്തിനാ നില്ക്കുന്നത്?''

ശങ്കു പതുക്കെ പിന്തിരിഞ്ഞു. വയൽവരമ്പേറി ഇഴഞ്ഞു.

''അപ്പോയതൊക്കെ ആരാണ്ന്നും?'' മാതു ചോദിച്ചു.

''ആണുങ്ങള്. ഭാഗ്യം ചെയ്ത ആണുങ്ങള്.''

മാതു വരണ്ട വയലിലേക്ക് നീട്ടിത്തുപ്പി.

നിലാവിൽ ഒരു രത്നക്കമ്പളംപോലെ തിളങ്ങുന്ന പൂന്തോപ്പിലേക്കൊന്നു നോക്കി അവൾ നടത്തത്തിനു വേഗത കൂട്ടി. അപ്പോൾ ശങ്കു വളരെ പുറകിലായി. വയലവസാനിക്കുന്നിടത്ത് മാതു നില്ക്കുമെന്ന് അവന്നുറപ്പുണ്ടായിരുന്നു.

വഴിയിൽ മൂർച്ചയേറിയ കല്ലുകൾ പാദങ്ങളെ നോവിക്കാൻ തുടങ്ങി.

ആൾപ്പെരുമാറ്റം കുറഞ്ഞ ഇടവഴിയിൽ കരിയിലകൾ കുമിഞ്ഞു കിടന്നു. കാട്ടെലികൾ കുറുകെ പാഞ്ഞുപോയി. ഏതോ പൊത്തിൽ നിന്ന് പാമ്പിന്റെ വായിൽപെട്ട ഒരു തവള ദീനംദീനം കരഞ്ഞു.

പൊടുന്നനെ നിലാവസ്തമിച്ചു എങ്ങോ നിന്നു തെന്നിവന്നൊരു കറുത്ത മേഘത്തുണ്ട് നിലാവിനെ മറച്ചു.

ശങ്കു മേലും കീഴും നോക്കി. കുന്നിറങ്ങിവരുന്ന ഇടവഴി ഒരു ഗുഹപോലെ തോന്നിച്ചു.

മാതുവിന്റെ ചുമലിൽ കൈവച്ച ശങ്കു ചോദിച്ചു.

''മുമ്പേ ഓടിയിട്ട് ഇപ്പൊ എന്തായി?''

അവൾ ചുമൽ കുടഞ്ഞു.

പതുക്കെപ്പതുക്കെ കരിയിലമെത്തയിൽ പാദമൂന്നി അവർ ഇട വഴി കയറാൻ തുടങ്ങി. തലയ്ക്കുമീതെ ഞാന്നുകിടക്കുന്ന വരണ്ട ഇല്ലിക്കാടുകൾ പിറുപിറുത്തു.

കുന്നിന്റെ ഉച്ചിയിലെ കുടിൽ, ഇരുട്ടിന്റെ ഒരു കൂമ്പാരംപോലെ നിന്നു.

മുറ്റം നിറയെ കരിയിലകൾ അടിഞ്ഞുകിടപ്പുണ്ട്. ആമിനത്താത്ത യുടെ പെണ്ണ് മുറ്റമടിച്ചിട്ടില്ല. മുറ്റത്തു മുത്തപ്പനെ കുടിവച്ചതിനുശേഷം പെണ്ണ് ഇങ്ങോട്ടു കയറാതായി. മുത്തപ്പന്റെ മണ്ഡപം താഴെ കാഞ്ഞിര ച്ചോട്ടിലായിരുന്നപ്പോൾ അവൾക്കു മുത്തപ്പനെപ്പറ്റി അറിഞ്ഞുകൂടാ യിരുന്നു.

മകരത്തിൽ മാമ്പൂവിന്റെ കരിഞ്ഞ കൈകളിൽ ഉണ്ണികൾ പിടിച്ചു നിന്നു നോക്കി നില്ക്കെ ഇറങ്ങിപ്പോയതാണ്. കുംഭത്തിലെ ഉത്സവ ങ്ങൾ പാണനേയും പാട്ടിയേയും കാത്തു വിദൂരഗ്രാമമൂലകളിൽ സ്വപ്നം കാണുകയായിരുന്നു. വിശക്കുന്ന വയറ്റത്തു മുണ്ടുമുറുക്കി പാണൻ ശങ്കു പതിവുപോലെ ഓർമ്മിപ്പിച്ചു.

''മാതൂ, മകരം പിറന്നു. ഊരുതെണ്ടാനിറങ്ങേണ്ടേ?''

ഉറക്കം നഷ്ടപ്പെടുന്ന രാവുകളുടെ നീണ്ട നിരയേയും തീപ്പാ റുന്ന ഗ്രാമപാതകളെയും ഓർത്തപ്പോൾ മാതു മറുത്തു ഇക്കുറി പറഞ്ഞു:

''ഇക്കുറി ഞാനില്ല തെണ്ടാൻ.''

ഉത്സവം മറന്ന കാവുകളിൽ പുതിയ കൊടിക്കൂറകൾ തൂങ്ങാൻ തുടങ്ങിയ കഥ ശങ്കു വിവരിച്ചു:

''കാലം മാറിപ്പോയെടീ. മടി നിറയെ പൈസയുമായി തിരിച്ചു

പോരാം. വന്നിട്ടു മതിവരുവോളം ഉറങ്ങാം. ശങ്കുവിന്റെ കൺപോളകളിൽ ഉറക്കം തൂങ്ങി നിന്നു.

ദിക്കറിയാൻ വയ്യാതെ അവർ നടുമുറ്റത്തു നിന്നു. മുറ്റമോ വളപ്പോ എന്നറിയാൻ വയ്യ. ഇരുട്ടിൽ, കുടിലിന്റെ വാതിലെവിടെ എന്നറിയാതെ അവൻ കണ്ണുതിരുമ്മി.

എന്തെങ്കിലും ഒരൊച്ച കേട്ടിരുന്നെങ്കിൽ...

കുന്നിന്റെ ചെരുവിൽ രാത്രിസഞ്ചാരം കഴിഞ്ഞു തിരിച്ചെത്തിയ കുറുക്കന്മാർ ഓലിയിടാൻ തുടങ്ങി. ഓലികൾക്കിടയിലൂടെ മൂർച്ചയേറിയ ഒരു കനത്ത ശബ്ദം ശങ്കുവിന്റെ കാതിൽ പതിച്ചു.

''നിങ്ങൾ വന്നു, ഇല്ലേ?''

പാണൻ നടുങ്ങി. പാട്ടി നടുങ്ങി വിറച്ചു. വിറകൊള്ളുന്ന വിരലുകൾ പാണന്റെ ചുമലിൽ ചേർത്ത് അവൾ പതറിയ ഒച്ചയിൽ പറഞ്ഞു.

എന്താ കേട്ടതു പാച്ചുമുത്തപ്പന്റെ കൂറ്റുപോലെ.

അതു കേട്ടപ്പോൾ ശങ്കുവിന്റെ ചങ്ക് വിങ്ങി.

അതെ, പാച്ചുമുത്തപ്പന്റെ കൂറുതന്നെ. പാച്ചുമുത്തപ്പന്റെ നെടിയ രൂപം ഒരാൽമരംപോലെ ശങ്കുവിന്റെ മുമ്പിൽ അവതരിച്ചു.

മുത്തപ്പന്റെ മണ്ഡപത്തിൽ തിരി വച്ചിട്ട് മൂന്നുമാസം കഴിഞ്ഞു.

മൂന്നുമാസത്തെ ദീർഘയാത്രയിൽനിന്നു മുത്തപ്പൻ ഉണർന്നെണീറ്റിരിക്കുന്നു.

ശങ്കുവിന്റെ കൈകൾ കൂമ്പി. മനസ്സ് കൂമ്പി കാലുകൾ വിറച്ചു. പാദങ്ങൾ തരിച്ചു.

പാച്ചുമുത്തപ്പനെ ഉടലോടെ ഇന്നുവരെ ആരും കണ്ടിട്ടില്ല. പാച്ചുമുത്തപ്പന്റെ കൂറ്റു കേട്ടപ്പോൾ ശങ്കുവിന് ഒരു സംശയവും തോന്നിയില്ല.

മാതു പ്രിയതമനോടു ചേർന്നുനിന്നു. അവൾ അകമേ വിലപിച്ചു:

''തിരിവയ്ക്കാൻ മറന്നതല്ല. മുത്തപ്പാ, ഗതികെട്ടതുകൊണ്ട് ഊരുതെണ്ടാൻ പോയതാണ്. ഒരു തിരി നനയ്ക്കാൻ എണ്ണയില്ലായിരുന്നു. പിന്നെ ഞങ്ങളിവിടെ കുത്തിയിരുന്നിട്ടെന്താ.''

അവളുടെ ആവലാതിയിൽ പാതിപോലും ശങ്കുവിന്റെ ചെവിട്ടിൽ എത്തിയില്ല. അവളുടെ ശബ്ദത്തിൽ നനവുണ്ടെന്നു ശങ്കു അറിഞ്ഞു. അവളുടെ കരച്ചിൽ ഇതിനെത്രയോ മുമ്പുതന്നെ അവനറിഞ്ഞിരുന്നു. ആ കരച്ചിൽ കേട്ടാൽ, ഏതു വീട്ടമ്മയുടെയും തുണിപ്പെട്ടിയുടെ അടപ്പ് താനേ തുറക്കും. മടിശ്ശീലയുടെ കെട്ടഴിയും. കലവറയുടെ വാതിൽ തുറക്കും.

എന്നാൽ പാച്ചുമുത്തപ്പന്റെ കടുപ്പമേറിയ മനസ്സിന്റെ കവാടം തുറക്കാൻ ഈ ദുർബലയുടെ കണ്ണീരിനു വീര്യമുണ്ടോ. അവൾ ആശങ്കയോടെ നോക്കിനിന്നു

വടക്കുകിഴക്കേ ആകാശച്ചെരിവിൽ വല്ലപ്പോഴും പുളയുന്ന ഇടിവാളിന്റെ വെളിച്ചത്തിൽ അവളുടെ കവിളിലൂടെ ഒലിച്ചിറങ്ങിയ കണ്ണീരിന്റെ മൂർച്ച അവൻ കണ്ടു.

ശങ്കുവിനു ധൈര്യമായി. അവന്റെ കാലുകളുടെ വിറ പതുക്കെപ്പതുക്കെ നിന്നു.

''പാച്ചുമുത്തപ്പാ, പൊറുക്കണം. ഈറ്റെടുക്കാൻ പോയാൽ തലയെണ്ണ കൊണ്ടുവന്നാ ഇവൾ വിളക്കു തെളിയിക്കാറുള്ളത്. ഏഴര നാഴിക പുലരാനുള്ളപ്പോൾ മുറ്റമടിച്ചേ ഇവൾ ഇവിടന്നിറങ്ങാറുള്ളൂ. പട്ടിണികെടന്നു ചത്തുപോകുംന്നു നിരീച്ചാ ഇറങ്ങിപ്പോയത്.''

അനന്തരവന്റെ കരച്ചിൽ കേട്ടു പാച്ചുമുത്തപ്പന്റെ മനസ്സലിഞ്ഞു.

''നിനക്കെന്തു വേണം?'' ഒരു ഗുഹയിൽ നിന്നെന്നപോലെ ശബ്ദം ഉയർന്നു.

പാണന്റെയും കെട്ടിയവളുടേയും ഉള്ളം തെള്ളി.

സാക്ഷാൽ പാച്ചുമുത്തപ്പനാണ് ചോദിക്കുന്നത്.

എന്തുവരം വേണം.

പാണന്റെ മനസ്സ് സ്തബ്ധമായി.

പാട്ടിയുടെ മനം ഒരു ചക്രംപോലെ തിരിയാൻ തുടങ്ങി.

എന്നും ഇങ്ങനെ ഇരന്നുകഴിയാനൊക്കുമോ?

മടിയിലും മാറാപ്പിലുമുള്ള വകകൾ മാറ്റിവച്ചു.

മുത്തപ്പനോട് എന്തു വരമാണ് ചോദിക്കേണ്ടത്.

നിനച്ചിരിയാതെ ശങ്കു നിലത്തു സാഷ്ടാംഗം വീണു. വാഴ വെട്ടിയിട്ടതുപോലെ.

കണ്ണീരുകൊണ്ടവൻ മുത്തപ്പന്റെ പാദങ്ങൾ കഴുകി.

പാച്ചുമുത്തപ്പന്റെ ചെമ്പരത്തിമിഴികളിൽ നിന്ന് ഓരോ തുള്ളി കണ്ണീർ പ്രിയതമന്റെ ശിരസ്സിൽ തൊട്ടനുഗ്രഹിക്കുന്നത് അവൾ കണ്ടു.

''നല്ല ബുദ്ധി തോന്നിക്കണേ!'' അവൾ മനം നൊന്തു പ്രാർത്ഥിച്ചു.

''നിനക്കെന്താണെടാ വേണ്ടത്? മുത്തപ്പന്റെ ഭീമാകാരം ഒരടി പുറകോട്ടു മാറി.

ശങ്കു നിലത്തു മൂക്കു കുത്തിക്കിടന്നുകൊണ്ടു പറഞ്ഞു:

''അടിയന്.''

''ഉം...?''

''അടിയനു നാലുനാൾ നല്ലോണം കഴിഞ്ഞുകൂടണം.''

''എന്നുവച്ചാൽ?''

''കുട്ടൻ മുതലാളിയെപ്പോലെ.''

''ഓ...'' മുത്തപ്പൻ പൊട്ടിച്ചിരിച്ചു.

ഇതിന്നായിരുന്നോ ഈ കോലാഹലമെല്ലാം എന്നു പറയുമ്പോലെ.

''ഈ പാച്ചുമുത്തപ്പൻ നിന്നെ വേണമെങ്കിൽ രാജാവാക്കും.''

ശങ്കു പിടഞ്ഞെണീറ്റു.

''രാജാവോ വേണ്ട, വേണ്ട, മുത്തപ്പാ എന്നെ രാജാവാക്കേണ്ട. കുട്ടൻ മുതലാളിയാക്കിയാ മതി. എന്നേക്കും വേണ്ട. വെറും നാലു ദിവസം നല്ലോണം കഴിയണംന്നേ അടിയങ്ങക്ക് മോഹമുള്ളൂ.''

അന്നേരം വലിയ ഒരു ഇടിവെട്ടി.

മിന്നലിന്റെ വെട്ടത്തിൽ പാച്ചുമുത്തപ്പനെക്കണ്ടില്ല. കതക് തുറന്നു നില്ക്കുന്നു. ഒരു കൊട്ടാരം. കുട്ടൻ മുതലാളിയുടേതിനേക്കാൾ പെരുത്തൊരു കൊട്ടാരം!

മുത്തപ്പനില്ല. മണ്ഡകമില്ല.

അദൃശ്യമായൊരു ഒഴുക്കിൽ അവർ കൊട്ടാരത്തിന്നകത്തെത്തി.

തടിച്ചുരുണ്ടു കകു ചാടി, കണ്ണു പാതി ചിമ്മി, കവിൾ തൂങ്ങിയ തന്റെ പാണനെക്കണ്ടു മാതുവിന്റെ പുരികം ചുളിഞ്ഞു.

ശങ്കുവിന്റെ കാമം ചുമന്ന കണ്ണുകൾ കെട്ടിയവളെ അടിമുടി അളന്നു.

പ്രസവിക്കാതെ നെയ്യ് മുറ്റിയ ഒരു പശുവിനോടാണ് അവൾക്ക് അടുപ്പം.

ശങ്കുവിനു നിരാശ തോന്നി.

ഭംഗിയുള്ള അവളുടെ കൈത്തലം എടുത്ത് ഓമനിച്ചുകൊണ്ടു ശങ്കു പറഞ്ഞു.

''നിന്റെ സൗന്ദര്യം മുഴുവനും ഈ കയ്യുകൾക്കാണ്. ചെളി നിറഞ്ഞ കുറ്റിനഖങ്ങൾ പോയല്ലോ. എന്തൊരു മാർദ്ദവം. മയിലാഞ്ചി പുരട്ടിയ വിരൽത്തുമ്പുകളെ മുത്തം വച്ചുകൊണ്ടു ശങ്കു പറഞ്ഞു.

നമ്മുടെ ഒരു ഭാഗ്യം.

മാതു മിണ്ടിയില്ല.

ശങ്കു മേലും കീഴും നോക്കി.

ആയിരത്തിരി കത്തുന്ന മേൽക്കൂരയില്ല. ശുദ്ധവെണ്മ. നടുക്ക് പാലൊളി ചിന്നുന്നൊരു കൂറ്റൻ നിലവിളക്ക് കാൽക്കീഴിൽ വെൺ മേഘം പോലെ പതുപതുത്ത പരവതാനി. കീഴെയൊരു ഭൂമിയുള്ള തിന്റെ ഒരു ലക്ഷണവുമില്ല.

മാതു ഒരു മുന്നറിയിപ്പും കൂടാതെ അരികിലുള്ള മെത്തയിൽ ഒരു മലപോലെ വീണ് ഉറക്കമായി. അവൾ അസാധാരണമായൊരു ശബ്ദത്തോടെ കൂർക്കംവലി തുടങ്ങി.

ശങ്കു ഒരു നിമിഷം മടുപ്പോടെ അവളെ നോക്കി നിന്നു. പെട്ടെന്ന് അവനു ദാഹിക്കാൻ തുടങ്ങി. ഉൽക്കടമായ ദാഹം. അവൻ മുറിക്കു ചുറ്റും മിഴിയോടിച്ചു. മൂലയ്ക്ക് ഉറിയിലെ മൺകലത്തിൽ മാതു കിണറ്റുവെള്ളം കരുതിവയ്ക്കാറുണ്ടായിരുന്നു. മൺകലം പോയിട്ട്, ഉറിപോലുമില്ല.

അന്തമില്ലാത്ത ശൂന്യത അതിരുകളില്ലാത്ത, മൂലകളില്ലാത്ത മുറി അവനിൽ വിഭ്രാന്തിയുളവാക്കി. കതകുകളോ ജാലകങ്ങളോ ഇല്ലാത്ത, ഒരു ശൂന്യത.

അടുക്കളയിൽ വെള്ളം കാണും.

പക്ഷേ, എവിടെയാണടുക്കള?

പതുപതുത്ത വെണ്മയിൽ, നേരിയ ഭീതിയോടെ പാദമൂന്നി, മൂക്കിനു മുമ്പിൽ കണ്ട ശൂന്യതയിലൂടെ ശങ്കു മുന്നോട്ടു നടന്നു.

ഒരിടുങ്ങിയ ഇടനാഴിയിലൂടെ നടക്കുന്ന അനുഭവം. അറ്റം കാണാത്ത ഇടനാഴി. അവനു ശ്വാസം മുട്ടാൻ തുടങ്ങി. ഈ ഇട നാഴി ഒന്നവസാനിച്ചെങ്കിൽ.

എന്തിനും ഒരവസാനം കണ്ടെങ്കിൽ.

ഈ ശൂന്യത, അന്തമില്ലായ്മ തന്നെ ഭ്രാന്തു പിടിപ്പിക്കുമെന്ന് അവൻ ഭയന്നു.

ചുവർ നീളെ അലമാരയിൽ അടുക്കിവച്ചിരിക്കുന്ന വെള്ളിപ്പാത്ര ങ്ങൾക്കിടയിൽ ഒരു കൂജയിരിക്കുന്നതു കണ്ടു. അവന്റെ അകം കുളി രണിഞ്ഞു. ദാഹത്തിനു മൂർച്ച കൂടി.

കൂജയെടുത്തു തണുപ്പ് ഒരു വെള്ളത്തമ്പാളം എടുത്തു. നല്ല തണുപ്പ്. കൂജയിലെ തണുത്ത ദ്രാവകം അവൻ തമ്പാളത്തിലൊഴിച്ചു. കട്ടിയേറിയ തണുത്തൊരു ദ്രാവകം. ചുണ്ടുകൾ വിടർത്തി, പാത്രം ഉയർത്തി. മടുപ്പിക്കുന്ന ഒരു ഗന്ധം.

അവൻ ഗ്ലാസ്സ് താഴെ വച്ചു.

ഒരു കോപ്പ ചൂടുള്ള കഞ്ഞിവെള്ളത്തിനുവേണ്ടി അവൻ ഉഴറി.

ഒരു ഗ്ലാസ്സ് പച്ചവെള്ളമെങ്കിലും...

രാത്രിയിൽ, ഈ നേരത്ത് ഉറങ്ങിക്കിടക്കുന്ന മാതുവെ കബളിപ്പിച്ച്, ഒച്ചയുണ്ടാക്കാതെ കതകു തുറന്നു പുറത്തു പോകാറുള്ള രാവുകളെക്കുറിച്ച്, അവൻ ഓർത്തു. അമ്മാളുവിന്റെ മുറ്റത്തെ പുല്ലാഞ്ഞിപ്പൊന്തയിൽ ചൂടാറാത്ത ചാരായം കാത്തിരിപ്പുണ്ടാവും. എത്ര സുന്ദരമായിരുന്നു അക്കാലം.

പോയകാലം കാതങ്ങൾക്കപ്പുറത്താണെന്ന് അവനു തോന്നി.

ഈർഷ്യയോടെ അവൻ വിളിച്ചു:

''എടീ മാതു, എടീ മാതു...''

മാതു എന്തോ മുരണ്ടുകൊണ്ട് തിരിഞ്ഞു കിടന്നു. ഒരൊറ്റയടിക്ക് അവളെ ചമ്മന്തിയാക്കാനുള്ള കലി വന്നു ശങ്കുവിന്.

പക്ഷേ അവന്റെ കാലുകളെ ആരോ മുറുകെപ്പിടിച്ചിരിക്കുന്നു. തൊണ്ടയിൽ ഒരു കല്ല് തടഞ്ഞുകിടപ്പുണ്ട്.

വരണ്ട തൊണ്ട ആരോ മഴുകൊണ്ടു വെട്ടിക്കീറുന്നെന്ന് അവനു തോന്നി.

ഒരു തീപ്പെട്ടി കിട്ടിയിരുന്നെങ്കിൽ...

ഒരു മിന്നാമിനുങ്ങെങ്കിലും തെളിഞ്ഞിരുന്നെങ്കിൽ...

ആകെ ഒരു നരച്ച പ്രകാശം

കഞ്ഞി ഒരു സ്വപ്നമാണെന്ന് അവനു ബോദ്ധ്യമായി. ഈ ഉറക്കത്തിൽനിന്നു മാതുവിനെ ഉണർത്താൻ ഒരാൾക്കും കഴിയുകയില്ല.

അവൻ കൂർക്കംവലി കേട്ട ദിക്കുനോക്കി പതുക്കെ നീങ്ങി. അതു കേൾക്കുന്നതെങ്കിലും ഒരാശ്വാസം പകരും.

പതുക്കെപ്പതുക്കെ അവൻ മാതുവിന്റെ കട്ടിലിനെ സമീപിച്ചു. അടുക്കുന്തോറും അവളും കട്ടിലും കൂർക്കംവലിയും അകന്നു പോയി.

താനിപ്പോൾ മരിക്കുമെന്ന് അവനുറപ്പായി. ഒരലർച്ചയോടെ ശങ്കു നിലംപതിച്ചു.

പുലർകാലത്ത് ആടിനു പഴുക്കപ്ലാവില പെറുക്കാൻ വന്ന ആമിനത്താത്തയുടെ മകൾ ഉമ്മറത്ത് ബോധംകെട്ട് ഉറങ്ങിക്കിടന്ന പാണനേയും പാട്ടിയേയും കണ്ട് വിവരമറിയിക്കാനായി ഉമ്മയുടെ അടുത്തേക്ക് പാഞ്ഞു. ഒച്ചകേട്ടുണർന്ന ശങ്കു നീണ്ട നെടുവീർപ്പോടെ വീണ്ടും കണ്ണടച്ചു.

■

സാക്ഷി

കോവിലകത്ത് കിരാതദാസ് താമസിച്ചു. പുറത്ത്, ഇടിഞ്ഞു പൊളിഞ്ഞ പടിപ്പുരയുടെ ചായ്പിൽ പഴയ കാര്യസ്ഥൻ എരോമൻ നായരും.

എരോമൻനായർ കാര്യം നോക്കി എന്നും കോട്ടയ്ക്കകത്തുതന്നെ കഴിഞ്ഞേനെ. കിരാതൻകുഞ്ഞ് ദൂരെ നഗരത്തിൽ കോളേജിൽ പഠിക്കുകയായിരുന്നകാലത്ത് കോലോത്തെ വളപ്പിനകത്ത് അഞ്ചാം പുരയുടെ കോലായയിൽ എരോമൻനായരും പുരത്തറയ്ക്കുകീഴെ കുറെ തുരപ്പന്മാരും എലികളും ജടകെട്ടിയ വൃക്ഷങ്ങളിൽ കിളികളും പാർത്തു.

കുറെ മുഷിഞ്ഞ കുപ്പായങ്ങളും നരച്ച ഹോൾഡാളും ഒരുകെട്ടു പുസ്തകങ്ങളുമായി ഒരുനാൾ കിരാതദാസ് പടിപ്പുരയ്ക്കു മുമ്പിൽ വണ്ടിയിറങ്ങി.

എരോമൻനായർ വളപ്പിൽനിന്നു തലനീട്ടിയപ്പോൾ ക്ഷൗരം ചെയ്യാത്ത, കവിളൊട്ടി, കണ്ണുകുഴിഞ്ഞ ഒരു കോലം. അതു കിരാതൻ കുഞ്ഞുതന്നെ എന്നനുമാനിക്കാൻ സഹായിച്ചത് നീണ്ടുയർന്ന ആ വലിയ മൂക്കാണ്. കിരാതദാസിന്നു മറ്റെങ്ങും പോകാനില്ലായിരുന്നു.

കേട്ടറിഞ്ഞു എരോമൻനായരുടെ ഭാര്യയെത്തി. കോവിലകത്തിന്റെ പൂമുഖവും തെക്കിനിയും അടിച്ചുതളിച്ച് വൃത്തിയാക്കി. മുമ്പിലെ മുറ്റവും. മുഴുവനും തൂത്തുവാരി വൃത്തിയാക്കാൻ ഭവാനിക്ക് ആവുകയില്ല.

കൊട്ടാരക്കെട്ടിന്നകത്തെ ആകാശം മരക്കൂട്ടങ്ങളിൽ മറഞ്ഞു കിടന്നു. നിരവധി പക്ഷികളുടെ കരച്ചിൽ കിരാതനിൽ പഴയ ഓർമ്മകളുയർത്തി. ഒട്ടേറെ വർഷങ്ങളായി അയാൾ വാടകമുറികളിൽ പാർക്കുകയായിരുന്നല്ലോ.

കിരാതദാസ് എരോമൻനായരോട് പറഞ്ഞു:

“കുറെ കാടുവെട്ടണം. ഇതിനകത്തു കാറ്റും വെളിച്ചവും കടക്കട്ടെ.”

എരോമൻനായർ ചെവിയോളം നീണ്ട ചിരി ചിരിച്ചു. വേലക്കാർ വെട്ടുകത്തികളുമായി വന്നു. ഒന്നല്ല, രണ്ടല്ല; നാലുപേർ.

അവരുടെ സംഹാരതാണ്ഡവം കണ്ടു കിരാതൻ വിസ്മയിച്ചു.

ദീർഘകാലമായി കൂടുകൂട്ടി പാർപ്പു തുടങ്ങിയിരുന്ന കിളികൾ ചിറകിട്ടടിച്ചു കരഞ്ഞു. തെക്കുവടക്ക് പറന്നു. പിന്നെ കരച്ചിൽ ഒരു ബഹളമായി. മരക്കൊമ്പുകളും ഇലപ്പടർപ്പുകളും നെഞ്ചത്തലച്ചു കൊണ്ട് ഒരടർക്കളത്തിലെന്നോണം നിലംപതിച്ചു.

ഒച്ചകേട്ട് മടുത്തപ്പോൾ കിരാതദാസ് പൂമുഖത്തുകയറി വാതിലടച്ചു. ഒരു പുസ്തകം നിവർത്തിവച്ചു.

ആരോ വാതിലിൽ മുട്ടുന്നതുകേട്ടുകൊണ്ടാണ് പിന്നീട് കിരാതൻ ഉണർന്നത്. എത്രനേരം ഉറങ്ങി എന്നറിഞ്ഞുകൂടാ. മുമ്പിലെ വട്ടമേശയ്ക്ക് കുറുകെ ഒരു എട്ടുകാലി വല കെട്ടാൻ തുടങ്ങിയിരുന്നു.

വാതിൽ തുറന്നു. ഒരു കോട്ടുവായിട്ടു. ഇരുകൈത്തലങ്ങളും ചേർത്തു മുഖം തടവി. ഷേവു ചെയ്യുന്നതിനെപ്പറ്റി ഓർമ്മിച്ചു.

എരോമൻനായരുണ്ട് മുമ്പിൽ. മുറ്റത്തിന്റെ അതിരിന്നപ്പുറം വിയർപ്പിൽ കുളിച്ച് നാല് പണിക്കാരും.

''കൂലികൊടുക്കാൻ...'' എരോമൻനായർ ഓർമ്മിപ്പിച്ചു.

''കൂലിയോ?''

എരോമൻനായർ ചിരിച്ചു.

ശരിയാണ് അവർക്ക് കൂലി കൊടുക്കേണ്ടതുണ്ടല്ലോ. കിരാതൻ ഷർട്ടിന്റെ പോക്കറ്റിലും മേശപ്പുറത്തുകിടന്ന പേഴ്സിലും പരതി. രണ്ടുമൂന്നു നോട്ടുകളും കുറേ ചില്ലറയും. എല്ലാം കൂടി എരോമൻ നായരുടെ നീട്ടിയ കൈകളിലേക്ക്.

''എരോമൻനായർ എണ്ണിനോക്കി. വിസ്തരിച്ച് എണ്ണിനോക്കി. ഇതൊരാൾക്ക് തികയില്ലല്ലൊ.'' കിരാതദാസ് പറഞ്ഞു.

''എരോമന്നായര് തരംപോലെ ചെയ്യ്വാ.''

''വിറകിന്ന് നല്ല വില കിട്ടും.''

''അങ്ങനെ ആയ്ക്കോട്ടെ.''

പണിക്കാരേയും കൂട്ടി എരോമൻനായർ കൊട്ടാരവളപ്പിൽനിന്ന് പുറത്തു കടന്നു. കിരാതദാസ് പൂമുഖത്തേക്കും.

പിന്നെ ഉറക്കം വന്നില്ല. മേശയുടെ അരികിൽ മടക്കിയ വാഴ ഇലയും അടുക്കുപാത്രവും കണ്ട് അത്ഭുതപ്പെട്ടു.

ഇതാരുടെ പണി?

ആരാണിതിന്നകത്ത് വന്നത്?

ക്ലാവ് കയറിയ പിത്തള അടുക്കുപാത്രത്തിന്റെ അസാമാന്യമായ വലുപ്പം കണ്ട് കിരാതനോർത്തു. പണ്ടുപണ്ട് കോലോത്ത് ഒരുപറ്റം സന്തതികളുണ്ടായിരുന്ന കാലത്ത് അവർക്ക് സ്കൂളിലേക്ക് ഉച്ചയൂണ് കൊണ്ടുവന്നിരുന്നത് ഇതേ പാത്രത്തിലായിരുന്നല്ലോ. ഉച്ചയൂണു കഴിക്കാത്തവന് ക്ലാസ്സിൽ ശ്രദ്ധിച്ചു പഠിക്കാൻ പറ്റില്ലെന്ന് അന്ന് അച്ഛന് ബോദ്ധ്യമുണ്ടായിരുന്നു. ശുദ്ധം മാറി ഓരോ ശീലം തുടങ്ങിയത് അന്നാണ്.

ഈ പകർച്ച എവിടുന്നാവും? ഒരുൾച്ചിരിയോടെ കിരാതൻ ഓർത്തു.

ഭവാനിയുടെ അടുക്കളയിൽ വെച്ചതിന്റെ പങ്കാവാം. കവലയിലെ ഏതോ ഒരു ബ്രാഹ്മണാൾക്കടയിൽനിന്നാവാം.

അതൊരു അത്ഭുതമായിരുന്നു.

പഠിക്കാൻവേണ്ടി കിരാതൻ കോലോത്തുനിന്ന് സ്ഥലം വിടുമ്പോൾ കവലയിൽ ഒരു ഹോട്ടലേ ഉണ്ടായിരുന്നുള്ളൂ. കമലവിലാസം ഹോട്ടൽ. മുൻവശത്തെ ചില്ലുകളിൽ കാച്ചിയ പപ്പടം, അവിൽ, അപ്പം, വട ഇത്യാദി.

അവിടെ എല്ലാ തരക്കാർക്കും 'ഊൺ തയ്യാർ' എന്ന കുറിപ്പ് സ്വാഗതമരുളിയിരുന്നു.

ഇന്ന് കവലയിലൂടെ കടന്നുപോരുമ്പോൾ പലഹോട്ടലുകളുണ്ടവിടെ. ബ്രാഹ്മണാൾ എന്ന തിലകം ചാർത്തി രണ്ടെണ്ണം ശരണമയ്യപ്പ എന്ന മുഖക്കുറിപ്പോടെ മറ്റൊന്ന്.

വൃശ്ചികമാസമാണല്ലോ

ആൾപ്പെരുമാറ്റമില്ലാത്ത കോവിലകത്ത് നല്ല തണുപ്പ്. കിരാതദാസ് ഷർട്ടിന്റെ ബട്ടണുകളെല്ലാം ഇട്ടു.

കുറെനാൾ കിരാതൻ പൂമുഖത്ത് മുഖം കനപ്പിച്ച പകലുമായി മുഖത്തോടുമുഖം നോക്കിയിരുന്നു. ഇടയ്ക്കൊരു ചായ കുടിക്കാൻ കവലയിൽ പോകണം.

നല്ലവനായ എരോമൻനായർ, മണ്ണെണ്ണ നിറച്ച ഒരു സ്റ്റവ്വും ഒരു പാക്കറ്റ് ചായലയും കുറെ പഞ്ചസാരയും ഒരു ടിൻ ബേബിഫുഡ്ഡും മേടിച്ചുകൊണ്ടുവന്നു.

ചായയുണ്ടാക്കുന്ന വിദ്യ കിരാതനെ വാടകമുറിയിലെ ജീവിതം അഭ്യസിപ്പിച്ചിരുന്നു.

എരോമൻനായർ വിരുതനാണല്ലോ എന്നു നിനച്ചു. തന്നെ വാടകമുറിയിലെ ജീവിതത്തോട് തളച്ചിടാനാണ് ഭാവം. മറ്റെന്തുചെയ്യും?

കിരാതൻ രണ്ട് ഗ്ലാസ് ചായയുണ്ടാക്കി.

അഞ്ചാംപുരയിലെ അടുക്കള തുറന്നു രണ്ട് ഗ്ലാസുകൾ അയാൾ തേച്ചുകഴുകിക്കൊണ്ടുവന്നു.

ചായ കുടിക്കുമ്പോൾ എരോമൻനായരുടെ മുഖം ചുളിയുന്നു.

''ഇത്ര ചീത്ത പാലാണല്ലോ നാം കുഞ്ഞുങ്ങൾക്ക് മേടിച്ചു കൊടുക്കുന്നത്.''

കെട്ടിന്നകത്തെ നീണ്ട തൊഴുത്തിൽ നാല്പത്തിരണ്ട് കാലികളുണ്ടായിരുന്ന നല്ല കാലത്തെ അയവിറക്കിക്കൊണ്ട് എരോമൻനായർ ചായ കുടിച്ചുതീർത്തു.

അപ്പോൾ കിരാതൻ പറഞ്ഞു:

''എരോമന്നായരെ എന്നെയെന്തിനാ കയറില്ലാതെ ഇവിടെ കെട്ടിയിടുന്നത്. കാര്യം നോക്കാൻ ഇവിടെ എന്തുണ്ട്?''

മുണ്ഡനം ചെയ്യപ്പെട്ട മരച്ചില്ലകൾക്കിടയിലൂടെ വെളുത്ത മേഘങ്ങൾ ഇഴഞ്ഞുനീങ്ങി. കൂട് നഷ്ടപ്പെട്ട കിളികൾ കവരങ്ങളിൽ നിന്ന് കവരങ്ങളിലേക്ക് ചാടിച്ചാടി പുതിയ പോടുകൾ തേടി.

രണ്ടാം മുണ്ടുകൊണ്ട് മുഖം തുടച്ച് എരോമൻനായർ എണീറ്റു.

അങ്ങനെ പഴയ കാര്യസ്ഥൻ പടിപ്പുരക്കലെ വിറകുകച്ചവടക്കാരനായി.

എരോമൻനായർ ഇതെല്ലാം പ്രതീക്ഷിച്ചിരുന്നു.

കോവിലകവളപ്പിൽ കാടുകളും പടുമുളകളും വളർന്നത് അയാളുടെ കൺമുമ്പിലാണ്.

പണ്ടൊക്കെ ദേവിയെ തൊഴാനായിട്ടു മാത്രം ദൂരെയേതോ നാട്ടിൽ നിന്ന് പറന്നെത്താറുണ്ടായിരുന്ന തമ്പുരാട്ടിയെക്കുറിച്ച് ഒരു വിവരവുമില്ല.

ക്ഷേത്രവും പറമ്പും വിലയ്ക്കെടുത്ത ദുബായിക്കാരൻ അമ്പലം കുളം കോരി ആനച്ചിറ തൂർത്തു. പല്ലക്കുകൾ വിറകുവിലയ്ക്ക് വിറ്റു.

ഇനിയുള്ളത് കിരാതൻകുഞ്ഞാണ്.

പടിപ്പുരയ്ക്കലെ വിറകുകച്ചവടത്തിന്നൊപ്പം എരോമൻനായർക്ക് കിരാതൻകുഞ്ഞിന്റെ മേലൊരു കണ്ണുവെയ്ക്കാം. അവന്നു ചിറകു മുളച്ചു. എന്നാലും ഇവിടന്നു പറന്നു പോകാനനുവദിക്കരുത്.

വെട്ടിയ മരക്കൊമ്പുകളും ഇടിഞ്ഞുവീഴുന്ന അഞ്ചാംപുരയുടെ കറുത്ത കഴുക്കോലുകളും വിറകായി എരിഞ്ഞുതീർന്നപ്പോഴും എരോമൻനായരും ഭവാനിയും അവരുടെ വിശക്കുന്ന വയറുകളും ശേഷിച്ചു.

എരോമൻനായർ ചൂട്ടുകച്ചവടം തുടങ്ങി. കൊട്ടാരവളപ്പിലെ പീറ്റത്തെങ്ങുകൾ അയാൾക്കായി അപ്പോഴും പൂടകൊഴിച്ചുപോന്നു.

കിരാതൻകുഞ്ഞിന്ന് ഉഴക്കു പാലുമായി കാലത്ത് കെട്ടിന്നകത്തു പോകുന്ന ഭവാനി ഓലകൾ ശേഖരിച്ചുതിരിച്ചു പോന്നു.

പടിപ്പുരയ്ക്കു മുമ്പിൽ പഴയ കാലത്തെ ഒരു ദീപസ്തംഭം കരിപിടിച്ചു നിൽപുണ്ട്. സ്തംഭത്തിന്റെ മുടിയിൽ ചിറകു വിരുത്തി പറക്കാനാഞ്ഞു നില്ക്കുന്ന കഴുകൻ. കാലുകൾ ദീപസ്തംഭത്തിലുറച്ചു പോയ കഴുകൻ.

മുൻസിപ്പാലിറ്റിയും പഞ്ചായത്തും ഇടഞ്ഞുനില്ക്കുന്ന കവലയിൽ മറ്റൊരു വഴിവിളക്കില്ല. പട്ടണത്തിൽനിന്ന് വരുന്നവർ കവലയിൽ വണ്ടിയിറങ്ങി എരോമൻനായരുടെ കടയിലേക്ക് വരും. ഒരു കെടാവിളക്കുമായി എരോമൻനായർ അവരെ കാത്തിരുന്നു. ചൂട്ടുകച്ചവടം അയാളെ വിവരമുള്ളവനാക്കി. കൊട്ടാരക്കഥകളൊഴികെ മറ്റൊന്നും കേൾക്കാനിടവന്നിട്ടില്ലാത്ത എരോമൻനായർ ഇന്നുവരെ അറിയാത്ത നാട്ടുകൂട്ടങ്ങളറിഞ്ഞു. പുതുമയുള്ള കൂട്ടവും കുറിയും.

ബസ്സിറങ്ങി വരുന്നവരും ചന്ത പിരിഞ്ഞു പോരുന്നവരും പലതരക്കാരാണ്. അവരുടെ വഴികൾ പലതരമാണ്. എരോമൻനായർ അവർക്കു തരാതരം ചൂട്ടുകൾ കെട്ടി വെവ്വേറെ അടുക്കുകളായി സൂക്ഷിച്ചു. അരിപ്പച്ചൂട്ടുകൾ, കൊതുമ്പുചൂട്ടുകൾ, ഓലച്ചൂട്ടുകൾ.

വലിയ വിരിപ്പുപാടത്തിന്റെ അക്കരയെത്തേണ്ടവർക്ക് വലിയ ഓലച്ചൂട്ടുകൾ.

അമ്പലപ്പറമ്പിന്റെ അപ്പുറമെത്തേണ്ടവർക്ക് നല്ല വെളിച്ചം വീശുന്ന ചൂട്ടുകൾ തന്നെവേണം. ഗതിമുട്ടിയ സർപ്പങ്ങൾ നഗ്നമായ വഴിയിറമ്പുകളിൽ രാപ്പകൽ വ്യത്യാസമില്ലാതെ അലഞ്ഞു നടക്കുകയാണ്. അമ്പലം പൊളിച്ചു, കോട്ട വെട്ടിച്ചുട്ട ദുബായിക്കാരനുണ്ടോ ഇതറിയുന്നു.

''ഇപ്പോ അവന്റെ കാലമാണ്. എരോമന്നായരെ സഹിക്ക്യന്നെ.''

''ദേവിയെ അവനെന്തു ചെയ്തു?''

''ദേവിയുണ്ടായിരുന്നില്ലെന്നല്ലേ കേൾക്കണു.''

''പിന്നെ വെറുതെ വിളക്ക് വെയ്ക്ക്യാർന്നൊ? തൊഴാനായിട്ടു മാത്രം തമ്പ്രാട്ടി പറന്നുവന്നിരുന്നത് പോഴത്തമായിരുന്നെന്നോ?''

''എന്തോ ഒരു നിശ്ശംല്യ. തറമാത്രം അവിടൊണ്ട്. അതൊരു ഗുളികൻതറ മാത്രമായിരുന്നെന്നാ ഇപ്പോഴത്തെ പറച്ചില്.''

''അതു മതീലൊ. ഊറ്റമുള്ള ദൈവമാണെങ്കില് ഒരു കല്ലുപോരേ. എരോമൻനായർ നെടുവീർപ്പിട്ടു.

അപ്പോൾ പതിവുപോലെ അവസാനത്തെ വണ്ടിയിറങ്ങി കിരാതനെത്തി. ഒരക്ഷരം ഉരിയാടാതെ ഭിത്തിയിലെ ആണിയിൽനിന്നു താക്കോലെടുത്ത് വളയം പെരുവിരലിലിട്ടു ചുഴറ്റിക്കൊണ്ട് കിരാതദാസ് മൂക്കിന്നു മുമ്പിൽ കണ്ട പാതയിലൂടെ നടന്നു.

കത്തിച്ചെടുത്ത ഒരരിപ്പച്ചൂട്ടുമായി എരോമൻനായർ പുറകെ കുതിച്ചു.

''കുഞ്ഞേ, കാലം നന്നല്ല? നാഗങ്ങൾ നെറികെട്ട് നടക്ക്ണ്?''

''എവിടെ?''

''അമ്പലപ്പറമ്പില്.''

''ഉം... കിരാതൻ ഒന്നമർത്തി മൂളി.''

ചൂട്ടു വീശിയ വെളിച്ചത്തിൽ, കോവിലകക്കെട്ടിന്നകത്തെ മുള്ളും മുരടും മുളിയിലകളും അടിഞ്ഞുകൂടിയ നടപ്പാതയിൽ ക്ഷുദ്രജീവികൾ ഓടിമറയുന്നത് കണ്ടു.

പൂമുഖത്തെ പൂട്ടുതുറന്നു. അകത്തെ ലൈറ്റിട്ടു. പുറത്തെ ലൈറ്റിടാൻ സന്ധ്യനേരത്ത് എരോമൻനായർ മുറയ്ക്കു വരാറുണ്ട്.

''കുഞ്ഞേ, ചുക്കുവെള്ളം ഉണ്ടോന്നു നോക്ക്.''

കെടുത്താത്ത ചൂട്ട് നീട്ടിപ്പിടിച്ചുകൊണ്ട് എരോമൻനായർ മുറ്റത്തു നിന്നു.

''ഉണ്ടാവും.''

കുപ്പായമൂരാതെ, കാലൊന്നു കഴുകാതെ കിരാതൻ കട്ടിലിൽ ചെന്നുവീണു. കൈയ്യിലെ നീലച്ചട്ടയ്ക്കകത്തുനിന്നു നീട്ടി മടക്കിയ കടലാസുകൾ നാലുപാടും തെറിച്ചുപോയി.

ചൂട്ടു വലിച്ചെറിഞ്ഞ് എരോമൻനായർ അകത്തേക്ക് ഓടിക്കയറി.

''കുഞ്ഞേ, നിനക്കെന്താണ്? വയറ്റിൽ വേദനയുണ്ടോ? തലവേദനയുണ്ടോ? ഇന്ന് ഊണുകഴിച്ചില്ലേ? വല്ലോം കടിച്ചോ? ഇഴജെന്തുക്കള്?''

''ഒന്നുമില്ലെനിക്ക്. ഒന്നുമില്ല. എരോമൻ പൊയ്ക്കോളൂ. ലൈറ്റണച്ചേക്കൂ.''

എരോമൻനായർ കിരാതനെ രണ്ടുമൂന്നു വട്ടം അടിമുടി നിരീക്ഷിച്ചു. പിന്നെ പതുക്കെ ലൈറ്റണച്ചു. വാതിൽ ഭദ്രമായി ചേർത്തടച്ചു. കാലൊച്ച കേൾപ്പിക്കാതെ ഒരു പൂച്ചയെപ്പോലെ പടിവാതില്ക്കലേക്കു നടന്നു.

എരോമൻനായരുടെ കടയിൽ ചൂട്ടുമേടിക്കാൻ ഒരുപാടു വഴിപോക്കർ. ആകാശച്ചെരിവിൽ കരിമ്പൂച്ചകൾ കടിച്ചുകീറുകയും പല്ലിളിക്കുകയും ചെയ്യുന്നു.

ചന്തയിൽനിന്നു ചരക്കുമായി വരുന്നവരാണ് ഏറെ. അവിഹിതമായ എന്തോ ഒന്നിനെക്കുറിച്ച് പരസ്പരം പറഞ്ഞ് അവർ ആരോടോ ഉള്ള അമർഷം തീർക്കുകയാണ്.

എരോമൻനായർ ചെവി വട്ടം പിടിച്ചു.

ആളുകളുടെ ഒച്ചകേട്ട് എരോമൻനായർ അവർക്കു വേണ്ട ചൂട്ടുകൾ ഇനം തിരിച്ചു കൊടുത്തു

''ചന്തപ്പടിക്കലെ ചരക്കിന് കൂലി വേണംന്ന്. അതിന്ന് ഒരു നെറീം മുറേം ഇല്ലെ? ചാത്തുനായർ ആരോടെന്നില്ലാതെ ചോദിക്കുന്നു. പത്തു തേങ്ങയ്ക്കോ ഒരു ചാക്ക് നെല്ലിനോ അധികം കൂലി കൊടുക്കേണ്ടത്?''

''ചിലർക്ക് ലഗേജ് ചാർജ് കൊടുക്കുകയേ വേണ്ട. അതെന്തേ? എന്തേന്നാ ചോദിച്ചത്.''

ആരും മറുപടി പറഞ്ഞില്ല. ചോദ്യങ്ങൾ വഴിക്കുവഴി വന്നുകൊണ്ടിരുന്നു. തീ പടർന്നുപിടിക്കുന്ന ചൂട്ടുകളിൽനിന്ന് ഒരു ഞെട്ടലോടെ തീപ്പൊരികൾ പറന്നുയർന്നു. ഇരുട്ട് അവയെ പതിയിരുന്നു വിഴുങ്ങി.

എരോമൻനായർ മനസ്സിൽ പറഞ്ഞു.

നാസ്സർബസ്സിലെ കണ്ടക്ടർക്ക് തെമ്മാടിത്തം കൂടുന്നു. അവന്റെ വണ്ടി പൊന്നുപൂശിയതല്ലേ?

കിളപ്പണി കഴിഞ്ഞു വരുന്ന ചാത്തനെ അവൻ വണ്ടീന്നു പിടിച്ചിറക്കിയില്ലേ?

അതിന്നിടയിലും അവർ കാൽചുവട്ടിൽ ചതഞ്ഞു കിടന്ന പാതയിലേക്ക് ഒളിഞ്ഞുനോക്കിക്കൊണ്ടിരുന്നു.

ആകാശത്തൂടെ പറന്നുപോയൊരു പൊൻനാഗത്തെക്കണ്ട് പാണൻ രാമോട്ടി വിറച്ചു.

എരോമൻനായർ എല്ലാവർക്കും അനുഗ്രഹം നൽകി.

അവസാനത്തെ ബസ്സ് അന്നു വരുന്ന ലക്ഷണമില്ല. കടവടച്ചു ചെക്കൂട്ടി ചൂട്ടു മേടിക്കാൻ വന്നു.

എരോമൻനായർ. അഴിവാതിലടച്ചു കൊളുത്തിട്ടു പുറകോട്ടു നോക്കി അയാൾ പറഞ്ഞു

''എന്താന്നറിഞ്ഞില്ല, കിരാതൻകുഞ്ഞിനൊരു മനോവിഷമം.''

പായ് തട്ടിക്കുടഞ്ഞ് വിരിക്കുന്നതിനിടയിൽ ഭവാനിപറഞ്ഞു.

''വെഷമം കാണും. ആ പെങ്കൊച്ചിനെ ഒരുത്തൻ വന്നു കെട്ടിക്കൊണ്ടുപോയില്ലേ?''

''ഏതു പെൺകുട്ടിയെ?''

''അക്കരെനിന്നു വരാറുള്ള...''

''ഓ... ഒരു പെണ്ണ്! കിരാതൻകുഞ്ഞിന് വേറെ നൂറു പെണ്ണു കിട്ടും.''

കിരാതന്റെ കൂടെ പട്ടണത്തിൽ പഠിക്കുകയും അവന്റെ കൂടെ തൊഴിൽ തേടി പട്ടണത്തിലെ ആപ്പീസുകൾ കയറിയിറങ്ങുകയും ചെയ്യാറുള്ള പെൺകുട്ടിക്ക് കൊട്ടാരത്തിലെ മണവാട്ടിയാകാൻ എന്താണ് യോഗ്യത? എരോമൻനായർ ആലോചിച്ചു.

മറ്റെന്തോ ആണ്.

അഴിക്കൂടിന്നിടയിലൂടെ എരോമൻനായർ പുറത്തേക്കു നോക്കി. കൂരിരുൾ തിങ്ങി. കാടും മേടും ഒന്നായി. പാടത്തിന്റെയും പാതയുടെയും അതിരുകൾ മാഞ്ഞു. ഒരു മിന്നാമിനുങ്ങുപോലുമില്ലാത്ത രാത്രി. കോലോത്തെ പറമ്പിലെ മരങ്ങളെ അലങ്കരിക്കാറുണ്ടായിരുന്ന മിന്നാമിനുങ്ങുകൾ എങ്ങോ പോയി.

ഒരു ദുഃഖചിന്തപോലെ എരോമൻനായരുടെ മുമ്പിലെ മൂട്ടവിളക്കും തുടിച്ചുനിന്നു.

ഇരുട്ടിൽ പരിചിതമായ ഒരു കാലൊച്ച.

കിരാതന്റെ കാലൊച്ച.

''കുഞ്ഞേ നീ എങ്ങോട്ടു പോണു? ശബ്ദം പുറത്തു വന്നില്ലെന്നുണ്ടോ? കുഞ്ഞ് കേട്ടില്ലേ?''

കിരാതൻ ഇരുട്ടിൽ അലിഞ്ഞുചേർന്നപ്പോൾ എരോമൻനായർ പറഞ്ഞു.

''എന്തൊരു കാലം!''

ഭഗവതിക്കാവിൽ മേളം മുറുകേണ്ട മീനമാസക്കാലം എല്ലാം മരിച്ചു. ഒരില ഇളകുന്നില്ല. മിന്നാമിനുങ്ങുകൾ മിന്നിപ്പൊലിയുന്നില്ല! കിഴക്ക് ക്രുദ്ധരായ കരിമ്പൂച്ചകൾ പരസ്പരം കടിച്ചുമാന്തുന്നു.

''ആരെ നോക്കിയിരിക്ക്യാ?'' ഭവാനി ചോദിക്കുന്നു.

കിരാതൻകുഞ്ഞ് കിഴക്കോട്ടു നടന്നുപോയി.

''തിരിച്ചുവന്നോളും.''

രാവ് ഒട്ടേറെച്ചെന്നപ്പോൾ പാതയിലൂടെ ഒരുകൂട്ടം ആളുകൾ നടന്നുവന്നു. വെളിച്ചം വേണ്ടാത്ത രാത്രിഞ്ചരന്മാർ, എരോമൻനായരുടെ കതകിൽ ആരും മുട്ടിവിളിച്ചില്ല. അവർ വലിക്കുന്ന ബീഡിപ്പുക അഴികൾക്കിടയിലൂടെ അകത്തു നുഴഞ്ഞുകയറി.

എരോമൻനായർ തിരിഞ്ഞുകിടന്നു. അയാൾ കൂജയിലെ വെള്ളം കുടിച്ചുതീർത്തു കുപ്പായമൂരി വീശി. അഴികൾക്കടുത്തുവന്നു നിന്നു.

നാഗത്താന്മാർ നുഴഞ്ഞുകയറുന്ന നാട്ടുവഴികളെക്കുറിച്ചോർത്തു. ഇരുൾക്കാട്ടിൽ ഇണപ്പാമ്പുകൾ പുളഞ്ഞുയരുന്നു. തെറിച്ചുവീണൊരു മാണിക്യക്കല്ലുപോലെ കൊറ്റിയുദിക്കുന്നു.

എരോമൻനായർ കിടക്കപ്പായിലേക്കു തിരിച്ചുപോയി

കാലത്ത് അപരിചിതമായൊരു കാലൊച്ച കേട്ടുണർന്നു.

ഭവാനി, കൊണ്ടുവന്നിട്ട ഓലകൾ വഴിയിറമ്പിൽ കിടക്കുന്നു. നിറകുടം ചവിട്ടുകല്ലിനുതാഴെ.

പുലർകാലത്തിന്റേതോ സന്ധ്യയുടേതോ എന്ന് തിരിച്ചറിയാൻ കഴിയാത്തൊരു വെളിച്ചം പാതയിൽ പരന്നു.

മുറ്റം വിഴുങ്ങുന്ന ഒരു കരിനിഴൽ നീണ്ടുവന്നു.

വെയിലിന്ന് പുറംതിരിഞ്ഞുവരുന്ന നിഴലിന്റെ മുഖം ഇരുണ്ടിരുന്നു. എരോമൻനായർ അത്ഭുതപ്പെട്ടു. ചൂട്ടു മേടിക്കാനല്ലാതെ അധികമാരും കയറിവരാത്ത ഉമ്മറം.

തന്റെ മുഖത്തിനുനേരെ നീണ്ടുവന്ന നിഴലിൽനിന്ന് എരോമൻ നായർ നീരസത്തോടെ മാറി.

കാവിയുടുത്തൊരു നെടുകായൻ. കഴുത്തിലും കൈത്തണ്ടയിലും രുദ്രാക്ഷം. മാറത്തും കൈകളിലും ഭസ്മക്കുറി. നെറ്റിയിൽ കളഭം, സിന്ദൂരം.

തേഞ്ഞുതീർന്ന പല്ലുകൾ കടിച്ചുപിടിച്ച ചുവന്ന നാക്ക്. നാക്കു കൊണ്ട് തുഴഞ്ഞെടുത്തു വെറ്റിലച്ചണ്ടി നടപ്പാതയിലേക്ക് നീട്ടിത്തുപ്പി അയാൾ ചോദിച്ചു.

''എരോമന്നായരേ ഇപ്പോഴോ പുലർന്നത്?''

അപ്പോഴും പുലർന്നിട്ടില്ലെന്ന് എരോമൻനായർക്കു തോന്നി. മുമ്പിൽ നില്ക്കുന്ന കാവിയുടുത്ത രൂപത്തിന് പെരുങ്കൊല്ലൻ പരമേശ്വരന്റെ ഒച്ച. ലോകത്തോടു വിടപറഞ്ഞ പെരുങ്കൊല്ലൻ പരമേശ്വരൻ. പെരു ങ്കൊല്ലനെ നാട്ടുകാർ ഇന്നും ഓർക്കുന്നു.

പരമേശ്വരന്ന് പിരാന്തായിരുന്നു. ഭാര്യയെ വെട്ടിക്കൊന്നു മക്കളെ കിണറ്റിലിട്ട് നാടുവിട്ട പരമേശ്വരൻ. പരമേശ്വരൻ അതിനുമുമ്പ് നാട്ടു കാർക്ക് കൃഷിയായുധങ്ങൾ ഉണ്ടാക്കിക്കൊടുത്തിരുന്നു. കോവിലകം വക തോട്ടത്തിലെ പണിക്ക് തൂമ്പയും വെട്ടുകത്തിയും അരിവാളും പണിതിരുന്നു. ഗ്രാമത്തിലെ വീടുകൾക്ക് താഴും പൂട്ടും നിർമ്മിച്ചിരുന്നു. കാവുകളിലേക്ക് ശൂലവും കുന്തവും ഉണ്ടാക്കിയിരുന്നു.

പെരുങ്കൊല്ലന്റെ രൂപമാറ്റം കണ്ട് എരോമൻനായർ അന്തിച്ചു നിന്നു.

പരമേശ്വരൻ ചോദിച്ചു. ‘‘കിരാതദാസനകത്തുണ്ടോ?’’

കോലോത്തെ കുഞ്ഞിനെ പേരെടുത്തു വിളിക്കാൻ ഇവനായോ?

എരോമൻനായർ മറിച്ചൊരു ചോദ്യം ചോദിച്ചു.

‘‘നിയ്യ് തടവറേക്കെടന്നു ചത്തില്ലെ?’’

‘‘ഞാനങ്ങനെ ചാവാൻ പിറന്നോനല്ല, നായരെ.’’

മുമ്പിൽക്കണ്ട ബെഞ്ചിൽ പരമേശ്വരൻ ആരുടെ അനുവാദത്തിനും കാക്കാതെ കേറിയിരുന്നു. ചെമ്മണ്ണു പുരണ്ട വലിയ പാദങ്ങൾ വഴി യേറെ താണ്ടിവന്നതാണല്ലോ!

പരമേശ്വരൻ പട്ടിൽ പൊതിഞ്ഞ മാറാപ്പ് മടിയിൽ നിന്നെടുത്ത് ബെഞ്ചിൽ സ്ഥാപിച്ചു.

എരോമൻനായരുടെ സംശയദൃഷ്ടികളെ പിൻതുടർന്നു പെരും കൊല്ലൻ ചോദിച്ചു:

‘‘നായര്ക്ക് കത്തി വേണോ?’’

നായർ മിണ്ടിയില്ല. പെരുങ്കൊല്ലന്ന് പിരാന്ത് മാറിയിട്ടില്ലെങ്കിലോ.

അയാൾ രണ്ടടി പുറകോട്ടുമാറി വാതിൽക്കൽ നിന്നു. ഭവാനി, മുറ്റത്ത് മൂർച്ചയില്ലാത്ത ഒരു മടവാൾകൊണ്ട് ഓല തറയ്ക്കുകയാണ്.

പെരുങ്കൊല്ലൻ പട്ടിന്റെ കെട്ടഴിച്ചു. അഴിക്കാത്ത മറ്റൊരു മാറാപ്പ് മാറ്റിവെച്ചു.

അയാൾ കത്തികൾ ഓരോന്ന് എടുത്തുകാണിച്ചു.

ഇതുനോക്കൂ അവിയലിന്നരിയാൻ പറ്റിയ സാധനം.

ഇതാ അലകിന്നു കനംകുറഞ്ഞ ഈ കത്തികൊണ്ട് തോരന്ന രിയാം. പച്ചമുളക് കീറാം.

എരോമൻനായരുടെ കണ്ണുകൾ ഓലവെട്ടാൻ പറ്റിയൊരു മട വാളിനുവേണ്ടി പരതി. അത്തരമൊന്നു കൂട്ടത്തിലില്ല.

മാറ്റിവെച്ച മാറാപ്പിൽ മടവാളാണെന്നു തോന്നുന്നു.

അതാർക്കുവേണ്ടീട്ടാ?

ഇതോ ഇതു സ്പെഷ്യലാ.

ഓ... ഹോ!

പരമേശ്വരൻ ആനന്ദത്തോടെ പട്ടിന്റെ പർദ്ദ നീക്കി നാലു കത്തി കൾ ബെഞ്ചിൽ നിരത്തി. ദേവേന്ദ്രന്റെ വജ്രായുധങ്ങൾതന്നെ. ചാപാ കൃതി. അറ്റം കൂർത്ത വീതിയേറിയ അലക്. ആനക്കൊമ്പിന്റെ നിറ മുള്ള പിടി. മരണത്തിന്റെ ചിരിയുള്ള അലക്. അലകും പിടിയും ചേരുന്നിടത്തൊരു വെള്ളിക്കെട്ട്.

കത്തികൾ അഴികൾക്കിടയിലൂടെ ചോർന്നുകടന്ന വെളിച്ചത്തിൽ വെട്ടിത്തിളങ്ങി.

വെയിലിന്റെ തുടുത്ത മുഖം വിളറുന്നു.

''ഇതെങ്ങോട്ടാ പരമേശ്വരാ?'' എരോമൻനായർ ആശങ്കയോടെ ചോദിച്ചു.

''ആവശ്യക്കാരുടെ അടുത്തേക്ക്.''

''കൃഷ്ണപക്ഷം. വഴിവിളക്കുകളില്ല. ആത്മരക്ഷ കൂടാതെ പുറത്തിറങ്ങാനൊക്കുമോ?''

''എന്റെ ചൂട്ടുവെളിച്ചത്തിൽ ഏതു പാതിരാവിന്നും ഇവിടുത്തുകാർ നടന്നുപോകും.''

''കാലം മാറിപ്പോയി നായരെ. വേണെങ്കിൽ ഒന്നു വെച്ചോ, പത്തുറുപ്പിക ഇപ്പോ തന്നാമതി. ബാക്കി ഞാൻ പിന്നെ മേടിച്ചോളാം.''

''ഓലവെട്ടാനുള്ള കത്തി ഉണ്ടെങ്കിൽ ഒന്നു താ. അല്ലെങ്കിൽ നീ പോ.''

പരമേശ്വരൻ ഭാണ്ഡം മുറുക്കി. പടിപ്പുര കടന്ന് അയാൾ കോലോത്തേക്കുപോയി. വിഷുക്കണിവെയ്ക്കാൻ കായ്കറികളുമായി വരാറുള്ളവരെ എരോമൻനായർ ഓർത്തു. ഇക്കുറി കാഴ്ചയുമായി വന്നിരിക്കുന്നത് പെരുങ്കൊല്ലൻ പരമേശ്വരനാണ്. കൈനീട്ടം കൊടുക്കാൻ കിരാതൻകുഞ്ഞിന്റെ കൈയിൽ കാശുകാണുമോ? എരോമൻ നായർ തന്റെ ചൂട്ടുകളുമായി ഏറെനേരം കുത്തിയിരുന്നു.

കിഴക്കേ റോഡിലൂടെ ഒരു മനുഷ്യജീവി വരുന്നില്ല.

ഇന്നെന്തുപറ്റി?

ചന്തപിരിഞ്ഞവർ പകലേ പോയി. ശേഷിച്ചവരെവിടെ? വണ്ടിയിറങ്ങി പട്ടണത്തിൽനിന്നു വരുന്നവരെവിടെ?

ഉറക്കെയുറക്കെ സംസാരിക്കുന്ന മനുഷ്യർ ഇരുട്ടിൽ മയങ്ങിക്കിടന്ന നാട്ടുപാതയെ തട്ടിയുണർത്തി.

എരോമൻനായർ കരിമൂടിയ മൂട്ടവിളക്കിന്റെ തിരി നീട്ടി.

ഒരു പറ്റം മനുഷ്യർ നായരുടെ കട പിന്നിട്ടു കുതിച്ചുപോയി. അവർ എല്ലാവരും ഒന്നിച്ച് എന്തോ വിളിച്ചുകൂവിക്കൊണ്ടിരുന്നു.

''എടോ ചാത്താ...''

''രാമോട്ട്യേ....''

''ചേക്കുട്ട്യേ...''

ചേക്കുട്ടിയുടെ ഉച്ചത്തിലുള്ള വചനങ്ങൾ മറ്റു ശബ്ദങ്ങളേറ്റു ചതഞ്ഞുപോയി.

പതിവായി ചൂട്ടുമേടിക്കാറുള്ള പലരും കടന്നുപോയ കൂട്ടത്തിലുണ്ടെന്ന് എരോമൻനായർ ചിന്തിച്ചു.

നിലയറ്റ, ക്രമം തെറ്റിയ വാക്കുകൾ കൂരിരുട്ടിനെ വെട്ടിവെളുപ്പിച്ചു.

അവരെന്തിനെക്കുറിച്ചാണ് സംസാരിക്കുന്നതെന്ന് എരോമൻനായർക്കു പിടികിട്ടിയില്ല. ഒച്ചയുണ്ടാക്കി അദൃശ്യവും അജ്ഞാതവുമായ ഒരു ശത്രുവിനെ അവർ ആട്ടിയകറ്റുകയാണെന്നു തോന്നി.

വഴിനീളെ അലഞ്ഞുനടന്ന പേപ്പട്ടികളുടെ കാലമുണ്ടായിരുന്നു.

ഗ്രാമത്തെ കൊന്നൊടുക്കിയ ഒരു നടപ്പുദീനമുണ്ടായിരുന്നു.

അന്നൊന്നും നടക്കുന്ന കാലുകളെ മറന്ന് ഇവർ പെരുമാറിയിട്ടില്ലല്ലോ.

എരോമൻനായർ പുക തുപ്പുന്ന മുട്ടവിളക്കിന്റെ മുമ്പിൽ നിന്നു കിഴക്കോട്ടു നോക്കി.

ഇന്നത്തെ രാത്രി അവസാനിക്കുകയില്ലെന്നു തോന്നി.

ഗ്രാമത്തിലെ പൂങ്കോഴികൾ വസന്ത ബാധിച്ചു ചത്തുപോയി.

പേടിപ്പെടുത്തുന്ന നിശ്ശബ്ദതയിൽ ഒരു പൊട്ടിത്തെറിയെന്നോണം ആരവമുയർന്നു. കിഴക്ക് അനേകം സൂര്യന്മാരുദിച്ചപോലെ വെളുത്തിരിക്കുന്നു.

കരിഞ്ഞ മണം ഉയരുന്നു. ആയുധങ്ങൾ കലമ്പി.

കവലയിലെ കെട്ടിടങ്ങൾക്കു തീപ്പറ്റിയെന്നു തോന്ന്ണു. ഭവാനി വിറയ്ക്കുന്ന കൈകൾ എരോമൻനായരുടെ ചുമലിൽ ഉറപ്പിക്കാൻ ഒരു ശ്രമം നടത്തി.

ഇരുട്ടിനെ പിളർന്ന് ഇരുണ്ടരൂപങ്ങൾ പാഞ്ഞുപോയി ആയിരം പന്തങ്ങൾ ആകാശത്തിലേക്കുയരുന്നു.

''ആരോ കടകൾക്കു തീവെച്ചു.''

''ആരോ ബസ്സിനു തീവെച്ചു.''

പെയ്യാൻ നിന്ന മീനക്കാറുകൾ ദഹിച്ചുതീർന്നു. ആകാശം ചാരം കുമിഞ്ഞൊരു ചിതപോലെ കാണപ്പെട്ടു. കിരാതദാസ് കത്തിച്ചുപിടിച്ചൊരു പന്തവുമായി ഒരു കൊള്ളിയാൻപോലെ ഇരുട്ടിൽ പൊലിഞ്ഞുപോയി. എരോമൻനായർ തലതാഴ്ത്തി അകത്തേക്കു നടന്നു.

■

വഴികൾ

അവിചാരിതമായി പെയ്ത വേനലിലെ മഴ. മനയുളവാക്കിയ വിങ്ങൽ. തനിക്കുചുറ്റും ആവി പൊങ്ങുന്നു. ചെടിപ്പടർപ്പുകളിൽ നിന്ന്. അടിയിലൊരിറ്റു വെള്ളത്തെ അടക്കിപ്പിടിച്ചു പുണരുന്ന തോടിന്റെ വരണ്ട ഹൃദയത്തിൽനിന്ന്. ടാറിട്ട റോഡിന്റെ ഓരങ്ങളിൽ അടിഞ്ഞു കിടക്കുന്ന പാതിനനഞ്ഞ മണ്ണിൽനിന്നും മേലും കീഴും അകത്തും വിങ്ങൽ.

പൂങ്കുലകൾ റോഡിന്റെ കഠിനമായ നെഞ്ചിൽ അടർന്നു വീണു കിടന്നു. പാതിതുറന്ന ചുണ്ടുകളോടെ കഴുത്തറ്റുവീണു കിടക്കുന്ന തുടുത്ത പൂക്കൾ അവയെ അരച്ചു കടന്നുപോകുന്ന മനുഷ്യർ. വാഹനങ്ങൾ.

പൂക്കളുടെ പതനം അവളെ നോവിപ്പിച്ചു. ഇത്ര വലിയ കാറ്റടിച്ചോ ഇന്നു പുലരുമ്പോൾ?

''പൂക്കളേ നിങ്ങൾ എന്റെ ഉള്ളിൽ ഉതിർന്നുവീണു കിടക്കുന്നു. എന്റെ മോഹങ്ങൾ, എന്റെ സ്വപ്നങ്ങൾ, എന്റെ ചൈതന്യത്തിന്റെ ആദ്യാങ്കുരങ്ങൾ.

പാതിനനഞ്ഞ മണ്ണിന്റെ ദാഹം വർദ്ധിക്കുന്നു. മണ്ണ് തന്നിൽ ഉണർന്ന ജീവാങ്കുരങ്ങളുടെ പ്രാണവായു വലിച്ചെടുക്കുന്നു. ചൈതന്യത്തിന്റെ, തണുപ്പിന്റെ കണികകൾ വെന്ത് ആവിയാവുന്നു.

കറുത്ത, കടുത്ത, പുറം മിനുത്ത, റോഡ്, മുമ്പിൽ അറ്റമില്ലാതെ നീണ്ടു, ഇടതിങ്ങിയ കെട്ടിടങ്ങളും ശോഷിച്ച സസ്യങ്ങളുടെ തുമ്പുകളും ചക്രവാളത്തെ മറച്ചു.

അവളറിയാതെ കാലുകളുടെ വേഗത വർദ്ധിച്ചു.

''എന്റെ ഈ വഴിയുടെ അവസാനം?''

''ഞാനെവിടെ എത്തും?''

''എന്നും ഞാനെന്റെ വിഡ്ഢിത്തത്തിന്റെ പായൽ നിറഞ്ഞ കല്ലുകളിൽ വഴുതിവീഴുന്നു. ഈ അസുലഭമുഹൂർത്തത്തിലും ഉഷ്ണം

സഹിക്കവയ്യാതെ, പുറത്ത് പൂഴിപ്പരപ്പിലെ മരീചികകളിലേക്കു നോക്കി, വരാനിരിക്കുന്ന മഴയെക്കുറിച്ച് ഓർത്തപ്പോൾ സന്തോഷിച്ചു. രോമാഞ്ച മണിഞ്ഞു. ഇതാ വേനൽ അവസാനിക്കാറായി.

അമ്പലപ്പറമ്പിലെ പാറക്കെട്ടിന്റെ ഉച്ചിയിൽ, ആകാശത്തിന്റെ തെക്കെ കോണിൽ, കാലവർഷാരംഭത്തിന്റെ സ്വർണ്ണരേഖകൾ.

എന്നിട്ടിപ്പോൾ...

വേനലിന്നും വർഷത്തിനുമിടയ്ക്കുള്ള സന്ധ്യയുടെ വേദന, പിറവിയുടെ വേദന, സ്നേഹം ദുഃഖമാണ്. ദുഃഖം മാത്രം. ഈ ദുഃഖ ത്തിന്റെ പിറവിക്കുവേണ്ടി ഇത്രയും വർഷങ്ങൾ ആകാംക്ഷയോടെ കാത്തിരുന്നതെന്തിനെന്ന് അവൾക്ക് അത്ഭുതം തോന്നി.

അവളുടെ നെഞ്ചിടിക്കാൻ തുടങ്ങി. അറ്റമില്ലാത്ത പാതയിൽ ചെറിയ ചെറിയ തുണ്ടുകൾ പിൻതള്ളി മുന്നോട്ടു നീങ്ങി.

വഴി തെറ്റിയോ?

തെറ്റേണ്ട കാര്യമില്ല.

ആരോടും ചോദിക്കേണ്ട.

എല്ലാം വിശദമാണ്. വിജനമായ ഒരു തിരിവ്. വലത്തോട്ട്. അങ്ങേ അറ്റത്ത് തളിർക്കുകയോ പൂക്കുകയോ ചെയ്യാത്ത ഒരു കൂറ്റൻ വൃക്ഷം. പേരറിഞ്ഞുകൂടാത്ത വൃക്ഷത്തിന്റെ പരുക്കൻ മുഖം. ഇരുണ്ട പടർപ്പു കളിൽ കൂടുകൂട്ടിയിരിക്കാവുന്ന ജന്തുക്കൾ ചില്ലകളെ ചലിപ്പിച്ചു. വൃക്ഷത്തിന്റെ ഇരുണ്ട മുഖത്തിന്നുകീഴെ മുനിഞ്ഞുനില്ക്കുന്ന ദൈവം. ദൈവത്തിന്റെ മുന്നിൽ ഭണ്ഡാരം. ഭണ്ഡാരത്തിനുമീതെ ഞാന്നുകിട ക്കുന്ന മാറാലകൾ. മാറാലകളിൽ കുടുങ്ങി പിടയുന്ന ഒരു പ്രാണി, ഭൂമിയുടെ ചതുപ്പിൽ വീണ് മോക്ഷം കിട്ടാത്ത ഒരു പഴുത്ത ഇല.

അതെ ഇതുതന്നെ. തെറ്റീട്ടില്ല.

വളപ്പിൽ മറ്റനേകം വൃക്ഷങ്ങളുണ്ട്. ചെറിയ, മരങ്ങൾ, പറമ്പിന്റെ നടുവിൽ കൂടി ഒറ്റയടിപ്പാത, കാലികൾ മേഞ്ഞുനടക്കുന്ന വെളി മ്പറമ്പിലെ ഒറ്റയടിപ്പാതയിലൂടെ നടക്കുമ്പോൾ അവൾ ഓർത്തു.

ജീവിതത്തിൽ ഒരിക്കലെങ്കിലും കണ്ടിട്ടില്ലാത്ത വഴിയിലൂടെ നീ എത്ര എളുപ്പം നടക്കുന്നു.

അവൾ ഒഴുകുകയായിരുന്നു. തീരങ്ങൾ അവളിൽ അലിഞ്ഞു ചേർന്നു. ഒഴുകുന്തോറും വറ്റിവരണ്ടുപോകുന്ന ഒരു പുഴയാണു താനെന്ന് അവൾക്കു തോന്നി.

വൃക്ഷങ്ങൾ ആയിരം കണ്ണുകൾ മിഴിച്ച് അലിവോടെ നോക്കുന്നു.

ഞാൻ വരുന്നെന്നു പറയൂ. നിങ്ങളുടെ മർമ്മരങ്ങളിൽ അദ്ദേഹ ത്തിന്റെ നിശ്വാസം അലിഞ്ഞുചേർന്നിട്ടില്ലേ? വരണ്ടുണങ്ങി ഇല്ലാതാവും

മുമ്പ് ഞാനെന്റെ അഴിമുഖത്ത് എത്തട്ടെ. എന്റെ മോഹങ്ങളുടെ, ദാഹങ്ങളുടെ പ്രതീക്ഷകളുടെ ഉൽക്കണ്ഠകളുടെ, ആനന്ദത്തിന്റെ, ദുഃഖത്തിന്റെ അഴിമുഖത്ത് ഞാൻ അലിഞ്ഞുചേരട്ടെ. ഈ ഒഴുക്കിൽ ഉതിർന്നുവീഴുന്ന തീരങ്ങളുടെ ഒരു മണൽത്തരിയായി, ഇവിടെ തകർന്നടിയുന്ന തിരമാലകൾ കാറ്റിൽ വിതറുന്ന ഒരു ജലകണികയായി. ഇവിടന്ന് ഉയർന്നുപോകുന്ന മേഘങ്ങളുടെ ഒരു ബാഷ്പബിന്ദുവായി, ഈ തീരങ്ങളിൽ വരളാതെ നില്ക്കുന്ന പച്ചിലപ്പടർപ്പുകൾ ഒരു ഹരിതബിന്ദുവായി എന്റെ പ്രാണൻ രൂപം പ്രാപിക്കട്ടെ. എന്നെ സ്വീകരിക്കൂ. എനിക്കിനി തിരിച്ചൊഴുകാൻ വയ്യ.

അവൾക്ക് തീരെ ശങ്ക തോന്നിയില്ല. അവൾ പടി കയറി. വെളുത്ത മണൽപരപ്പിൽ തരിശിൽ എടുത്തുവച്ചപോലിരിക്കുന്ന ഒരു കൊച്ചു വീട്. വെള്ളമണലിൽ മായാത്ത ഈർക്കിലിപ്പാടുകൾ.

ഇവിടെ ജനവാസം ഇല്ലേ?

ഒരു തുണ്ട് കടലാസ്സ്? ഒരു പാദമുദ്ര? പഴുത്തുവീണ ഒരില? ഒരൊഴിഞ്ഞ സിഗരറ്റുകൂട്...

പാതി അടഞ്ഞുകിടന്ന പൂമുഖവാതിൽക്കൽ കാത്തുനിൽക്കുന്ന കണ്ണുകളില്ല. അസ്വസ്ഥതയുടെ ഹൃദയമിടിപ്പില്ല. നിർവികാരമായ നിശ്ശബ്ദത.

അവൾ നടുങ്ങി.

ചെരിപ്പഴിച്ചുവയ്ക്കുമ്പോൾ മണൽത്തരികൾ കരഞ്ഞു. കർട്ടൻ നീക്കി ഒരു മുഖം എത്തിനോക്കി.

അമ്മ! അതേ കണ്ണുകൾ അതേ ഭാവം,

ചുണ്ടുകളുടെ കോണിൽ മറഞ്ഞുനില്ക്കുന്ന ഒരു പുഞ്ചിരിയുടെ തുമ്പ്.

അവൾ മുഖം തിരിച്ചു. വയ്യ. തനിക്കിത് കാണാൻ വയ്യ. ഈ നോട്ടം. അതെന്നെ ദഹിപ്പിക്കുന്നു.

''എവിടുന്നാ?'' രൂപസാമ്യവുമായി ഒരു ബന്ധവുമില്ലാത്ത സ്വരം. സ്നേഹവും ദുഃഖവും ഇഴുകിച്ചേർന്ന ഒരു തരം സ്വരത്തിൽ അവർ ചോദിച്ചു.

''ആരാ?''

അവൾ പറഞ്ഞു.

''വിമല.''

''അവൻ പറഞ്ഞിരുന്നു. വരൂ അകത്തുവരൂ. ഈ വെയിലത്തിങ്ങനെ നിൽക്കാതെ. ഇപ്പോ വരുംന്ന് നിരീച്ച്ല്യ, അവനൊട്ടു പറഞ്ഞും ഇല്ല്യ.''

അവൾ ചിരിക്കാൻ ശ്രമിച്ചു.

ഇടുങ്ങിയ ഒരു മുറി അറ്റത്തു കട്ടിൽ. ഇടുക്കിൽ ഈസിച്ചെയർ. ചുമരിൽ ഹാംഗർ. ഹാംഗറിൽ കുപ്പായം. ആ വലിയ മനുഷ്യന് ഇതിനകത്ത് ഇനി സ്ഥലമെവിടെ?

അവർ പറഞ്ഞു.

''തീരെ സ്ഥലല്യ. ഞങ്ങൾ രണ്ടാളുംതന്നെ കഷ്ടിച്ചു കഴിഞ്ഞു കൂടാ. ഇനി കുറച്ചു വലിയൊരു വീടെടുക്കണം.''

''അതെയതെ. വലിയവീട്.'' വാതിൽ മലർക്കെ തുറന്നു.

''അമ്മേടെ വിചാരം വിചാരിച്ചാ അന്നേരം വീട് കിട്ടുംന്നാ.''

''ഓ! വന്നോ. ഞാൻ വിചാരിച്ചു, പതിവുപോലെ സർക്കീട്ട് കഴിഞ്ഞ് വൈകുന്നേരം ഊണു കഴിക്കാനെത്ത്വാന്ന്.''

''ഇന്നു വിരുന്നുകാരുണ്ടല്ലോ.''

''എന്നിട്ട് നീ പറഞ്ഞോ?''

''ഞാനറിഞ്ഞില്ല.''

അതെ നിങ്ങളറിയില്ല. ഞാൻ വലിഞ്ഞുകയറി വന്നതല്ലെ. വരണം എന്നുദ്ദേശിച്ചില്ലെങ്കിൽ എന്തിന് വഴിപറഞ്ഞു തന്നു? ഒരു ദിവസം വരൂ എന്നു പറഞ്ഞു. എന്നോടെന്തിന് വെറുംവാക്ക്?

അമ്മയുടെ മുമ്പിൽ താൻ ചെറുതാവുന്നപോലെ അവൾക്കു തോന്നി.

വരുമെന്നറിഞ്ഞില്ല.

മനസ്സ് ചോദിക്കുന്നു,

ഇപ്പോഴോ?

അവൾ ഇരുവരുടേയും മുഖത്തു നോക്കിയില്ല. ജനലിന്നപ്പുറം തരിശുപറമ്പിന്റെ അതിർത്തിയിൽ നില്ക്കുന്ന കിഴവൻ തെങ്ങുകളെ നോക്കി. ഒരു തണൽപോലും ഇല്ലാത്ത ശോഷിച്ച തെങ്ങുകൾ.

അമ്മ അടുക്കളയിലേക്ക് പോയി.

അവർ മേശപ്പുറത്തെ മാസിക വെറുതെ മറിച്ചുനോക്കി. കൈയിലെ തൂവാല പലവട്ടം മടക്കുകയും നിവർത്തുകയും ചെയ്തു. തരിശുപറമ്പിൽ വീഴുന്ന നേർത്ത നിഴലുകൾക്കു രൂപം നൽകാൻ ശ്രമിച്ചു. മുഖമുയർത്താൻ മാത്രം അവൾക്കു കഴിഞ്ഞില്ല.

''നിങ്ങൾ നില്ക്കുന്നതെന്ത്? ഇരിക്കൂ. അതാ അവിടെത്തന്നെ ആ ചാരുകസേരയിൽ.''

''നിങ്ങൾ?''

''എന്നെ ഒരിക്കലെങ്കിലും, ജീവനില്ലാത്ത ആ പദംകൊണ്ട് വിളിക്കാതെ. ഞാൻ വിമലയാണ്. അങ്ങയുടെ ചുണ്ടുകൾ അതുച്ചരിക്കുന്നതു കേൾക്കാൻ കാത്തിരിക്കുന്ന അഹല്യ മോക്ഷത്തിനുവേണ്ടി കാത്തിരിക്കുന്ന കല്ല്. വിളിക്കൂ. ഒരിക്കൽ, ഒരിക്കലെങ്കിലും. ഞാനുണരട്ടെ.

നിശ്ശബ്ദത ഒരിരുമ്പുമറപോലെ അവർക്കിടയിൽ തൂങ്ങിനിന്നു. അതവളെ ഞെക്കിഞെരുക്കി ശ്വാസം മുട്ടിച്ചു. ഒരു നിമിഷം ഇനിയവിടെ ഇരിക്കാൻ വയ്യെന്ന് അവൾക്കു തോന്നി, അവൾ എണീറ്റു.

ജനാലയ്ക്കൽനിന്ന് പുറത്തെ ശൂന്യതയിലേക്ക് നോക്കുകയായിരുന്ന ചെറുപ്പക്കാരൻ മുഖം തിരിച്ചു. ഒരു നിമിഷം അയാൾ പതറി. അതു കാണിക്കാതിരിക്കാൻ അയാൾ ചോദിച്ചു:

''നിങ്ങളെപ്പോഴാ വന്നത്?''

അവൾക്ക് ആ അവസ്ഥയിലും ചിരി വന്നു.

ഞാനിന്നലെ വന്നു. അല്ല, മിനിഞ്ഞാന്ന്. ഒരാഴ്ചയോ, ഒരു മാസമോ, ഒരു കൊല്ലമോ ആവട്ടെ. അതിലെന്തിരിക്കുന്നു? എന്തിന് ഈ ചോദ്യം? ആർക്കുവേണ്ടി?

സ്വയം തിരുത്താൻ അയാൾ പറഞ്ഞു.

''ഇന്ന് ആപ്പീസിൽ പോയില്ല, അല്ലേ?''

''ഇന്നു ഞായറാഴ്ചയാണ്.''

''ഓ! ഞാനതു മറന്നു.''

''മറക്കും. ഞാനിവിടെ ഇരിക്കുന്നതുതന്നെ മറക്കും. എന്നെ കണ്ടതും പരിചയപ്പെട്ടതും മറക്കും. എന്നെ സംബന്ധിച്ച എല്ലാം മറക്കും. പക്ഷേ, ബോധപൂർവ്വമായ ഈ മറക്കലിൽ അങ്ങെന്നെ ഓർമ്മിക്കും. അതെനിക്കറിയാം.''

''വഴി ചോദിക്കേണ്ടിവന്നോ?''

''പറഞ്ഞുതന്നിരുന്നല്ലോ.''

''ആരെയെങ്കിലും തുണ കൂട്ടാമായിരുന്നില്ലേ?'' അയാൾ വളരെ ദൂരെ, കണ്ണാടിച്ചില്ലുകൊണ്ട് നിർമ്മിച്ച ഒരു കൂട്ടിന്നകത്തുനിന്നാണ് പറയുന്നതെന്ന് അവൾക്കു തോന്നി. ശബ്ദമില്ലാത്ത വാക്കുകൾ. ചുണ്ടുകളുടെ ചലനം മാത്രം.

അവൾക്ക് ശ്വാസംമുട്ടുന്നതുപോലെ തോന്നി. നിശ്ശബ്ദതയുടെ കയത്തിൽനിന്ന് ഊളിയിട്ടു പൊങ്ങാൻ അവൾ സർവ്വശക്തിയും പ്രയോഗിച്ചു

''ഈ ഫയലുകളൊക്കെ നോക്കാനുള്ളതാണോ?''

‘‘അതെ. കൊണ്ടുവന്നതുപോലെ ഇരിക്കുന്നു.’’

‘‘തീർക്കേണ്ടെ.’’

‘‘തീർക്കണം.’’

അറ്റുവീഴുന്ന സംഭാഷണത്തിന്റെ തുമ്പുകൾ ശൂന്യതയിൽ തൂങ്ങിക്കിടന്നു. തീപ്പിടിച്ച കയറിന്റെ അറ്റങ്ങൾപോലെ. നീറിക്കൊണ്ടിരിക്കുന്ന നിശ്ശബ്ദത.

‘‘ഇന്നു വരുമെന്ന് ഓർത്തില്ല.’’

‘‘എന്നു വന്നാലും ഇതു പറയാം.’’

അവൾക്ക് തന്റെ അവസ്ഥ അതിവിചിത്രമായിത്തോന്നി. രണ്ടു പ്രദേശങ്ങളിൽ, തികച്ചും വ്യത്യസ്തമായ രണ്ടു മണ്ഡലങ്ങളിൽ ജനിച്ചുവളർന്നവർ. ഈ പുരുഷൻ തന്റെ ആരാണ്? ജന്മാന്തരങ്ങളിലൂടെ നീണ്ടുനിന്ന അദൃശ്യമായൊരു ചങ്ങല തന്നെ ഈ പുരുഷനുമായി വിളക്കിച്ചേർത്തിട്ടില്ലെ?

വെറും തോന്നലല്ല.

ആദ്യനിമിഷത്തിൽ ആ ശക്തിയുടെ വീചികളുണ്ടായിരുന്നു. നിരത്തിലൂടെ തിരക്കേറിയ പ്രഭാതങ്ങളിൽ അവിരാമം ഒഴുകുന്ന ജനങ്ങൾക്കിടയിൽ, ഇദ്ദേഹത്തെ, ഇദ്ദേഹത്തെമാത്രം താൻ തിരിച്ചറിഞ്ഞതെന്തുകൊണ്ട്? ഒരു നിമിഷത്തിന്റെ വൈദ്യുതി. ചിരകാലവിരഹത്തിന്നുശേഷം കണ്ടെത്തിയതിന്റെ ആത്മവിസ്മൃതി. അകന്നുപോയിട്ടും തിരിഞ്ഞുനോക്കി. തിരിച്ചറിഞ്ഞു.

എന്തിന്?

എന്തിന് നമ്മൾ കണ്ടെത്തി?

കാലപ്രവാഹത്തിലെ രണ്ടു കുമിളകൾ മാത്രമായ നാമെന്തിന് അടുത്തു?

ഈ ദുഃഖം അനുഭവിപ്പിക്കാനോ?

‘‘എനിക്ക് നിങ്ങളോട് സംസാരിക്കാനുണ്ട്.’’

അവൾ ആ മുഖത്തേക്ക് തറഞ്ഞുനോക്കി.

സംസാരിക്കാം.

ഇപ്പോഴോ?

എപ്പോൾ വേണമെങ്കിലും.

അവർ ഒരു നിമിഷം മുഖത്തോടുമുഖം നോക്കിനിന്നു. അവൾ ആലോചിച്ചു.

ഈ മുഖംമൂടിയുടെ ഉള്ളിൽ എന്താണുള്ളത്?

ദുഃഖത്തിന്റെ നിഴൽവീശിയ ആ മിഴികളുടെ, മുപ്പത്തഞ്ചിനുമുമ്പ് നരയ്ക്കാൻ തുടങ്ങിയ തലമുടിയുടെ, അസ്വസ്ഥമായി ചലിച്ചുകൊണ്ടിരിക്കുന്ന കൈകളുടെ, പുറകിൽ തുടിക്കുന്ന ഹൃദയത്തിൽ ഒളിച്ചുവച്ചിരിക്കുന്നതെന്താണ്?

വിഷത്തിന്റെ ഒരു തുള്ളി. വഞ്ചന-

അല്ല-അല്ല-അല്ല- മനസ്സ് പറഞ്ഞു.

അമ്മ രണ്ടുകയ്യിലും കാപ്പിഗ്ലാസുകളുമായെത്തി.

''തിന്നാനൊന്നും തരണില്ല്യ. ഉണ്ണാറായിത്തുടങ്ങി.''

''ഊണോ?'' അവൾ എണീറ്റു.

''ഞാനിപ്പോൾ പോകും.''

''അതു പറ്റില്ല. ഹോസ്റ്റലിലെത്തുമ്പോൾ ഊണിന്റെ സമയം തെറ്റും.''

ചെറുപ്പക്കാരൻ അവളുടെ മുഖത്തുനോക്കി. അഭ്യർത്ഥനയുടെ നോട്ടം. അതെങ്കിലും സ്വീകരിക്കൂ. ഊണ്. ഒരു വെറും ഊണ്.

ഇതിന്നൊ ഞാൻ വന്നത്?

പുറത്തു വെയിലിന്ന് ശക്തികൂടി. മണൽപ്പരപ്പ് ചുട്ടുപഴുത്ത് ഓരോ മണൽത്തരിയും ഓരോ അഗ്നിശലാകയായി. ചുടുന്ന മണൽപ്പരപ്പിൽ നിന്ന്, ശുഷ്കിച്ച തലകളുള്ള തെങ്ങുകൾ വേദനയോടെ പുളഞ്ഞു. ഞരങ്ങി.

നിശ്ശബ്ദമായ വീട്ടിന്റെ മൂലയ്ക്കുള്ള അടുക്കളയിൽനിന്നും ഒറ്റപ്പെട്ട ശബ്ദങ്ങൾ. രാത്രിയുടെ നിശ്ശബ്ദതയിലൂടെ അടർന്നു വീഴുന്ന മഞ്ഞുതുള്ളികളുടെയെന്നപോലെ അതിമൃദുവായ ചലനങ്ങൾ...

വരാന്തയുടെ രണ്ടരികുകളിൽ നിവർത്തിയിട്ട പായിൽ ഉണ്ണാനിരുന്നു.

അമ്മ പറഞ്ഞു,

''ഇത്രയേ സൗകര്യമുള്ളൂ. ഇനി ഉണ്ടാവണം. ഇപ്പോൾ ഞങ്ങൾ രണ്ടാളല്ലേ ഉള്ളൂ.''

''നാളേയ്ക്ക് നാലാവുമായിരിക്കും.'' മകൻ ചിരിച്ചു.

''നീ ചിരിച്ചോ. മറ്റെന്തിനെങ്കിലും നിന്നെ കൊള്ളുമോ? വയസ്സിത്ര ആയില്ലേ?''

''അമ്മയുടെ നോട്ടം ഉണ്ടല്ലൊ.''

''ഞാൻ വരുമ്പൊ നിന്റെ കോലം എന്തായിരുന്നു.''

അവൾ കേട്ടു. ഉണ്ണാൻ കഴിഞ്ഞില്ല. തല ഉയർത്താതെ പാത്രത്തിലെ വറ്റുകൾ അങ്ങോട്ടും ഇങ്ങോട്ടും നീക്കിയിട്ടു.

‘‘അല്ലാ നിങ്ങൾ ഉണ്ണാത്തതെന്ത്?’’

അമ്മ മകന്റെ നേരെ നോക്കി.

‘‘എന്താ, അവൾക്ക് പേരില്ലേ? നെന്റെ എത്ര താഴെയാ അവള്? കണ്ടാലറിഞ്ഞുകൂടേ.’’

മകൻ ഗൂഢമായി ചിരിച്ചു.

‘‘അമ്മ ഇപ്പഴും ദൂരെ നാട്ടിൻപുറത്താ. നഗരം അമ്മയ്ക്കറിഞ്ഞുകൂടാ.’’

‘‘അത്ര അറിഞ്ഞാ മതി. പതിന്നാല് കൊല്ലം നീ അറിഞ്ഞ ഗുണം ഞാൻ കാണുന്നുണ്ട്.’’

‘‘പതിന്നാലു കൊല്ലം.’’

അവൾക്ക് ഏതാണ്ട് മനസ്സിലായിത്തുടങ്ങി.

പതിന്നാലുകൊല്ലം ജോലി ചെയ്തിട്ടും ഒരു കുടുംബം സ്ഥാപിക്കാൻ കഴിയാതിരുന്ന മനുഷ്യൻ. പതിന്നാലു കൊല്ലങ്ങളുടെ വസന്തം. നഷ്ടപ്പെടുന്ന വസന്തം...

അവൾ പെട്ടെന്നെണീറ്റു, ദുഃഖത്തിന്റെ ഒരു വേലിയേറ്റം തന്നെ വിഴുങ്ങുന്നത് അവളനുഭവിച്ചു. കൈ കഴുകാൻ കുറെ സമയം എടുത്തു.

അകത്ത് മകൻ മൗനമായി ഊണ് തുടർന്നു. അമ്മയുടെ ചോദ്യങ്ങൾക്ക് ഏകാക്ഷരത്തിലുള്ള മറുപടികൾ.

അവൾ കാത്തിരുന്നു.

താനെന്തിന് ഇരിക്കുന്നു എന്നവൾ ചിന്തിച്ചില്ല.

പുറത്ത് പരന്ന പൂഴിപ്പറമ്പിൽ മരീചികയുണർത്തിയ വെയിലിന്റെ ഓളങ്ങൾ.

അകലെ... അകലെ... അകലെ... ആ വെള്ളം എനിക്ക് വിധിക്കാത്തതാണ്.

എന്റെ തൊണ്ട വരണ്ടിരിക്കുന്നു.

എന്റെ കാഴ്ച മങ്ങുന്നു.

ദൈവമേ, എന്നെ കൊന്നുകളയൂ.

എനിക്ക് വയ്യ. ഈ ദുഃഖം എന്നെ ശ്വാസംമുട്ടിച്ചു വിഴുങ്ങുന്നു. എന്തിന്ന് ഞാനിതിന്റെ ഇരയായി? ഈ ഭൂമിയിൽ, എന്റെ ഏകാന്തമായ പാതയിൽ എത്രപേരെ ഞാൻ കണ്ടുമുട്ടി. കണ്ടു മറന്നുപോവുന്ന എത്രയെത്ര മുഖങ്ങൾ.

പക്ഷേ, ഈ മുഖം – ഇതുമാത്രം.

മറ്റൊന്നും താൻ കണ്ടില്ല.

ഒരു സ്വരവും കേട്ടില്ല.

ഒരു പാദപതനവും തിരിച്ചറിഞ്ഞില്ല. ഒന്നും തനിക്ക് കാണേണ്ടായിരുന്നു. കേൾക്കേണ്ടായിരുന്നു.

തിരിച്ചറിയേണ്ടായിരുന്നു.

തന്റെ കർമ്മബന്ധത്തിലെവിടെയോ, ഒരു കെട്ട് മുമ്പുതന്നെ വീണുകഴിഞ്ഞിരുന്നു.

ആ കെട്ട്, ഇതാ അഴിച്ചുമാറ്റാൻ ശ്രമിച്ച എന്നെയും കുരുക്കിയിരിക്കുന്നു. തടവിലാക്കിയിരിക്കുന്നു.

പിന്നിൽ കാലൊച്ച കേട്ട് അവൾ ഞെട്ടി. സാരിത്തുമ്പുകൊണ്ട് കണ്ണ് തുടച്ചു. മുഖവും കഴുത്തും തുടച്ചു. ജാലകത്തിന്നടുത്തേക്ക് നീങ്ങിനിന്ന അവളുടെ മുഖത്ത് ചുടുകാറ്റടിച്ചു.

വേനലിലെ മഴയ്ക്ക് എന്റെ മനസ്സിന്റെ ചിപ്പിക്കകത്തുവീണ ഒരു മണൽത്തരിയെ മുത്താക്കാൻ ശ്രമിച്ച ഞാനെന്തൊരു വിഡ്ഢി!

ചെറുപ്പക്കാരൻ പറഞ്ഞു.

''നിങ്ങൾ ഊണുകഴിച്ചില്ല.''

''അത്രയേ വേണ്ടൂ.''

''അതു പോരല്ലൊ. മറ്റൊരു വീട്ടിൽ വന്നാൽ...''

''ഉണ്ണാൻ അല്ലല്ലോ ഞാൻ വന്നത്...''

തന്റെ ധൈര്യത്തിൽ അവൾ വിസ്മയിച്ചു. ഹൃദയത്തിൽനിന്നു പിഴുതെറിയപ്പെട്ട വാക്കുകൾ. അവൾ ചുണ്ടുകൾ കടിച്ചമർത്തി. അനുസരണയില്ലാത്ത വാക്കുകൾ ഇനിയും തെറിച്ചുപോകാതിരിക്കട്ടെ.

''എനിക്ക് പോകാറായി.''

''ഇത്ര പെട്ടെന്നോ?''

''നിങ്ങളുടെ ധർമ്മസങ്കടം കണ്ടിട്ടാണ്. മുള്ളിന്മേലല്ലേ നില്പ്? ഞാൻ പോകാം.''

''വിമ...ലേ...'' അവൾ ഞെട്ടിത്തെറിച്ചു. അവിചാരിതമായിക്കേട്ട ഒരു ഇടിവെട്ട്.

വിമല... വിമല.... വിമ.... അതെ. ഞാൻ വിമലയാണ്. വിമല മാത്രം. അങ്ങയുടെ വിമല.

ഒരിക്കൽകൂടി എന്നെ അങ്ങനെ വിളിക്കൂ. ഞാൻ ശ്വസിക്കുന്ന വായുവിൽ, എന്റെ സ്വരത്തിൽ, എന്റെ ചിരിയിൽ എന്റെ കരച്ചിലിൽ, എന്റെ പ്രാണനിൽ അങ്ങ് നിറഞ്ഞു നില്ക്കുന്നു.

ഒരിക്കൽ-ഒരിക്കൽമാത്രം അങ്ങ് എന്നിലേക്ക് കടന്നുവരൂ. എന്നെ ആശ്വസിപ്പിക്കൂ. അനുഗ്രഹിക്കൂ. എന്നിൽ ലയിക്കൂ. അങ്ങയുടെ മുഖം എന്റെ ആത്മാവിൽ ഞാൻ പുനർസൃഷ്ടി നടത്തട്ടെ.

ഒരിക്കൽ ഞാൻ കണ്ടു. അങ്ങയുടെ മുഖം. അങ്ങയുടെ ചിരി. അങ്ങയുടെ ദുഃഖം വിടർന്ന മിഴികൾ...

എന്റെ ദുഃഖത്തെ നിലനിർത്താൻ, എന്റെ അസ്തിത്വത്തെ സ്ഥാപിക്കാൻ അങ്ങ് രൂപാന്തരം പൂണ്ട് എന്നിൽ വളരുന്നതു കാണാൻ.

നൈമിഷികമായ ചിത്രത്തിൽ ശബ്ദത്തിന്റെ ഒരു തീപ്പൊരി. ഞാൻ ഞെട്ടിയുണർന്നു.

അവനെവിടെ?

മുറിയിൽ നിറഞ്ഞുനില്ക്കുന്ന ഇരുട്ടിലേക്കു നോക്കി ഞാൻ നിശ്ശബ്ദം നിലവിളിച്ചു.

അവനെ എനിക്കു തരൂ.

തുറന്നിട്ട ജാലകത്തിന്നു പുറത്ത്, മങ്ങിയ വെളിച്ചത്തിൽ കറുത്തു തണുത്ത ഇലകൾ വിറച്ചു.

അങ്ങയുടെ ക്രൂരമായ പുഞ്ചിരി അവനെ എന്നിൽനിന്ന് ഒളിച്ചു വച്ചിരുന്നു.

വരൂ. ഒരിക്കൽ, ഒരിക്കൽ മാത്രം.

നിഴലുകളുടെ തണുത്ത ചിരി കേട്ട് ഞാൻ ഞെട്ടി.

പുറത്തെ ശൂന്യതയിലേക്കു നോക്കിനിൽക്കേ അവളുടെ കണ്ണു കളിൽ ദുഃഖത്തിന്റെ ഉറവകൾ കിനിഞ്ഞു. ഒരു നിമിഷംകൊണ്ട് നിറഞ്ഞൊഴുകി. ഒഴുക്കിൽ അവൾ അലിഞ്ഞില്ലാതായി. അവളുടെ അഭിമാനത്തിന്റെ കോട്ടകൾ തകർന്നു തരിപ്പണമായി.

പുറകിൽ തുടർച്ചയായ പാദപതനം; നിന്നു.

ഒരു നിമിഷം ചെറുപ്പക്കാരൻ സ്തംഭിച്ചുനിന്നു. ഒരു നിമിഷ ത്തേക്ക് അയാളുടെ ചുണ്ടുകളിൽനിന്ന് സഹിക്കവയ്യാത്ത ആ ചിരി യുടെ തിളക്കം മാഞ്ഞു.

''വി....മലേ...''

അവൾ ഞെട്ടി. അവളതു വിശ്വസിച്ചില്ല. വഞ്ചന,

''വിമലേ, നീ ദുഃഖിക്കേണ്ടിവരും.''

അവളുടെ ചുണ്ടുകൾ ചിരിച്ചു.

ഇതിലും വലിയ ഒരു ദുഃഖമോ?

''നീയെന്നെ ഇനിയും മനസ്സിലാക്കിയിട്ടില്ല.''

‘‘നുണ. വേണ്ടതിലധികം മനസ്സിലാക്കി. അതാണല്ലോ കുഴപ്പം.’’

അവളുടെ ശബ്ദം പുറത്തു വരാതിരുന്നപ്പോൾ അയാൾ തുടർന്നു.

‘‘വിമല പ്രതീക്ഷിക്കുന്നത് തരാൻ ഞാനശക്തനാണ്.’’

അവൾ ജനലഴികളിൽ അമർത്തിയിരുന്ന മുഖം ഉയർത്തി. തിരിഞ്ഞു നോക്കി.

‘‘നിന്റെ സ്നേഹം എന്റെ സ്നേഹമില്ലായ്മയെ തനിരൂപത്തിൽ എനിക്കു കാണിച്ചുതരുന്നു.

‘‘നാട്യം.’’

‘‘അല്ല.’’

‘‘അതെ! എനിക്കറിയാം. നിങ്ങൾ നിങ്ങളെത്തന്നെ വഞ്ചിക്കുന്നു. വഞ്ചനകൊണ്ടു നെയ്ത ഒരു മുഖംമൂടി നിങ്ങൾ ധരിച്ചിരിക്കുന്നു. അതിന്നകത്ത് രക്ഷനേടാമെന്ന് വ്യാമോഹിക്കുന്നു.’’

‘‘വിമലേ...’’

‘‘ക്ഷമിക്കൂ.’’

അവൾ കണ്ണുതുടച്ചു ജനലഴികളിൽ പിടിച്ചു പുറത്തേക്കു നോക്കി. ശുദ്ധശൂന്യമായൊരു മണൽപരപ്പ്-വളപ്പിന്ന് അതിരായി എന്നോ നട്ടിരുന്ന മുള്ളുനിറഞ്ഞ മയിലാഞ്ചി വളർന്ന് അതിരുകളെ അതിലംഘിച്ചു പറമ്പിന്റെ ഹൃദയഭാഗത്തേക്ക് കടന്നുവന്നിരുന്നു. ഉയർന്നുപോയ ഒരു വരണ്ട ചില്ലയിലിരുന്ന് ഒരു കിളി എന്തിനോ ചിലച്ചുകൊണ്ടിരുന്നു. അതിന്റെ ശബ്ദം ചുട്ടുപഴുത്ത ഒരു നേർത്ത ഇരുമ്പുകമ്പിയെ ഓർമ്മിപ്പിച്ചു. അവൾ മുഖം തിരിച്ചു.

‘‘ഞാൻ പോകുന്നു.’’ അവൾ പറഞ്ഞു.

‘‘പോകുന്നോ?’’ ഒരു ഞെട്ടലോടെ ചെറുപ്പക്കാരൻ ചോദിച്ചു. ചോദിക്കുകയായിരുന്നില്ല, വാക്കുകൾ അറിയാതെ തെറിച്ചുപോയതാണെന്നു തോന്നി.

അവൾ ചിരിക്കാൻ ശ്രമിച്ചു. നനഞ്ഞ കണ്ണുകളിൽ ദുഃഖം ഘനീഭവിച്ചു. അവൾക്കു ചിരിക്കാനോ മിണ്ടാനോ കഴിഞ്ഞില്ല. തലയാട്ടുക മാത്രം ചെയ്തു.

‘‘ഈ വെയിലത്ത്...’’

‘‘വെയിൽ സാരല്ല്യ.’’

‘‘വൈകുന്നേരം കാപ്പികുടിച്ചിട്ട്...’’

അവളുടെ മുഖത്തു നോക്കിയപ്പോൾ അതു പറയാൻ ചെറുപ്പക്കാരന് ധൈര്യമുണ്ടായില്ല.

അമ്മ അടുത്ത മുറിയിൽ കിടക്കുന്നു.

അവൾ വാതില്ക്കൽ ചെന്നുനിന്നു.

‘‘വേണ്ട, എണീക്കണ്ട. ഞാൻ പോട്ടെ.’’

അമ്മ എണീറ്റു. അവളുടെ തൊട്ടുമുമ്പിൽ വന്നു നിന്നു. ആ കണ്ണുകളിലെ അന്വേഷണഭാവത്തെ നേരിടാനുള്ള കരുത്തില്ല.

‘‘രണ്ടു വാക്ക് പറയാനുംകൂടി ഇടകിട്ടില്യ. അതിനുമുമ്പേ...’’

‘‘ഇനി വരുമ്പോൾ...’’

വരില്ലെന്ന് അവൾക്കു ബോധ്യമുണ്ടായിരുന്നു. അമ്മയ്ക്കും. ചുണ്ടുകൾ ചേർത്തടച്ച് അവർ മകന്റെ മുറിക്കു നേരേ നോക്കി.

‘‘കുട്ടാ...’’ അവരുടെ സ്വരം പരുഷമായിരുന്നു.

‘‘നീ കൂടെച്ചെന്ന് കുട്ട്യെ ബസ്സു കയറ്റിവിടൂ.’’

‘‘വേണ്ട. വേണ്ട. ഇതാ അവിടെയാണ് ബസ്സ്റ്റോപ്പ്. ഞാൻ തനിച്ചു പോവും. തനിച്ചാണല്ലോ വന്നത്.’’

* * *

ഒരാഴ്ചയ്ക്കുശേഷം ബസ്സ്റ്റോപ്പിൽ നില്ക്കുമ്പോൾ സന്തതചിര പരിചിതമായ സഹചാരിയായിപ്പരിണമിച്ചിരുന്ന, ആ കാലൊച്ച.

അവൾ സാവകാശത്തിൽ ഒന്നു മന്ദഹസിച്ചു.

‘‘ഒരു കാര്യം മറന്നു. അമ്മ പോകുമ്പോൾ പ്രത്യകം അന്വേഷിച്ചിരുന്നു.’’

‘‘ഞാനറിഞ്ഞു.’’

‘‘എന്ത്?’’

‘‘അമ്മ പോയത്.’’

‘‘എങ്ങനെ?’’

‘‘അമ്മ പോവുമെന്ന് എനിക്കറിയാമായിരുന്നു.’’

‘‘ഒരു കൊല്ലം ഇവിടെ താമസിക്കാം എന്നു പറഞ്ഞാണ് അമ്മ എന്റെ കൂടെ വന്നത്. അമ്മയുടെ നിർബന്ധംകൊണ്ടാണ് ഞാൻ ലോഡ്ജ് വിട്ടത്. വീട് വാടകയ്ക്കെടുത്തത്.’’

‘‘പണ്ടത്തെ മകനാണെന്ന് അമ്മ വിചാരിച്ചുകാണും.’’

ചെറുപ്പക്കാരൻ ഒന്നു നടുങ്ങി.

അയാൾക്കു പോകേണ്ട ദിക്കിലേക്കുള്ള പല ബസ്സുകൾ വന്നു. നിന്നു. ആളുകൾ ഇറങ്ങി. ഇറങ്ങുംമുമ്പ് കയറേണ്ടവർ കയറി. അയാൾ

മാത്രം കയറിയില്ല. അനങ്ങാനാവാതെ, മിണ്ടാനാവാതെ സ്വന്തം ചിന്തകളുടെ കമ്പിവേലിക്കകത്ത് അവർ നിന്നു. അവസാനം അവളുടെ ബസ്സ് വന്നു. സന്ധ്യ ഇരുട്ടുന്നത് അവൾ കണ്ടു. താൻ ഒറ്റയ്ക്കാണെന്ന് അവൾ ഓർത്തു. തനിക്കും ചുറ്റും നിയമങ്ങളുടെ നിരവധി വലകൾ ഉണ്ടെന്ന് അവൾ ഓർമ്മിച്ചു.അവൾ ബസ്സിൽ കയറി. ഓടുമ്പോൾ തിരിഞ്ഞുനോക്കി. അദ്ദേഹവും ബസ്സിൽ കയറുന്നുണ്ട്. പുറകെ വന്നുനിന്ന ഒരു ബസ്സിൽ. പക്ഷേ അതയാൾക്കു പോകേണ്ട സ്ഥലത്തേക്കുള്ളതല്ലെന്ന് അവൾക്കു മനസ്സിലായി. പിന്നെ? പഴുപ്പിച്ച ഒരിരുമ്പാണി ഹൃദയത്തിൽ ആണ്ടിറങ്ങുന്നു.

പട്ടണത്തിന്റെ വളഞ്ഞ വഴികൾ അവൾക്കജ്ഞാതമായിരുന്നു. ചെറുപ്പക്കാരൻ അവളേക്കാൾ മുമ്പേ എത്തേണ്ടിടത്തെത്തും എന്ന് അവളറിഞ്ഞില്ല. വേദന അവളെ കരണ്ടുകൊണ്ടേയിരുന്നു. ■

ചക്രം

നവവധുവുമായിനഗരത്തിലെത്തിയ ശിവന്നുവേണ്ടി സുഹൃത്തുക്കൾ ഒരു വീടൊരുക്കിവെച്ചിരുന്നു, അവർക്കു ചെയ്യാൻ കഴിയുന്ന ഏറ്റവും നല്ല പ്രവൃത്തി. വിവാഹം കഴിഞ്ഞ് ഒരു വർഷമായിട്ടും ഭാര്യയെ ജോലിസ്ഥലത്തേക്ക് കൊണ്ടുവരാതിരുന്നത് പറ്റിയ ഒരു വീടുകിട്ടാത്തതുകൊണ്ടാണെന്ന് ശിവൻ പറഞ്ഞിരുന്നു. അതിന്റെ പോരായ്ക തങ്ങൾക്കും കൂടിയാണെന്നു സുഹൃത്തുക്കൾ കരുതി.

ശിവനെ പുസ്തകങ്ങളുടെ തെരുവിൽനിന്ന് പിടിച്ചിറക്കിക്കൊണ്ടുവന്ന് വിവാഹം ചെയ്യിച്ചതിലും അവർക്കായിരുന്നു പ്രധാന പങ്ക്. സുഹൃത്തിനെ വീടില്ലാത്തവനായി വഴിമദ്ധ്യേ ഉപേക്ഷിക്കാൻ അവർ തയ്യാറായില്ല. പറ്റിയൊരു വീടിനുവേണ്ടി ശിവനേക്കാൾ കൂടുതൽ തിരഞ്ഞുനടന്നത് ഒന്നിച്ചു പന്ത്രണ്ടു കൊല്ലം ലോഡ്ജിൽ താമസിച്ചിരുന്ന സുഹൃത്തുക്കളാണ്. അതിലവർ വിജയിച്ചു.

കണ്ണമ്മാൾ തെരുവിലൊരു ഫ്ളാറ്റ്. ഗ്രൗണ്ട് ഫ്ളോർ. കൂട്ടുകാരുടെ കുടുംബങ്ങൾ ദൂരെയല്ല താമസിക്കുന്നത്.

അങ്ങനെ നാട്ടിൻപുറത്തെ ദുസ്സഹജീവിതത്തെക്കുറിച്ചു നിരന്തരം കത്തുകളെഴുതി തന്നെ പീഡിപ്പിച്ചുകൊണ്ടിരുന്ന പ്രിയപത്നിയെ ശിവൻ നഗരത്തിലേക്ക് കൊണ്ടുവന്നു.

ഫ്ളാറ്റിനെക്കുറിച്ച് പ്രേമയ്ക്ക് മതിപ്പുതോന്നി. വിവാഹിതരായി ബോംബെയ്ക്കു പോയ തന്റെ കൂട്ടുകാരികൾ മൂന്നുപേർക്കും ഇത്തരമൊരു ഫ്ളാറ്റിൽ താമസിക്കാനുള്ള ഭാഗ്യമുണ്ടാവില്ല. ഒറ്റ മുറിയിലാണവർ കുടുംബം പുലർത്തുന്നത്. വയ്പും തീനും കിടപ്പും അതിഥികളെ സ്വീകരിക്കലും ഒരേ മുറിയിൽ. അതെന്തൊരു ജീവിതം!

അടുത്തുതന്നെ ചന്തയുണ്ട്. മാർക്കറ്റുണ്ട്. പൂക്കടയും ഭജന കോവിലുമുണ്ട്. ഒരു തെരുവുകൂടി തിരിഞ്ഞാൽ മൈതാനം. മൈതാനത്തിൽ എക്സിബിഷൻ. സർക്കസ് കൂടാരം. എല്ലാത്തിന്നുമുപരി

പ്രേമയുടെ ഉള്ളം കുളിർപ്പിച്ചത് പടിവാതിൽക്കൽ എണ്ണമറ്റ മാസികകളുടെ വർണമാലകൾ ഞാത്തിയിട്ട പെട്ടിക്കടയാണ്.

നാട്ടിലെ നഴ്സറിസ്കൂൾ അദ്ധ്യാപികയുടെ സ്ഥാനം രാജിവെച്ച് ഇങ്ങോട്ടുപോരാൻ തോന്നിയത് എത്ര നന്നായി. അവൾ സ്വയം അഭിനന്ദിച്ചു. ശിവേട്ടന്റെ ചെലവ് ശമ്പളത്തിലൊതുങ്ങാതാവും എന്ന് അമ്മായിയമ്മ സൂചിപ്പിച്ചിരുന്നു. വിവാഹം കഴിഞ്ഞു നാട്ടിൽ താമസിക്കുന്നത് ഒരു കുറച്ചിലായി അവൾക്കു തോന്നി. ഹോട്ടൽ ഭക്ഷണം മകന്റെ ആരോഗ്യത്തെ നശിപ്പിച്ചു തുടങ്ങുന്നു എന്നാലോചിച്ചപ്പോൾ അമ്മ പൂർണസമ്മതമരുളി.

ആദ്യത്തെ രണ്ടാഴ്ചകളിൽ ഗൃഹജോലികളെക്കുറിച്ച് അവൾ ചിന്തിച്ചതേയില്ല. നഗരത്തിൽ എന്തെന്തു കാഴ്ചകൾ! ഇതിനുമുമ്പിൽ താൻ ജനിച്ചുവളർന്ന കൊച്ചുപട്ടണം ഒരു കളിക്കോപ്പുപോലെ ചെറുതാണെന്ന് അവൾക്കു തോന്നി.

എല്ലാ നവവധൂവരന്മാരും ചെയ്യുമ്പോലെ അവർ മൃഗശാലയും പാർക്കുകളും മ്യൂസിയവും നക്ഷത്രബംഗ്ലാവും വിസ്തരിച്ചു കണ്ടു. മ്യൂസിയത്തിൽ റാണിമാരുടെ പഴയ അന്തഃപുരത്തിൽ ഒരു ദിവസം മുഴുവനും ചെലവഴിച്ചാലും മതിവരുകയില്ലെന്ന് അവൾക്കു തോന്നി. പക്ഷേ ശിവന് ഈ വക കാര്യങ്ങളിൽ ഒരു താല്പര്യവുമില്ല. അവളെ പരിചയക്കാർക്കൊപ്പം ചുറ്റാൻ വിട്ട് അയാൾ പ്രവേശനദ്വാരത്തിലെ ബുക്സ്റ്റാളിനു മുമ്പിൽ പുസ്തകങ്ങൾ മറിച്ചു നോക്കിക്കൊണ്ടു നിന്നു.

മ്യൂസിയം ഒരു വട്ടം കറങ്ങി തിരിച്ചു പടിവാതിൽക്കലെത്തിയ അവളുടെ കൈനിറയെ കൗതുകവസ്തുക്കൾ കണ്ട്, തിരഞ്ഞെടുത്തുവെച്ചിരുന്ന പുസ്തകം ശിവൻ കടക്കാരന്റെ കൗണ്ടറിൽ തിരികെ വെച്ചു.

''ഇപ്പോൾ വേണ്ട, അടുത്ത ദിവസം മേടിച്ചോളാം.''

''മറ്റാരെങ്കിലും മേടിച്ചുപോകും.'' കടക്കാരൻ ഓർമ്മിപ്പിച്ചു.

ഭർത്താവ് ഇത്ര കൊതിയോടെ മറിച്ചുനോക്കിക്കൊണ്ടിരുന്ന പുസ്തകമെന്തെന്നറിയാനുള്ള ആർത്തിയോടെ പ്രേമ അതെടുത്തു മറിച്ചുനോക്കി. പുറംചട്ടയില്ല. ആദ്യത്തെ പേജുകളില്ല. തൊട്ടാൽ പൊടിയുന്ന പരുവം. അവളതു പഴയ സ്ഥാനത്തു വെച്ചു. തന്റെ പ്രിയപ്പെട്ട 'ക്യൂറി'യോകളെ മാറോടു ചേർത്തു.

നഗരത്തിൽ താമസമാക്കി മാസം രണ്ടു കഴിഞ്ഞിട്ടും കുടുംബസമേതം ഹോട്ടലിൽ ഉണ്ണാൻ പോകുന്ന ശിവനോട് കൂട്ടുകാരൻ രമേഷ് പറഞ്ഞു:

''മതിയെടോ മധുവിധു. രണ്ടു പാത്രങ്ങൾ മേടിച്ചു വീട്ടിൽ അരി വെക്കാൻ നോക്ക്.''

താനൊരു ഗൃഹസ്ഥനാണെന്ന വിചാരം ശിവന്റെ ഉള്ളിലുദിച്ചു. അന്നു വൈകീട്ട് പ്രേമയ്ക്ക് പ്രിയപ്പെട്ട നടൻ അഭിനയിച്ച ഒരു മാറ്റിനി ഷോ കണ്ടുവരുംവഴിക്ക് അവർ പാത്രക്കടയിൽ കയറി.

പ്രേമ പറഞ്ഞു:

''എനിക്കറിഞ്ഞൂടാ ശിവേട്ടാ എന്തെല്ലാം പാത്രങ്ങളാണ് വേണ്ട തെന്ന്. വീട്ടിൽ ഞാൻ അടുക്കളയിൽ കയറാറില്ല. എല്ലാം അമ്മയാണ് ചെയ്തിരുന്നത്.

അവളുടെ തറവാട്ടിൽനിന്ന് ആദ്യമായി ഉദ്യോഗത്തിനു പോകുന്ന പെൺകുട്ടിയായിരുന്നു അവൾ. അവളെക്കൊണ്ട് അടുക്കളപ്പണി ചെയ്യിക്കുന്നത് മാനക്കേടാണെന്ന് അമ്മ വിചാരിച്ചു. ശിവൻ പെണ്ണു കാണാൻ ചെന്ന ദിവസം അവർ അഭിമാനത്തോടെ പറഞ്ഞിരുന്നു.

''ഒരു ചായയുണ്ടാക്കാൻ അറിയില്ല, ഇവൾക്ക്.''

ലോഡ്ജ് വാസത്തിനിടയിൽ ഊഴമിട്ട് പാചകം ചെയ്തു ശീലിച്ച ശിവന് അതൊരു പ്രശ്നമായിരുന്നില്ല. പത്തു ദിവസത്തി ലൊരിക്കൽ ശിവന്റെ ഊഴമായിരുന്നു. അന്നെല്ലാം രമേഷ് രക്ഷിച്ചു പോന്നു. അരി അടുപ്പത്തിട്ട് പുസ്തകം വായിക്കാനിരിക്കുന്ന ശിവൻ അതിൽ നിന്ന് നിവരുക, പലപ്പോഴും ഊണ് പ്ലെയ്റ്റിൽ ആരോ വിളമ്പി വെയ്ക്കുമ്പോഴാകും.

അയാൾ ഭാര്യയോട് അഭിമാനത്തോടെ പറഞ്ഞു:

''പാത്രം മേടിക്കാനും അതിൽ അരിയും കറിയും വയ്ക്കാനും എനിക്കറിയാം.''

ശിവൻ പാത്രങ്ങൾ തിരഞ്ഞെടുത്തു. നല്ലൊരു സ്റ്റൗവും എക്സ്ട്രാ തിരികളും പിന്നും മേടിച്ചു പലവ്യഞ്ജനങ്ങളും അരിയും മേടിച്ചു. പ്രേമ എല്ലാം അത്ഭുതത്തോടെ നോക്കിനിന്നു.

തന്റെ പ്രിയതമൻ കൊള്ളാമല്ലോ എന്നു തല കുലുക്കി.

അവസാനം വിജയിയുടെ ഭാവത്തിൽ അവൾ ചോദിച്ചു:

''എവിടെ പ്രഷർകുക്കർ?''

''ഓ... പിന്നീട് മേടിക്കാം. രണ്ടു മാസം കഴിയട്ടെ. വലിയ വില യാണ്.

''അവളുടെ മുഖം വാടി. കുക്കറിൽ അരിവെയ്ക്കുന്ന വിധം ഒന്നു പരീക്ഷിച്ചുനോക്കണമെന്നുണ്ടായിരുന്നു അവൾക്ക്.''

വീട്ടുപടിക്കലെ പെട്ടിക്കടയിൽ നിന്ന് രണ്ടു വാരികകളും ഒരു മുല്ലപ്പൂമാലയും മേടിച്ച് അവർ ഷോപ്പിങ്ങ് പര്യവസാനിപ്പിച്ചു.

തെലുങ്കത്തി വീട്ടുടമയുണ്ട് വാതിൽക്കൽ അക്ഷമയോടെ കാത്തു നിൽക്കുന്നു.

''അടുത്ത ദിവസം തുടങ്ങി പാൽക്കാരി പാലുതരും. പാൽ കറന്നിട്ടു കൊണ്ടുവരണോ? അതോ പശുവിന്റെ അകിടോടെ കൊണ്ടുവരണോ? അങ്ങനെയാണെങ്കിൽ അമ്പതുപൈസ അധികം കൊടുക്കേണ്ടിവരും.''

അല്ലെങ്കിൽ അമ്പതുപൈസയ്ക്ക് വെള്ളം ചേർക്കുമെന്ന്. പ്രേമ പുരികം ചുളിച്ചു.

''പശുവിനെ കൊണ്ടുവന്ന് ഇവിടെ കറക്കട്ടെ. വെള്ളം ചേർത്ത പാൽ വിഷമെന്നാണ് അമ്മ പറയാറ്. അതും ഇവിടത്തെ വെള്ളോം.''

വണ്ടിയിൽനിന്ന് പൊതിക്കെട്ടുകൾ പെറുക്കി കാണിച്ചോട്ടിൽ അടുക്കുന്നതിനിടയിൽ ശിവൻ തടഞ്ഞു.

''നീയെന്താണ് പറയുന്നത് പ്രേമേ? പശുവിനെ കറക്കുന്നത് നോക്കിനിൽക്കാൻ ആർക്കാ നേരം?''

അവൾ ഉറപ്പിച്ചു പറഞ്ഞു:

''ഞാൻ നോക്കും.''

കാണിച്ചോട്ടിൽ പാത്രങ്ങളും പാക്കറ്റുകളും കുന്നുകൂടി. സുഹൃത്തുക്കൾ ഏർപ്പെടുത്തിയ ഗ്രൗണ്ട് ഫ്ളോർ മറ്റൊരാളുമായി എക്സ്ചേഞ്ച് ചെയ്തത് മോശമായെന്ന് ശിവനു തോന്നി. പ്രേമയ്ക്കായിരുന്നു വാശി. മുകളിലെ വരാന്തയിൽ നിന്നാൽ നഗരത്തിന്റെ ഭംഗി കാണാം. നിരനിരയായി നില്ക്കുന്ന വെണ്മാടങ്ങൾ, മട്ടുപ്പാവിൽ കാറ്റുകൊള്ളുന്ന സുന്ദരിമാരും കിടാങ്ങളും വർണ്ണങ്ങൾ കോരിച്ചൊരിയുന്ന ബോഗൻ വില്ലകൾ. സ്വന്തം വീട്ടുമുറ്റത്ത് ഒരു പൂന്തോപ്പില്ലാത്തതിന്റെ കുറവ് അങ്ങനെ നികത്താമെന്ന് അവൾ വിചാരിച്ചു.

പലവട്ടം കോണി കയറിയിറങ്ങി ശിവൻ തളർന്നു. അയാൾ ഉടുപ്പൂരിയിട്ട് ഈസിചെയറിൽ മലർന്നു.

കാലത്തു വന്നുകിടക്കുന്ന നിവർത്തീട്ടില്ലാത്ത പത്രമെടുത്ത് ശിവൻ വായിക്കാൻ തുടങ്ങി. തണുത്ത ചായപോലെ പഴക്കം ചെന്ന വാർത്തകൾ.

പത്രം മടക്കി മേശമേലിട്ട് അയാൾ ഭാര്യയെ നോക്കി. കുളി കഴിഞ്ഞുവന്ന് അവൾ മെത്തയിൽ കിടന്ന് വാരിക വായിക്കുകയാണ്. അല്പം ചീർത്ത അവളുടെ വെളുത്ത കവിളുകൾക്ക് നീല വെളിച്ചം പകരുന്ന സ്നിഗ്ദ്ധതയെ ഒട്ടിടനോക്കിയിരുന്നു. അയാൾ വിചാരിച്ചു, മേക്കപ്പ് ചെയ്യാത്ത ഇവളുടെ മുഖത്തിന് ഒരു മന്ദാരപ്പൂവിന്റെ മൃദുലതയുണ്ട്. അയാൾ വിളിച്ചു:

‘‘പ്രേമേ...’’

കിടപ്പിൽനിന്ന് അനങ്ങാതെ അവൾ പുരികമുയർത്തി. പിന്നെ എണീറ്റിരുന്നു പറഞ്ഞു:

‘‘നല്ല ആളാണ് എവിടെ തുടർക്കഥയുടെ അഞ്ചും ആറും ലക്കങ്ങൾ?’’

‘‘പുതിയതാണല്ലോ മേടിച്ചത്.’’

അവൾ എണീറ്റ് അടുത്തുവന്നു. നീളം കുറഞ്ഞ തുടുത്ത വിരലുകൾ ശിവന്റെ തലമുടിയിൽ സഞ്ചരിച്ചു.

‘‘ഒന്നു പോയി വരൂന്നേയ്. കട ഇപ്പോൾ അടച്ചിട്ടുണ്ടാവില്ല. പഴയ ലക്കങ്ങൾ അവിടെയുണ്ടാവും തീർച്ച.’’

ശിവൻ ചോദിച്ചു.

‘‘ഈ സാധനങ്ങളെല്ലാം എടുത്തുവയ്ക്കണ്ടെ? എപ്പഴാണ് ചോറുവയ്ക്കുന്നത്? അല്ലെങ്കിൽ നാലു ചപ്പാത്തിയുണ്ടാക്കുന്നത്?’’

‘‘ഒരു കാര്യം ചെയ്യൂ. വരും വഴി റൊട്ടിക്കടയിൽ കയറി ഒരു പായ്ക്കറ്റ് ബ്രഡ്ഡും ഒരു കുപ്പി ജാമും മേടിച്ചാൽ എളുപ്പമായി.’’

വിയർപ്പിൽ കുതിർന്ന കുപ്പായം അയാൾ വീണ്ടുമെടുത്തു ധരിച്ചു. പടിയിറങ്ങുമ്പോൾ ഓർമ്മിപ്പിച്ചു.

‘‘വാതിലടച്ചേയ്ക്കൂ.’’

പത്രക്കടക്കാരൻ മാസികകളുടെ കെട്ട് അപ്പാടെ മുമ്പിൽ വെച്ചുകൊടുത്തു

ശിവനു ശങ്കയായി.

ഇവയിലേതാണ് അഞ്ചും ആറും ലക്കങ്ങൾ? മൂന്നിനം വാരികകൾ. ഏതാണവൾ മേടിച്ചിരുന്നത്? അപ്പോൾ സഹതാപം പുരണ്ട മിഴികൾ ശിവനിൽ ഊന്നിക്കൊണ്ട് കടക്കാരൻ പറഞ്ഞു.

‘‘വലത്തെ അട്ടിയിലുള്ള രണ്ടിനത്തിൽ എതോ ആയിരിക്കണം.’’

ശിവൻ രണ്ടു വാരികകളുടെ അഞ്ചും ആറും ലക്കങ്ങൾ വീതം തിരഞ്ഞെടുത്തു.

റൊട്ടിക്കടയുടെ മുമ്പിലെത്തിയപ്പോൾ പോക്കറ്റിൽ വെറും മുപ്പത്തഞ്ചു പൈസ ഒരു സിഗററ്റു മേടിച്ചു. അയാൾ നിമിഷം തോറും എണ്ണം വർദ്ധിച്ചുകൊണ്ടുവരുന്ന കോണിപ്പടികൾ കയറാൻ തുടങ്ങി.

ഗ്രൗണ്ട് ഫ്ളോറിലെ സുബ്രഹ്മണ്യം ചോദിച്ചു.

‘‘ഇതെത്രാമത്തെ തവണയാണ്?’’

ശിവന് ചിരിക്കാനുള്ള ശേഷി ഉണ്ടായിരുന്നില്ല.

വിവാഹം കഴിഞ്ഞു കുടുംബവുമായി താമസമായപ്പോൾ ശിവൻ തങ്ങളെ മറന്നുവെന്ന് കൂട്ടുകാർ പരാതി പറയാൻ തുടങ്ങി.

‘‘ബീച്ചിലോ, ബുക്സ്റ്റാളിലോ ക്ലബ്ബിലോ തന്നെ കാണുന്നി ല്ലല്ലോ.’’

ശിവൻ പ്രേമയ്ക്ക് വർണ്ണനൂലുകൾ മേടിക്കാൻ കടയിൽ കയറി യതാണ്.

‘‘നാളെ ഞാനങ്ങോട്ടു വരുന്നുണ്ട്.’’ രമേശൻ പറഞ്ഞു, ‘‘മിസ്സിസ് പ്രേമയുടെ പാചകം ഒന്നാസ്വദിക്കാൻ.’’

ശിവൻ നടുങ്ങി. അയാൾ പറഞ്ഞു.

‘‘നാളെ ഞങ്ങൾക്ക് അവളുടെ ഒരു ബന്ധുവീട്ടിൽ പോകേണ്ട തുണ്ട്.’’

തയ്യൽ മെഷീനും വർണ്ണനൂലുകളും മേടിച്ചു തന്റെ സഹധർ മ്മിണി കുടുംബവരുമാനം വർദ്ധിപ്പിക്കുന്നതിൽ ദത്തശ്രദ്ധയാ ണെന്ന വസ്തുത തൽക്കാലം സുഹൃത്തിനോടു പറയേണ്ടതില്ല.

പ്രേമതന്നെയാണ് പ്രശ്നം അവതരിപ്പിച്ചത്. വെറും അറുനൂറ്റ മ്പതു രൂപാ ശമ്പളംകൊണ്ട് എങ്ങനെ ഈ നഗരത്തിൽ കഴിയും? ഒരു വേലക്കാരിയെ വയ്ക്കാൻപോലും കഴിയുന്നില്ല. തനിക്കാണെ ങ്കിൽ പാചകവേല തരിമ്പും അറിയില്ല. അറിയുന്ന വേല ഒന്നുണ്ട്. തയ്യൽപണി. ഡിഗ്രിയെടുക്കാൻ കഴിയില്ലെന്നു തോന്നിയപ്പോൾ മൂന്നുവർഷവും ഒരുപാടു പണവും ഈ തയ്യൽ പഠിക്കാൻ ചെല വാക്കി. പിന്നീടവൾ നാൾതോറും വർദ്ധിച്ചുവരുന്ന തയ്യൽക്കൂലി യെപ്പറ്റി പറഞ്ഞു. കൺസ്യൂമർമാർക്ക് ടെയ്ലർമാരിൽ വിശ്വാസം കുറഞ്ഞിരിക്കുന്നു. പറഞ്ഞ സമയത്തു കൊടുക്കില്ല. അതുകൊണ്ട് ഒരു മെഷീൻ മേടിപ്പിക്കാം. ദിവസേന രണ്ടോ നാലോ പീസുകൾ തയ്ച്ചുകൊടുക്കാം. നല്ലൊരു വരുമാനം. ഒരു വേലക്കാരി, ശിവേട്ടനു വേണ്ടത്ര വിശ്രമവും.

ഇൻസ്റ്റാൾമെന്റിൽ ഇടപാടു നടത്തുന്ന ഏജന്റിനേയും വീട്ടുടമ വഴി അവൾ കണ്ടെത്തിയിരുന്നു.

മെഷീൻ വന്നു. വാരികകളോടുള്ള അവളുടെ ഭ്രമം തൽക്കാലം കുറഞ്ഞു. ആദ്യത്തെ ഒരാഴ്ച ഇണക്കമില്ലാത്ത കറവപ്പശുവിനെ മയക്കി എടുക്കുംമട്ടിൽ അവൾ സദാ അതിനുചുറ്റും കഴിച്ചുകൂട്ടി.

ആദ്യത്തെ ഓർഡർ വീട്ടുടമയിൽ നിന്നുതന്നെ. പന്ത്രണ്ടുകാരി മകൾക്കൊരു പാവാടയും ജാക്കറ്റും. പത്തു വയസ്സുകാരന്നു നിക്കറും ഷർട്ടും. പൊങ്കലിന്ന് ഒരാഴ്ചയേയുള്ളൂ. അന്നു വിരുന്നു പോവാ നുള്ളതാണ്.

പ്രേമ പറഞ്ഞു.

''രണ്ടു ദിവസംകൊണ്ടു തരാം.''

പുലർകാലത്ത് പാൽക്കാരി മുറ്റത്തുനിന്നു നിലവിളിക്കാൻ തുടങ്ങി. ശിവൻ ഉണർന്നു കിടന്നു. പാലിൽ കുറെ വെള്ളം ചേർത്തോട്ടെ, അവൾ.

ഭിത്തിയുടെ ഉയരത്തിൽ തട്ടിന്മേൽ അടുക്കിവച്ച പുസ്തകങ്ങളുടെ നേർക്ക് നോട്ടമയച്ച് അയാൾ അനങ്ങാതെ കിടന്നു. മണ്ണാന്മാർ പുസ്തകങ്ങളുടെ മേൽ തോരണം തൂക്കുകയാണ്. അവ അലട്ടില്ലാതെ ഉറങ്ങുകയാണെന്നു ശിവൻ സങ്കല്പിച്ചു. അടുത്ത നിമിഷം അയാൾ സ്വയം ചോദിച്ചു. അവ മരിച്ചിരിക്കുമോ? ചരമാവരണം നെയ്യുകയാണോ മണ്ണാത്തന്മാർ?

പാൽക്കാരി ഒരിക്കൽകൂടി വിളിച്ചു കൂവി.

തിരിഞ്ഞു കിടക്കുന്നതിന്നിടയിൽ പ്രേമ മുരണ്ടു.

''ശിവേട്ടൻ സ്റ്റൗവ് കത്തിച്ചിട്ടു പൊയ്ക്കോളൂ താഴോട്ട്.''

അവൾ പറഞ്ഞില്ലെങ്കിലും കാലത്ത് സ്റ്റൗവ് കത്തിക്കുന്നതും അത്താഴത്തിന്റെ എച്ചിൽപാത്രങ്ങൾ സിങ്കിൽനിന്നു കഴുകിയെടുക്കുന്നതും ശിവനാണ്. സ്വന്തം വീട്ടിൽ വൈകി എഴുന്നേല്ക്കാറുണ്ടായിരുന്ന ശീലം മാറ്റാൻ കഴിയാത്തതിൽ അവൾ ശിവേട്ടന്റെ മുഖത്തു നോക്കി പരിതപിച്ചു:

''ഞാൻ വന്നപ്പോ ശിവേട്ടന്നു പണി വർദ്ധിച്ചു.''

സ്റ്റൗവ് കത്തിച്ച് ഒരു പാത്രം വെള്ളം അടുപ്പിൽ കയറ്റിവെച്ച് അയാൾ പാൽപ്പാത്രവുമെടുത്ത് അന്നത്തെ കോണിയിറക്കം ആരംഭിക്കുകയായി.

സുബ്രഹ്മണ്യത്തിന്റെ മകൾ കോണിച്ചുവടു കഴുകി കോലം വരച്ചു കഴിയാറായി. മാവു കലക്കിയ പാത്രം വഴിയിൽനിന്നു മാറ്റിവെച്ച് അവൾ വണക്കത്തോടെ മൊഴിഞ്ഞു:

''പാല് കറന്നുകഴിഞ്ഞ് അവൾ പോയി.''

പാൽ പെൺകുട്ടി മേടിച്ചുവെച്ചിരുന്നു. അവൾക്കു നന്ദി നിറഞ്ഞ ഒരു നോട്ടം സമ്മാനിച്ചിട്ട് ശിവൻ തൂക്കുപാത്രവുമായി കോണി കയറി. വെള്ളം തിളച്ചു തൂവുന്ന ശബ്ദം.

മെഷീന്നു മുന്നിൽ ചിന്നാലപ്പട്ടു പാവാടത്തുണിയും ടേപ്പുമായി കുത്തിയിരിക്കുന്ന പ്രേമ പറഞ്ഞു:

''മറ്റന്നാൾ പൊങ്കലാണ്. ഇത് ഇന്നു കൊടുത്തില്ലെങ്കിൽ പൊന്നമ്മ എന്നെ കുടിയൊഴിപ്പിക്കും.''

പ്രാതൽ കഴിച്ചു ജോലിസ്ഥലത്തേക്കു പുറപ്പെടുമ്പോൾ ശിവൻ പറഞ്ഞു:

‘‘നിന്റെ ഉപ്പുമാവ് തണുക്കും. ചായയും കഴിച്ചിട്ട് തയ്ക്കാനിരുന്നോളൂ.’’

ഉം...’’

‘‘ഉച്ചയ്ക്ക് ഉണ്ണാൻ വരണോ ഞാൻ? നിന്റെ തയ്യല് കഴിഞ്ഞ് സമയം കിട്ട്വാ ചോറ് വയ്ക്കാൻ?’’

‘‘ഇതാ ഇത് ഇപ്പഴ് തീരും.’’

ഉച്ചയ്ക്ക് കോണി കയറുമ്പോൾ മുകളിൽ പൊന്നമ്മയുടെ ഉറച്ച സ്വരം.

ശിവൻ വിചാരിച്ചു. സംഭവിക്കേണ്ടതു സംഭവിച്ചിരിക്കുന്നു.

വരാന്തയിൽ പ്രേമ, പൊന്നമ്മ. നടുവിൽ വായിലും വയറ്റിലും ഒതുങ്ങാത്ത ഇരവിഴുങ്ങിയ പുത്തൻ ഉടുപ്പുകൾ. പയ്യനു ശ്വാസം മുട്ടുന്നുണ്ടെന്നു തോന്നി. ഒന്നുറക്കെ ചിരിക്കാനാണ് ശിവന്നു തോന്നിയത്. പൊന്നമ്മയുടെ നാക്കിനെ ഭയന്നു ചിരിയടക്കി.

പൊന്നമ്മ ചെക്കന്റെ നേർക്ക് വിരൽ ചൂണ്ടി:

‘‘കണ്ടോ. ഇതു കണ്ടോ നിങ്ങൾ?’’

ശിവൻ അവരെ സമാധാനിപ്പിച്ചു.

‘‘സാരമില്ല. നിക്കറും ഷർട്ടും പുതിയത് വേറെ തയിപ്പിച്ചു തരാം. കത്രിക പുതിയതായിരുന്നു. വെട്ടി വെട്ടി ചെറുതായിപ്പോയിരിക്കും.’’

‘‘അതൊന്ന്വല്ല. നിങ്ങൾ മേടിച്ച ടെയ്പ്പിന്റെ കുഴപ്പമാണ്. അളവ് കൃത്യമല്ലാത്ത വില കുറഞ്ഞ ടെയ്പ്പ് മേടിച്ചോണ്ടു വന്നിട്ടാ അങ്ങനെ പറ്റിയത്! ഞാനെത്ര ശ്രദ്ധിച്ചാണ് അളവെടുത്തത്.’’

അന്നു വൈകീട്ട് പൊന്നമ്മയുടെ പുത്രന് ഉടുപ്പിന്നുള്ള തുണികൾ പരിചയക്കാരന്റെ കടയിൽനിന്നു കടം മേടിച്ചുകൊണ്ടു വരുമ്പോൾ ശിവൻ തയ്യൽ മെഷീൻ ഏജന്റിനേയും കൂട്ടിക്കൊണ്ടുവന്നു. യന്ത്രം അയാൾ തിരിച്ചുകൊണ്ടു പോയി. ഒരു ജോടി ഉടുപ്പുകളും ഒരു ഇൻസ്റ്റാൾമെന്റ് പണവുമല്ലേ ഇപ്പോൾ നഷ്ടമായുള്ളൂ എന്നു സമാധാനിച്ചു.

പിന്നീട് കുറേ നാളത്തേക്ക് പ്രേമ ഒരു വീട്ടുകാരിയാവാൻ പരിശ്രമിച്ചുനോക്കി. പാത്രങ്ങൾ ഭംഗിയായി അലമാരയിൽ അടുക്കി. പച്ചക്കറികൾ നുറുക്കി. കുപ്പായങ്ങളുടെ അടർന്ന ബട്ടണുകൾ പിടിപ്പിച്ചു. രണ്ടുമൂന്നു പാചകപുസ്തകങ്ങൾ മേടിച്ചു. അതുകൊണ്ടൊന്നും ശിവന് ആശ്വാസം കിട്ടിയില്ല. അടുക്കളയിൽനിന്നു കരകേറാൻ

അയാൾക്കു കഴിഞ്ഞില്ല. മേശപ്പുറത്ത് മടക്കു നിവർത്താത്ത ദിന പത്രങ്ങൾ കുന്നുകൂടി. മറുപടി അയയ്ക്കപ്പെടാത്ത കത്തുകളുടെ എണ്ണം പെരുകി. പിന്നെ അവയുടെ വരവ് നിലച്ചു. നാട് ഒരു വിദൂര സ്വപ്നമായി.

ആയിടയ്ക്കാണ് പ്രേമയെ മറ്റൊരു ഭ്രമം ബാധിച്ചത്. കൂട്ടുകാരിയുടെ കത്താണ് കാരണം. കൂട്ടുകാരി ഡിഗ്രിയെടുത്ത് ചുളിവിലൊരു ഉദ്യോഗവും സമ്പാദിച്ചിരിക്കുന്നു. അവസാനം ഒരു ചോദ്യവും. പ്രേമ വെറും അടുക്കളക്കാരിയായി പരിണമിച്ചു. ഇല്ലേ?

പിന്നീട് കുറേനാൾ താൻ പൂർത്തിയാക്കാനിരിക്കുന്ന ഡിഗ്രിയെക്കുറിച്ചായി അവളുടെ സംസാരം.

വീട്ടമ്മമാരായതിന്നുശേഷം പഠിപ്പ് പൂർത്തിയാക്കി ഡിഗ്രി നേടിയ നിരവധി പെണ്ണുങ്ങളുടെ ഉദാഹരണങ്ങൾ അവൾ ഭർത്താവിന്റെ മുമ്പിൽ നിരത്തി.

ദീർഘകാലമായി, അവൾ ഈ വിഷയത്തിലൊരു ഗവേഷണം തന്നെ നടത്തിയിട്ടുണ്ട്.

അവരുടെ പാർപ്പിടത്തിന്നടുത്ത് ആയിടെ തലയുയർത്തിയ ഒന്നിലധികം ട്യൂട്ടോറിയൽ കോളേജുകളുടെ പരസ്യങ്ങൾ അവൾ ഭർത്താവിന്നു ചൂണ്ടിക്കാണിച്ചു കൊടുത്തു. കൂട്ടത്തിൽ നൂറു ശതമാനം വിജയം നേടിയവയുമുണ്ട്.

''അവയിലൊരു നമ്പർ തന്റേതായാലെന്താണൊരു കുഴപ്പം? ഇപ്പോൾ തനിക്കാണെങ്കിൽ പ്രത്യേകിച്ചൊരു ജോലിയുമില്ല. വീട്ടിലിരുന്നു മടുത്തു.''

അവളുടെ വാക്കുകൾ ശിവന്റെ ചെവിപ്പുറമേ ഒഴുകിപ്പോയി.

ഒരു നീണ്ട ദുഃസ്വപ്നം കാണുകയാണ് താനെന്ന് ശിവന്നു തോന്നാൻ തുടങ്ങി. അതിൽനിന്ന് കുതറിമാറാൻ അയാൾക്കൊരിക്കലും കഴിഞ്ഞില്ല.

തെരുവിലൂടെ നടന്നുപോകുന്ന ഉദ്യോഗസ്ഥകളുടെ കുടുംബ പശ്ചാത്തലം പഠിക്കുന്നതിലായി പിന്നീടവളുടെ ശ്രദ്ധ. ഡിഗ്രിയില്ലാത്തവർ നന്നേ ചുരുങ്ങും.

അവസാനം ശിവൻ ചോദിച്ചു: ''ഡിഗ്രിയെടുത്തിട്ട് എന്താണ് ചെയ്യാൻ പോകുന്നത്? ആരുണ്ട് ജോലി തരാൻ?

അവൾ കിന്റർ ഗാർട്ടനുകളുടെ മഹത്വം വിവരിക്കാൻ തുടങ്ങി.

''ചുമ്മാ വീട്ടുവരാന്തയിൽ ഇരുന്നാ മതി. കുഞ്ഞുങ്ങളേയും കൊണ്ട് അമ്മമാർ അന്വേഷിച്ചെത്തും. കൈവശം ഒരു ഡിഗ്രിയുണ്ടോ എന്നേ അവർക്കു നോട്ടമുള്ളൂ.''

കുട്ടികളുമായി കളിക്കുന്നതുപോലെ ഒരു സന്തോഷം വേറെയുണ്ടോ?

അരി വെയ്ക്കാനുള്ള പ്രഷർ കുക്കർ തുടച്ചുമിനുക്കിക്കൊണ്ട് അവൾ പറഞ്ഞു:

''ഇപ്പൊ ശിവേട്ടന്റെ ജോലി കുറെ കുറഞ്ഞില്ലേ?''

പാതി ചിമ്മിയ കണ്ണുകളുമായി ഉള്ളിയരിഞ്ഞുകൊണ്ടു നിന്ന ശിവൻ പൊടുന്നനെ പറഞ്ഞു:

''അയ്യോ...''

ഭർത്താവിന്റെ വിരൽത്തുമ്പിൽ ഇറ്റു നിൽക്കുന്ന ചോര കണ്ട് അവളുടെ കണ്ണു നിറഞ്ഞു. ചേലത്തലപ്പുകൊണ്ട് കണ്ണുകളൊപ്പി അവൾ പിറുപിറുത്തു:

''ഇതാണ് ഞാൻ പറഞ്ഞത്, ഒരു വേലക്കാരിയെ വയ്ക്കണംന്ന്. രണ്ടുപേർക്കും ജോലിയില്ലാതെ അതു സാധിക്കുമോ?''

വൈകിയാണ് ശിവന്നു ബുദ്ധിയുദിച്ചത്. അയാൾ ഭാര്യയെ കോളേജിൽ ചേർക്കാൻ തീരുമാനിച്ചു.

* * *

താൻ മേടിച്ചിരിക്കുന്നത് ഒരു സെക്കൻഡ് ഹാൻഡ് സൈക്കിളാണ് എന്നു വിശ്വസിക്കാൻ കഴിയുന്നില്ല. പുതുമ മാഞ്ഞിട്ടില്ല. പഴയൊരു കൂട്ടുകാരൻ ഇടയ്ക്കു നിന്നതുകൊണ്ടാണ് ഇത്ര ലാഭത്തിൽ കിട്ടിയത്. സാധനത്തിന്നല്ല, അതു കിട്ടിയ സന്ദർഭത്തിന്നാണ് വില. ഇപ്പോൾ ഇതു കിട്ടിയിരുന്നില്ലെങ്കിലോ? പ്രേമയ്ക്ക് ദിവസേന ഒരു രൂപ ബസ്സുകൂലി ലാഭം. തിരിച്ചുവരുംവഴി മാർക്കറ്റിൽ കയറി പച്ചക്കറി മേടിക്കാം.

ശിവൻ ഒരു സുഹൃത്തിന്റെ ചുമലിലെന്നപോലെ സൈക്കിളിന്റെ ഹാൻഡിലിൽ മുട്ടുചായ്ച്ച് താഴെ കാത്തുനിന്നു.

'ഒരു കാക്കക്കുളി' കുളിക്കാനെന്നും പറഞ്ഞ് അവൾ കുളിമുറിയിൽ കയറീട്ട് മണിക്കൂർ ഒന്നു കഴിഞ്ഞു അതിന്നിടയ്ക്ക് ശിവൻ പൂരിയും ചായയുമുണ്ടാക്കി. അവൾക്കുള്ളത് മേശമേൽ അടച്ചുവെച്ചു. സ്വയം ഭക്ഷണം കഴിച്ച് ഒരുങ്ങി താഴെയിറങ്ങി കാത്തുനില്പാണ്.

സുബ്രഹ്മണ്യത്തിന്റെ മകൾ അനിയനെ സ്കൂളിൽ കൊണ്ടുചെന്നു വിട്ടുവന്നു. അവൾ ഒരുകെട്ട് വിഴുപ്പുതുണികളുമായി കുളക്കരയിലേക്ക് നടക്കുന്നതിന്നിടയിൽ ചോദിച്ചു:

''അണ്ണൻ പുത്തനൊരു വണ്ടിമേടിച്ചു. ഇല്ലേ?''

''ങ്ഹാ!''

സൈക്കിളിന്റെ പുറകിലിരുന്നു യാത്ര ചെയ്യാൻ, പ്രേമ ലജ്ജിച്ചു. ഈ നഗരത്തിൽ ഇതൊരു സാധാരണ കാഴ്ച. എന്നാലും ഒരു ബൈക്ക് മേടിക്കാൻ കഴിഞ്ഞിരുന്നെങ്കിൽ... ശിവേട്ടന്റെ ചുമലിൽ പിടിച്ച് ബൈക്കിലിരുന്ന് നഗരവീഥികളിലൂടെ സവാരി നടത്തുന്നത് അവൾ സ്വപ്നം കണ്ടു.

ഗേറ്റിന്നു കുറെ അകലെവെച്ചുതന്നെ അവൾ പറഞ്ഞു:

''ഇവിടെ ഇറങ്ങാം.''

അവൾ ഇറങ്ങുമ്പോൾ വണ്ടിയുടെ എല്ലുകൾ ഞരങ്ങി പല്ലിറുമ്മി. ശിവൻ സൈക്കിളിനോടു ചോദിച്ചു:

രണ്ടുപേരെ ചുമക്കാൻ പറ്റില്ലെങ്കിൽ നീയെന്തിനു കൊള്ളും? എന്നിട്ടവനെ സമാധാനിപ്പിക്കാനെന്നോണം ഹാൻഡിലിലും കഴുത്തിലും പതുക്കെ തലോടി.

നടക്കാവു മരങ്ങൾ കുളിർമ പരത്തുന്ന ടാറിട്ട വലിയ വീഥിയിലൂടെ ശിവൻ സൈക്കിളിൽ പറന്നു. ഒരു ഓണത്തുമ്പിയെപ്പോലെ നിലാവുപോലത്തെ വെയിൽ യാത്രയുടെ ഭാരംകൊണ്ട് വിയർത്ത മേനിയിൽ പൂവിതൾപോലെ വീഴുന്ന കാറ്റിന്റെ അംഗുലീസ്പർശം.

പൊടുന്നനെ ശിവൻ തീരുമാനിച്ചു.

''ഇന്നു ലീവെടുക്കണം.''

കഴുത്തിൽനിന്ന് നുകം മാറ്റപ്പെട്ട ഒരു കാളയുടെ ആശ്വാസത്തോടെ ശിവൻ നിവർന്നുനിന്നു. സൈക്കിൾ പുളിമരത്തിൽ ചാരിവെച്ചു.

അയാളെക്കണ്ടപ്പോൾ പത്രക്കാരൻ പയ്യൻ അടുത്തുവന്നു.

''സാർ...''

''എന്താണ്?''

''സാറ് എന്താ പത്രം നിർത്തിക്കളഞ്ഞത്?''

''വായിക്കാൻ നേരമില്ലാഞ്ഞിട്ട്.''

''നേരം വൈകുന്നത് എന്റെ കുറ്റം കൊണ്ടായിരുന്നില്ല. വണ്ടി വൈകുന്നതുകൊണ്ടാണ്.''

''വായിക്കാൻ സമയം കിട്ടാതെ ഞാനെന്ത് ചെയ്യും?''

''പത്തുകൊല്ലത്തിനുമീതെ ആയില്ലേ ഞാൻ സാറിന്ന് പത്രം തരാൻ തുടങ്ങിയിട്ട്? അന്നെനിക്ക് മറ്റു പണിയൊന്നും ഇല്ലായിരുന്നു.''

രാവിലെ ഒരു പുതുപൂപ്പുഞ്ചിരിയും പത്രവുമായി വന്നു മുൻവശത്തെ മുറിയിൽ കിടന്നുറങ്ങാറുള്ള തന്നെ വിളിച്ചുണർത്തിയിരുന്ന പയ്യൻ ഒരു ചെറുപ്പക്കാരനായി മാറിയിരിക്കുന്നു.

പോക്കറ്റിൽനിന്ന് ഒരു രൂപാ നോട്ടെടുത്ത് അവന്റെ നേർക്ക് നീട്ടി ശിവൻ പറഞ്ഞു:

''ഒരു പത്രം തരൂ.''

പത്രം സൈക്കിളിന്റെ ഹാൻഡിലിൽ തിരുകി വെച്ച് ശിവൻ നേരേ തെക്കോട്ടുള്ള വീഥിയിലേക്ക് തിരിഞ്ഞു.

കാതിൽ കാറ്റ് ചൂളം വിളിച്ചു.

ആപ്പീസിൽ പോകുന്നവരെക്കൊണ്ട് ചലിക്കുന്ന തെരുവിലൂടെ അയാൾ പറന്നു. വണ്ടി തന്റെ ശരീരത്തിന്റെ ഒരു ഭാഗമാണെന്നും യാത്രക്കാരുടെ ബഹളത്തിൽനിന്ന് തനിക്ക് പറന്ന് രക്ഷപ്പെടാനാവുമെന്നും അയാൾക്ക് തോന്നി. ചക്രങ്ങൾ ചിറകുകളായി മാറുന്നു.

ഇളംവെയിലിന്റെ മന്ദസ്മേരമണിഞ്ഞ് പഴയ നഗരം അയാളെ തിരിച്ചറിഞ്ഞു.

ഇത്തരം ബഹളം നിറഞ്ഞ ഒരു തെരുവിൽ വെച്ചാണ് അയാൾ നാൻസിയെ കണ്ടുമുട്ടിയിരുന്നത്. പുസ്തകം മറിച്ചുനോക്കിക്കൊണ്ട് ഫുട്പാത്തിന്റെ ഓരത്തുകൂടി നടക്കുമ്പോൾ വന്നുമുട്ടിയ പെൺകുട്ടി. അവൾ പറഞ്ഞു:

''ഫുട്പാത്ത് മനുഷ്യർക്ക് നടക്കാനുള്ളതാണ്.''

കടന്നുപോകുന്ന മുഖങ്ങളിൽ അയാൾ നാൻസിയുടെ മുഖം പരതി. സമയം പത്തായിട്ടില്ല. അവളിപ്പോൾ വീട്ടിലായിരിക്കും. പതിനൊന്നു മണിക്ക് ഡ്യൂട്ടി തുടങ്ങും.

മുമ്പിൽ അറ്റം കാണാത്ത വീഥി: വർത്തമാനത്തിൽനിന്നു രക്ഷ പ്രാപിക്കാനുള്ള പെരുവഴി.

നഗരത്തിന്റെ വൃത്തികേടുകളത്രയും തന്നിലൊതുക്കിപ്പിടിച്ച് പുഴ വളഞ്ഞുപുളഞ്ഞ് അയാളുടെ തെരുവിന്നു കീഴെ നുഴഞ്ഞു. ഓരോ പാലവും അക്കരയ്ക്ക് നയിക്കുന്നു. അയാൾ വണ്ടിയുടെ വേഗത കുറച്ചില്ല. താഴെ നോക്കിയില്ല.

കാൽനടക്കാരുടെ എണ്ണം കുറഞ്ഞുവന്നു. തെരുവുകളിലെ തിരക്ക് കുറഞ്ഞു. വിശ്രമിക്കുന്ന പാതയുടെ ഓരത്തൂടെ അയാൾ യാത്ര തുടർന്നു.

നഗരത്തിന്റെ തിരക്കുകളിൽനിന്ന് വളരെ അകലെയായി കഴിഞ്ഞത് അറിഞ്ഞില്ല.

കഴിഞ്ഞ ക്രിസ്തുമസ്സിന് തൂക്കിയ ഒരു നക്ഷത്രം അപ്പോഴും പുളിങ്കൊമ്പിൽ വിരിഞ്ഞുനില്ക്കുന്നു. നാൻസിയുടെ വീട്ടിലേക്കുള്ള വഴി.

ശിവൻ ഒരു ഞെട്ടലോടെ ബ്രേക്കിട്ടു. നാൻസിയെ ഭയന്നാണ് രമേശും കൂട്ടരും തന്നെക്കൊണ്ട് കല്യാണം കഴിപ്പിച്ചതെന്ന് ശിവ നോർത്തു. ശൂന്യതയിലേയ്ക്കു നോക്കി ശിവൻ പുഞ്ചിരിച്ചു.

തെരുവീഥി നാട്ടുപാതയായി പരിണമിക്കുന്ന കവലയിൽ കൊച്ചു പൂന്തോട്ടങ്ങൾ കണ്ണുമിഴിച്ചു നോക്കുന്ന ഒറ്റപ്പെട്ട വീടുകൾ.

അയാൾ നന്ദിയോടെ തന്റെ സൈക്കിളിനെ നോക്കി. അതിന്റെ മുതുകത്ത് തലോടി. പഴയ ഉടമസ്ഥൻ അതിന്റെ ശിരസ്സിലണിയിച്ചു വെച്ചിരുന്ന കുഞ്ചിരോമച്ചെണ്ട് നേരെയാക്കി.

'ഗ്രീൻ കോട്ടേജ്' അയാളെ കാത്തുനില്ക്കുകയായിരുന്നു. വള്ളി ക്കുടിലിൽ ഞാന്നു കിടക്കുന്ന 'പാഷൻ ഫ്രൂട്ടു'കളുടെ ഗോളകങ്ങൾ പതുക്കെ കാറ്റിലാടിക്കൊണ്ടിരുന്നു. വണ്ടി തോട്ടത്തിൽ നിർത്തിയിട്ട് ശിവൻ ചരൽപ്പാത താണ്ടി. ഒച്ചകേട്ട് ഉമ്മറവാതിൽ തുറന്നു. നീല ത്തിരശ്ശീലയുടെ വിടവിലൂടെ ഒരാമ്പൽമൊട്ടുപോലെ നാൻസിയുടെ മുഖം.

അവൾ തിരശ്ശീല മുഴുവനും പകുത്ത് പുറത്തുവന്നു.

കെട്ടാത്ത മുടിച്ചുരുളുകൾ മാറിൽ പരന്നുകിടക്കുന്നു. കൈയിൽ മുടിപ്പിന്ന്.

"പോകാനൊരുങ്ങുകയാണോ?" ശിവൻ ചോദിച്ചു.

"അല്ല." മുടിപ്പിന്ന് മേശമേൽ വെച്ച് അവൾ ചോദിച്ചു:

"ഇത്രയ്ക്കു വിയർത്തതെങ്ങനെ?"

അവളുടെ സമ്മതത്തിന് കാത്തുനിൽക്കാതെ ശിവൻ ചാരു കസേരയിലമർന്നു. മുകളിൽ വെളുത്ത ദലങ്ങളുള്ള ഫാൻ കറങ്ങാൻ തുടങ്ങി. മായികമായ ആ വൃത്തത്തിൽനിന്ന് കണ്ണു പറിക്കാതെ ശിവൻ പറഞ്ഞു:

"എനിക്ക് ഒരു കപ്പ് ചായ തരൂ."

സ്വർണവരകളുള്ള വെളുത്ത കപ്പിൽ അവൾ കൊണ്ടുവരാനിരി ക്കുന്ന ചായയുടെ മാധുര്യം നുണഞ്ഞുകൊണ്ട് അയാളുടെ മനസ്സ് വിശ്രമിച്ചു കിടക്കുന്നത് ഒരു തൊട്ടിയിലാണെന്ന് അയാൾക്കു തോന്നി. അകത്ത് അമ്മയുടെ കാലൊച്ച കേൾക്കുന്നു. പാത്രങ്ങളുടെ നനുത്ത സംഗീതം അയാൾ സാവധാനം മിഴികളടച്ചു.

■

ആനന്ദൻ

ആനന്ദൻ ആരുടേയും ശ്രദ്ധയിൽ പെടാതെ ടെറസ്സിലേക്ക് കോണി കയറി, അകത്തും പുറത്തും അതിഥികൾ അവശേഷിച്ചിരുന്നു. അവർ ആനന്ദന്റെ മകൾ അപർണ്ണയുടെ കല്യാണത്തിന് വന്നവരാണ്. അതിലുമുപരി പുത്തൻ സാരികളും ആഭരണങ്ങളും പ്രദർശിപ്പിക്കാൻ വന്നവരാണ്. അവരുടെ ആണുങ്ങളാകട്ടെ, ആയിടയ്ക്കുമേടിച്ച പുതിയ വണ്ടികളുടെ ഗുണഗണം വർണ്ണിച്ചുകൊണ്ടും പുകയുന്ന സിഗററ്റുകുറ്റികൾ തറയിൽ വിരിച്ച കയറ്റുപായകളിൽ വലിച്ചെറിഞ്ഞുകൊണ്ടും പോയിട്ടും പോകാതെ തങ്ങിനിൽക്കുന്നുണ്ടായിരുന്നു. അവർ അത്താഴം കൂടി കഴിഞ്ഞേ പോവുകയുള്ളു എന്നുതോന്നുന്നു. എല്ലാവരും അപർണ്ണയുടെ അമ്മയ്ക്ക് വേണ്ടപ്പെട്ടവരാണ് നാത്തൂന്മാർ, സഹോദരികൾ, ബന്ധുക്കൾ, മിത്രങ്ങൾ... അവരോട് സംസാരിക്കേണ്ടതെങ്ങനെയെന്ന് ആനന്ദനറിഞ്ഞുകൂടാ. അവരോട് ചിരിച്ചു ചിരിച്ച് ആനന്ദന്റെ കവിളിലെ പേശികൾ വേദനിച്ചു തുടങ്ങി.

ടെറസ്സിൽ തെങ്ങോലകൾ തണൽ വിരിച്ചിരുന്നു. ആനന്ദൻ ചെടിച്ചട്ടികളുടെ മറവിൽ കോൺക്രീറ്റ് ബെഞ്ചിൽ ഇരുന്നു. സായംകാലത്ത് ഈ ബെഞ്ചിലിരുന്ന് ദൂരെ അസ്തമയം കാണാം. തെങ്ങിൻതോപ്പുകളിൽ പച്ചത്തിരമാലകളിളകുന്നതു കാണാം. ചേക്കേറാൻ പോകുന്ന വെള്ളിൽപ്പറവകളെ കണ്ട് ആനന്ദിക്കാം. ഇവിടെ നഗരപ്രാന്തത്തിലെ വിജനതയിൽ വീടുവെക്കുമ്പോൾ ഇതെല്ലാമായിരുന്നു ആനന്ദന്റെ കണക്കുകൂട്ടൽ. നഗരസുഹൃത്തുക്കളുടെ പൊയ്മുഖങ്ങൾ ഈ മൂലയിലേക്ക് കയറി വരില്ല.

പക്ഷേ, വിധി, എവിടെപ്പോയാലും ആനന്ദനെ പിൻതുടരാതിരിക്കുമോ?

മകളുടെ വിവാഹത്തിന് അപർണ്ണയുടെ അമ്മ രണ്ടായിരം കത്തുകൾ അച്ചടിപ്പിച്ചപ്പോൾ ആനന്ദൻ അന്തംവിട്ടുപോയി. രണ്ടായിരം അതിഥികൾ, ചുരുങ്ങിയത്; കുടുംബാംഗങ്ങൾ വേറെ?

അപർണ്ണയുടെ അമ്മ, ആനന്ദന്റെ നിശ്ശേഷ്ടമായ ഇരിപ്പുകണ്ട് ചിരിച്ചു; തലയിൽതല്ലി ചിരിച്ചു.

അവർ ആനന്ദനെ സമാധാനിപ്പിച്ചു.

''രണ്ടായിരം പേർക്ക് വിളമ്പാൻ അപർണ്ണയുടെ അച്ഛൻവേണ്ട. പേടിക്കാനൊന്നും ഇല്ലന്നേയ്.''

അവർക്കിടയിലൂടെ പടിയിറങ്ങിപ്പോയ മകളോടും ജാമാതാവി നോടും രണ്ടുവാക്കുരിയാടാൻ ജനം അനുവദിച്ചില്ല.

ആനന്ദൻ ബെഞ്ചിൽ നീണ്ടുനിവർന്നു കിടന്നു. പകൽച്ചൂട് വിട്ടു മാറാത്ത ബഞ്ച്. മുകളിൽ തുണയറ്റ മേഘങ്ങൾ അലഞ്ഞു നടക്കുന്ന ആകാശം.

അപർണ്ണയിപ്പോൾ വരന്റെ വീടെത്തിക്കാണും.

ആനന്ദൻ ഒരനാഥനെപ്പോലെ ചുറ്റും കണ്ണോടിച്ചു. ചുറ്റും വെയി ലേറ്റു വാടിയ ചെടികൾ. ഓരോ പൂച്ചട്ടിയും ഒരു നെരിപ്പോടായിരി ക്കുന്നു. വെയിലാറട്ടെ നനയ്ക്കണം. അപർണ്ണയുടെ കൈകൊണ്ടാണ് ഇത്ര മനോഹരമായ ഒരു പൂന്തോപ്പ് ഇവിടെ വളർന്നുവന്നത്.

പാഠപുസ്തകങ്ങളെ മാത്രമേ അവൾ സ്നേഹിക്കാതിരുന്നി ട്ടുള്ളൂ. അടുത്തൊരുനാളിൽ അപർണ്ണ വിജയന്റെ കൂടെ കയറിവരു മ്പോൾ പുതുതായി വിരിഞ്ഞ പൂക്കൾ കാണിച്ചുകൊടുക്കണം.

ഇതാ നിന്റെ പൂന്തോപ്പ്. അച്ഛനത് വാടാതെ സൂക്ഷിച്ചിരിക്കുന്നു.

എപ്പോഴാണ് വെള്ളം വരികയെന്നു പറയാനാവില്ല. ടാങ്കിലെ വെള്ളം തീർന്നിരിക്കുന്നു. ടാപ്പു തുറന്നിട്ടു വെള്ളത്തിന്റെ മണി യൊച്ചയ്ക്ക് കാതോർത്തുകൊണ്ട് ആനന്ദൻ കിടപ്പു തുടർന്നു.

പടിക്കൽനിന്ന് വണ്ടികൾ ഓരോന്നായി സ്റ്റാർട്ടാകുന്ന ശബ്ദം കേട്ടു. ചുളുങ്ങിയ പട്ടുവസ്ത്രങ്ങളും വാടിയ മുല്ലപ്പൂക്കളും ധരിച്ച പെണ്ണുങ്ങൾ, അവിരാമം സംസാരിച്ചുകൊണ്ട് ഗേറ്റിനടുത്തേക്ക് നീങ്ങുന്നത് ആനന്ദൻ ചെടികൾക്കിടയിലൂടെ കണ്ടു.

വാട്ടർടാപ്പിന്റെ കണ്ഠത്തിലെ ഗദ്ഗദം ഇടയ്ക്കിടെ ആനന്ദനെ ചിന്തയിൽ നിന്നുണർത്തി.

പടിഞ്ഞാറു കരഞ്ഞുതുടുത്ത ഒരു മുഖം. സൂര്യന്റെ കരിനിഴൽ വീണ മുഖം, ആനന്ദന് അത്ഭുതം തോന്നി. ഇങ്ങനെയൊരു മുഖം. ഈ ടെറസ്സിലിരുന്നുകൊണ്ട് ഒരിക്കലും കണ്ടിട്ടില്ലല്ലോ!

സൂര്യനില്ലാത്ത ഒരു ലോകത്താണ് താനിത്ര കാലവും ജീവി ച്ചിരുന്നതെന്ന് അയാൾക്കു തോന്നി. പകലും രാവും മാറിമാറി വന്നിരുന്നല്ലോ. പകലുകളുടെ വെളിച്ചം തന്നിരുന്ന ഈ മുഖം ഒരി ക്കലും കണ്ണിൽ പെടാതിരുന്നതെന്തുകൊണ്ട്?

സൂര്യോദയത്തിൽ നേരെ പടിഞ്ഞാറോട്ടാണ് ആനന്ദൻ എന്നും വണ്ടിയോടിച്ചിരുന്നത്. അയാൾക്ക് ശമ്പളം നൽകുന്ന നഗരം അങ്ങ് പടിഞ്ഞാറൻ കടൽക്കരയിലാണ്, അരമണിക്കൂർ നേരത്തെ ഓട്ടം. പിന്നെ എയർകണ്ടീഷൻ ചെയ്ത ആപ്പീസിൽനിന്നിറങ്ങുന്നത് മൂവന്തിക്ക്. എപ്പോഴും സൂര്യന്റെ മുഖം പുറകിലായിരുന്നു. ആനന്ദന്റെ വണ്ടിയുടെ മുമ്പിൽ വിധിപോലെ അതിന്റെ നീണ്ട നിഴൽ നിഴലിനെ തോൽപ്പിക്കാനാവുംവിധം വണ്ടിയുടെ വേഗം വർദ്ധിപ്പിക്കാൻ ആനന്ദന് ഒരിക്കലും കഴിയുമായിരുന്നില്ല.

ആദ്യകാലത്ത് എയറോഡ്രോമിലേക്ക് തിരിയുന്ന റോഡ് ജങ്ഷനിൽ വണ്ടി നിറുത്തി. ഒന്നിറങ്ങി തിരിഞ്ഞു നോക്കാൻ ആനന്ദൻ ശ്രമിക്കാറുണ്ടായിരുന്നു.

താഴ്വരയിൽ വളർന്നു നിൽക്കുന്ന കൂറ്റൻ കാറ്റാടിമരങ്ങളുടെ തുമ്പുകൾ ചുവന്ന ചായത്തിൽ മുക്കിയ ബ്രഷ് പോലെ ഒരിക്കൽ കണ്ണിൽ പെട്ടിരുന്നു.

പക്ഷേ എല്ലാ വൈകുന്നേരങ്ങളിലും കവലയിൽ വണ്ടി നിർത്തി തിരിഞ്ഞുനോക്കാൻ ആനന്ദനെങ്ങനെ കഴിയും! ഡിക്കിയിൽ അപർണ്ണയുടെ അമ്മ മേടിക്കാനേൽപ്പിച്ച ഫ്രീസ് ചെയ്ത ഇറച്ചിപ്പൊതിയോ മീൻപൊതിയോ കാണും. വൈകുന്നേരത്തെ സൽക്കാരത്തിന്നുള്ള ഐസ്ക്രീം കാണും. അതുരുകിപ്പോവും മുമ്പ്, മത്സ്യം കേടുവരും മുമ്പ് വീടെത്തേണ്ടതുണ്ട്. അങ്ങനെ സായന്തനങ്ങളെ മറക്കാൻ ആനന്ദൻ ശീലിച്ചു.

പകലിന്റെ മുഖത്തിന് പുറം തിരിഞ്ഞു വണ്ടിയോടിച്ചുകൊണ്ട് കൂടണയാൻ അയാൾ ശീലിച്ചു.

അത്താഴം കഴിഞ്ഞ് കാറ്റുകൊള്ളാൻ ടെറസ്സിൽ കയറി വരുമ്പോൾ ദൂരെ രാവിന്റെ നിഗൂഢതയിലിരുന്നു നിഴലുകൾ പിറുപിറുക്കുന്നതു കേൾക്കാം. നേരം തെറ്റിയനേരത്ത് ഒരു കിളി കരയുന്നതു കേൾക്കാം. പേരറിയാൻ പാടില്ലാത്ത ആ കിളിയുടെ സ്വരം എന്നും ദുഃഖപൂർണ്ണമായിരുന്നു.

ഇന്ന്

ആനന്ദൻ വിചാരിച്ചു.

എന്റെ ഈ സ്വാതന്ത്ര്യത്തിന്റെ മടിത്തട്ടിലിരുന്നു ഞാൻ അസ്തമയം കാണും. അതിനുവേണ്ടിയാണല്ലോ ഈ മാളികയും ടെറസ്സും പണിതിരിക്കുന്നത്. ഇന്നേതായാലും അപർണ്ണയുടെ അമ്മ ഒരു ഫിലിമിന്നു പോകാൻ ഒരുങ്ങുകയില്ല. ഇന്നലെ രാത്രി മുഴുവൻ ഉറക്കമിളച്ച് അവൾ ഇപ്പോൾ ഒന്നു കിടക്കുകയാവും.

പാവം അപർണ്ണയുടെ അമ്മ. കല്യാണാലോചന തുടങ്ങിയതു മുതൽ അവൾ വിശ്രമമറിഞ്ഞിട്ടില്ല, എത്രയോ ഫിലിമുകൾ അവൾക്ക് നഷ്ടമായി.

ആനന്ദൻ ഒരു നടുക്കത്തോടെ ഓർത്തു.

''ഇന്നൊരു സെക്കന്റ്ഷോവിന്ന് പോകാൻ അവൾ നിർബന്ധിച്ചേക്കും. അവളുടെ ഓർമ്മയിൽ സിനിമ കാണാതെ ഇത്രയധികം വൈകുന്നേരങ്ങൾ ഇതിനുമുമ്പുണ്ടായിട്ടുണ്ടാവില്ല.''

തണുത്ത കാറ്റ് വീശാൻ തുടങ്ങിയപ്പോൾ ആനന്ദൻ പതുക്കെ കണ്ണുകളടച്ചു.

ഇളംചൂടുള്ള വെയിലിന്റെ വിരൽത്തുമ്പുകളുടെ സ്പർശനം. കാറ്റിലിളകുന്ന തെങ്ങോലകളുടെ മർമ്മരം. ഒരു നേർത്ത പുഞ്ചിരി ആനന്ദന്റെ ചുണ്ടിൽ തങ്ങി നിന്നു.

''മൈ ഗോഡ്! നിങ്ങൾ ഇവിടെ കിടക്കുകയാണോ? പെണ്ണിനെയങ്ങ് പടിയിറക്കിവിട്ടാൽ എല്ലാം കഴിഞ്ഞൂന്നാണോ!''

ആനന്ദൻ ഞെട്ടിയുണർന്നു. അയാൾ കണ്ണ് മിഴിച്ചു പടിഞ്ഞാറോട്ടു നോക്കി. ഇല്ലിമുൾക്കാട്ടിൽ കുരുങ്ങിക്കിടക്കുന്ന ചോരവാലുന്ന ഒരു മുഖം.

അപർണ്ണയുടെ അമ്മയിൽനിന്ന് രൂക്ഷമായ ഒരു പരിമളം ഉയരുന്നുണ്ട്. ആരോ സമ്മാനിച്ച ഒരു പെർഫ്യൂം.

കണ്ണുകൾ അടച്ചുകൊണ്ട് ആനന്ദൻ ചോദിച്ചു:

''ആകാശം ഇടിഞ്ഞു പൊളിഞ്ഞു വീണോ?''

''നാളെ വിരുന്നല്ലേ?''

''അതിന്ന് ഇന്നേ കാത്തിരിക്കണോ!''

''മറൈൻ ഫുഡ്സിലേക്ക് വിളിച്ചിട്ട് അവർ ഫോൺ അറ്റന്റു ചെയ്യുന്നില്ലല്ലോ, ദൈവമേ!''

''ഇതു സീസണാണ് ഒന്നുറപ്പുവരുത്താൻ.''

''അവർ കടയടച്ചുകാണും!''

''ഇനി എന്തു ചെയ്യും?''

''എന്തു ചെയ്യാനാ? നാളെ കാലത്ത് പോയി കൊണ്ടുവരാം. അല്ലെങ്കിൽ അവരുടെ റെസിഡൻസിലൊന്നു വിളിച്ചു നോക്കൂ.''

''ഇല്ല ഒറ്റ ഫോണും എടുക്കുന്നില്ല. ഒന്നെണീക്കൂ.''

ആനന്ദൻ കണ്ണുതുറന്നു.

ആനന്ദൻ അപർണ്ണയുടെ അച്ഛനാണ്! തനിക്ക് വിശ്രമിക്കാറായില്ല.

ആനന്ദൻ എണീറ്റിരുന്നു.

അയാളുടെ നിഴൽ ടെറസ്സിൽനിന്ന് അനന്തതയിലേക്ക് നീണ്ടു കിടന്നു.

അയാളുടെ ഉടുപ്പിൽ പറ്റിയ വാടിയ പുവിതളുകൾ അപർണ യുടെ അമ്മ തട്ടിക്കളഞ്ഞു.

ഒരപരാധിയുടെ സൗമ്യഭാവത്തിൽ അയാൾ കോണിയിറങ്ങി. ഒട്ടും ഒച്ചയുണ്ടാക്കാതെ.

ഹാളിൽ ചീട്ടുകളിക്കുന്നവരുടെ അട്ടഹാസങ്ങൾ, അനിയ ന്മാരുടെയും മച്ചുനന്മാരുടെയും സ്വരങ്ങൾ അയാൾ തിരിച്ചറിഞ്ഞു തകർത്തുപാടുന്ന ഡിസ്കോസംഗീതം, ലഹരിയുടെ നേർത്തഗന്ധം.

ആനന്ദൻ നേരെ കാർഷെഡ്ഡിലേക്ക് നടന്നു.

''ഉടുപ്പു മാറേണ്ടേ?'' ഭാര്യ പുറകിൽനിന്നു ചോദിച്ചു.

''വേണ്ട.''

''ഓ! മൈഗോഡ്. കാണുന്നവരെന്തു കരുതും? വീട്ടിലെ ഈ വേഷത്തിൽ...''

ആനന്ദൻ മറുപടി പറഞ്ഞില്ല.

''ഈ ലിസ്റ്റ് നോക്കി വേണം എല്ലാം മേടിച്ചുകൊണ്ടുവരാൻ. മറൈൻ ഫുഡ്സ്, സ്പെൻസർ.

ഒരുതുണ്ട് കടലാസ് അയാളുടെ പോക്കറ്റിൽ നിക്ഷേപിച്ചിട്ട് അവൾ മാറി നിന്നു.

തുറന്നുകിടന്നിരുന്ന ഗേറ്റിലൂടെ ആനന്ദൻ അതിവേഗം വണ്ടി യോടിച്ചു പോയി.

നേരെ പടിഞ്ഞാറോട്ട്. വെളിച്ചത്തെ പിടിക്കാനോങ്ങുന്ന ഒരു കുഞ്ഞിന്റേതുപോലെ ജാഗ്രത്തായിരുന്നു അയാളുടെ ഭാവം. ദൂരെ വിടപറഞ്ഞുകൊണ്ട് നിൽക്കുന്ന സന്ധ്യയുടെ മുഖത്തുനോക്കി ചോദിക്കണം.

''നീയെന്നെ മറന്നോ? ഞാൻ മരിച്ചെന്നു കരുതിയോ.'' ഒരു സീൽക്കാരത്തോടെ പടിഞ്ഞാറൻ കാറ്റിനെ തുളച്ചുകൊണ്ട് വണ്ടി കുതിച്ചു.

എത്രയോ വർഷങ്ങളായി സഞ്ചരിച്ചിരുന്ന ദിശയ്ക്കു നേരെ വി പരീതമാണല്ലോ താനിന്ന് പോകുന്നത് എന്ന് ആനന്ദൻ ഓർത്തു.

അയാളുടെ മുഖത്തെ മ്ലാനത മാഞ്ഞുപോയി.

ഒരു കുഞ്ഞിന്റെ ഉത്സാഹത്തോടെ അയാൾ ആക്സിലേറ്ററിൽ ആഞ്ഞുചവിട്ടി.

ദിക്കുകൾ അയാൾക്കെതിരേ പാഞ്ഞുപോയി. പടിഞ്ഞാറെ ചക്രവാളത്തിൽ ഇടയ്ക്കിടക്ക് ഉയർന്നുവരുന്ന കൂറ്റൻകെട്ടിടങ്ങൾ ആനന്ദനെ അസ്വസ്ഥനാക്കി.

നഗരത്തിൽനിന്ന് മടങ്ങുന്ന വണ്ടികൾ. ചിലർ കൈവീശിക്കാണിച്ചു.

ആനന്ദൻ തിരിഞ്ഞുനോക്കിയില്ല.

നഗരാതിർത്തിയിലെത്തിയപ്പോൾ ആനന്ദൻ വേഗം കുറച്ചു. അയാളുടെ മിഴികൾ, പടിഞ്ഞാറ് എരിഞ്ഞടങ്ങാൻ പോകുന്ന പകലിന്റെ മുഖത്ത് ഉറച്ചുനിന്നു.

ആൽമരച്ചോട്ടിലെ ബസ്സ്റ്റോപ്പിൽ ആരോ വണ്ടി നിർത്താൻ കൈകാണിച്ചുവെന്ന് തോന്നി. വേഗം കുറച്ച് ആനന്ദൻ തിരിഞ്ഞുനോക്കി ബ്രേക്കിട്ടു.

ബസ് കിട്ടാതെ മടുത്ത മുഖവുമായി നിൽക്കുന്ന വസുന്ധര.

വസുന്ധര ഒരിക്കലെങ്കിലും തന്നോട് ഒരു ലിഫ്റ്റിന് ധൈര്യപ്പെട്ടിട്ടില്ല. മിക്കവാറും എല്ലാ ദിവസങ്ങളിലും വസുന്ധരയെ ഈ സ്റ്റോപ്പിൽ കാണാറുണ്ട്.

വസുന്ധര തന്റെ നാട്ടുകാരിയാണ്.

നാട്ടിൽനിന്ന് നഗരത്തിൽ നിത്യേന വന്നു ജോലി ചെയ്യുന്നവൾ. ബ്രാഞ്ചാപ്പീസിൽ ജോലിചെയ്യുന്ന വധുന്ധര ആനന്ദന്റെ സഹപ്രവർത്തകകൂടിയാണ്. ഇത്രയും മണിക്കൂറുകൾ അവർ ബസ്സ്റ്റോപ്പിൽ കാത്തുനിൽക്കുകയായിരുന്നു.

ആനന്ദൻ വണ്ടി പുറകോട്ടെടുത്തു. വസുന്ധരയ്ക്കു വേണ്ടി പിന്നിലെ ഡോർ തുറന്നുകൊടുക്കുമ്പോൾ അവർ ചോദിച്ചു:

''മകളുടെ വിവാഹമായിട്ട് ഒരാഴ്ച, ലീവാണ്, ഇല്ലേ?''

ആനന്ദൻ സങ്കോചത്തോടെ തലയാട്ടി. അപർണ്ണയുടെ വിവാഹത്തിന് വസുന്ധരയെ ക്ഷണിക്കേണ്ടതായിരുന്നു. നാട്ടുകാരി, സഹപ്രവർത്തക. മാത്രമല്ല, നാട്ടിൽനിന്ന് തന്റെ അമ്മയുടെ വിശേഷങ്ങൾ ഇടക്കിടയ്ക്ക് കൊണ്ടുവന്നുതരാറുള്ളവൾ, അമ്മ മരിച്ചതോടെ വസുന്ധരയുമായി സംസാരിക്കാറില്ല.

പുറകിൽനിന്ന് വസുന്ധര പറഞ്ഞു:

''ടൗണിൽ ബസ്സ്റ്റാന്റ് ജംഗ്ഷനിലിറങ്ങിയാൽ എനിക്ക് ബസ് കിട്ടും.'' ആനന്ദൻ പരുങ്ങലോടെ പറഞ്ഞു.

''അപർണ്ണയുടെ വിവാഹത്തിന് ക്ഷണിച്ചില്ല, ക്ഷമിക്കണം.''

വസുന്ധരയെ ക്ഷണിക്കേണ്ടതായിരുന്നു ഇടക്കാലത്ത് വസുന്ധര അപർണ്ണയെ കണക്ക് പഠിപ്പിച്ചിരുന്നു. മകളുടെ മണ്ടയ്ക്കകത്ത് ഒരിക്കലും കടക്കാൻ കൂട്ടാക്കാത്ത വിഷയമാണ് ഗണിതശാസ്ത്രമെന്ന് വസുന്ധര ഒരു നാൾ തുറന്നു പറഞ്ഞു. അന്നുമുതൽക്ക് അപർണ്ണയുടെ അമ്മയ്ക്ക് വസുന്ധര ഒരു ബുദ്ധിയില്ലാത്ത വെറും ക്ലാർക്ക് മാത്രമാണ്.

വിവാഹത്തിന് വസുന്ധരയെ ബോധപൂർവം ക്ഷണിക്കാതിരുന്നതാണെന്ന് ആനന്ദൻ ഓർത്തു. വസുന്ധരയ്ക്കും അറിയാം. അവളുടെ ഒരു മാസത്തെ ശമ്പളം മുഴുവനും ചെലവാക്കിയാൽ വിവാഹമംഗളത്തിന് ചേർന്നൊരു സാരി മേടിക്കാനാവില്ല. കസവിന്റെ ലോഹകവചങ്ങളണിഞ്ഞെത്തുന്നവരുടെ ഇടയിലൊരു വില കുറഞ്ഞ സാരി ധരിച്ച്, ആരാലും ശ്രദ്ധിക്കപ്പെടാത്തവളായി വസുന്ധരയെ കാണാൻ ആനന്ദൻ ആഗ്രഹിച്ചുമില്ല.

വരൻ എന്നാണ് വിദേശത്തേക്ക് തിരിച്ചുപോകുന്നത്? വസുന്ധര ചോദിച്ചു.

ആനന്ദൻ അതിന്നു മറുപടി പറഞ്ഞില്ല.

വണ്ടി നിശ്ശബ്ദതയുടെ തുരങ്കത്തിലൂടെ കുതിച്ചു. എതിരെ വരുന്ന വണ്ടികൾ ലൈറ്റിട്ട് തുടങ്ങിയിരുന്നു. ആനന്ദൻ സ്വിച്ചോൺ ചെയ്തില്ല. ബാറ്ററി വെളിച്ചത്തിൽ, തനിക്ക് വീണുകിട്ടിയ സന്ധ്യയുടെ സൗന്ദര്യം ചോർന്നു പോകുമെന്ന് ആനന്ദൻ ഭയപ്പെട്ടു.

പഴയ പതിവനുസരിച്ച് ആനന്ദൻ ചോദിച്ചു:

''വസുന്ധരയുടെ അനിയന്മാരുടെയെല്ലാം പഠിപ്പു കഴിഞ്ഞുവോ?''

''ഉവ്വ്. കഴിഞ്ഞവരും കഴിയാത്തവരും തുല്യം അനിയത്തിയുടെ വിവാഹം കഴിഞ്ഞതു കാര്യം...''

തന്റെ ഓദ്യോഗികാധികാരം ഉപയോഗിച്ചു വസുന്ധരയുടെ ഒരനിയനെങ്കിലും ആപ്പീസിൽ ജോലി മേടിച്ചുകൊടുക്കേണ്ടതാണെന്നു ആനന്ദനു തോന്നി.

അതൊരു വെറും സൗജന്യമായി വസുന്ധര കണക്കാക്കുമോ?

കൺമിഴികൾ തുറക്കുന്ന തെരുവ്വിളക്കുകൾക്കിടയിൽ വസുന്ധരയെ ഇറക്കിവിടുമ്പോൾ ആനന്ദൻ ചോദിച്ചു.

''ബസ്സുകിട്ടാൻ വൈകില്ലേ?''

''സാരമില്ല.''

''ഞാൻ നാട്ടിലേക്കാണ്! ഈ വണ്ടിയിൽത്തന്നങ്ങുപോകാം.''

വസുന്ധര അത്ഭുതത്തോടെ ആനന്ദനെ നോക്കി.

മകളുടെ വിവാഹം പ്രമാണിച്ചു പട്ടണത്തിൽ നിന്നു വല്ലതും മേടിക്കാനിറങ്ങിയതാവും എന്നു കരുതി.

ആനന്ദൻ ചിരിച്ചു.

പോക്കറ്റിൽ അപർണയുടെ അമ്മ നിക്ഷേപിച്ച കടലാസ്സു തുണ്ടിനെ ഓർത്തു പ്രോൺസ്, ക്രീം, ചീസ് ബട്ടർ...

പൊടുന്നനെ വസുന്ധര പറഞ്ഞു:

''അതാ എന്റെ ബസ്സ്!'' അവൾ തിരിഞ്ഞുനോക്കി കൈവീശി ഓടിയകന്നു.

ആളുകളെ കുത്തിനിറച്ച ബസ്സ് ഘോരമായി ഹോറണടിച്ചു കൊണ്ട് ആനന്ദനെ ഓവർടേക്കു ചെയ്തു.

മൗഢ്യമായ ഒരു ചിരിയുമായി നിൽക്കുന്ന വിളക്കുകാലിന്റെ ചുവട്ടിൽ ആനന്ദൻ ഒരനാഥനെപ്പോലെ പകച്ചു നിന്നു.

അയാൾ വണ്ടിയിൽ കയറിയിരുന്നു.

നേരെ പടിഞ്ഞാറോട്ട് വണ്ടിയോടിച്ചു. മണൽപ്പരപ്പിലവസാനിക്കുന്ന പാത ഒരു കൈവഴി കടലിന്നു സമാന്തരം തെക്കോട്ടു നീളുന്നു.

പൂഴിപ്പരപ്പിൽ തൂവിപ്പോയ ഏതാനും വെളിച്ചത്തിന്റെ കതിരുകൾ. സൂര്യന്റെ മുഖം നഷ്ടമായി സമുദ്രത്തിന്റെ നെടുവീർപ്പ് വ്യക്തമായി കേൾക്കുന്നു.

അവിരാമം കരഞ്ഞുകൊണ്ടിരിക്കുന്ന തിരമാലകൾ. തിരമാലകളുടെ പുറത്ത് എന്തോ പരതുന്ന കടൽകാക്കകളുടെ ദീനമയ കരച്ചിൽ.

വണ്ടി നഗരത്തെ പിന്നിലാക്കി. കൂറ്റൻ കെട്ടിടങ്ങളുടെ നിഴലുകളിൽനിന്നു മോചനം നേടി. അരണ്ട വെളിച്ചം പരന്നുകിടക്കുന്ന ഗ്രാമാന്തരീക്ഷത്തിലേക്ക് കുതിച്ചു.

ചിരപരിചിതമായ ചെറിയ പഴയ പാലം കടന്നപ്പോൾ ആനന്ദൻ തന്റെ ഗ്രാമത്തിലെത്തി. ഇടുങ്ങിയ, പരുക്കൻ പാത. വല്ലപ്പോഴും കടന്നുപോകുന്ന ബസ്സുകൾ ചവിട്ടിയരച്ചുറപ്പിച്ച പാത.

വസുന്ധരയിപ്പോൾ വീട്ടിലെത്തിയിരിക്കുമോ?

തനിക്കു മാത്രമല്ല, വസുന്ധരയ്ക്കും ഗ്രാമത്തിന്റെ വെളിച്ചം നഷ്ടമായിരിക്കുന്നു. പുലരുംമുമ്പ് യാത്ര തിരിക്കണമല്ലോ, അവൾക്കും. മുടന്തിച്ചാടി വൈകിട്ട് അവളുടെ ബസ് തിരിച്ചെത്തുന്നതും സന്ധ്യകഴിഞ്ഞ്.

വയലിൽനിന്ന് മണ്ണട്ടകളുടെയും തവളകളുടെയും കരച്ചിൽ

കേട്ടു. ഒരു പഴയ റിക്കാർഡ് സംഗീതംപോലെ രണ്ടു ദിവസംമുമ്പ് പെയ്ത മഴ സംഗീതത്തിന്നു കൊഴുപ്പ് കൂട്ടിയിരിക്കുന്നു,

ഉള്ളിലിരുന്ന് ആരോ ചോദിച്ചു:

‘‘ആനന്ദാ നീയെങ്ങോട്ടാണ് പോകുന്നത്?’’

അത്താഴം കഴിഞ്ഞു. സെക്കന്റ്ഷോവിന്നു പോകുമ്പോൾ അമ്മയുടെ ചോദ്യം.

ഈ നാട്ടുപാത അന്നും ഉണ്ടായിരുന്നു.

വിജനതയെ തോൽപ്പിക്കാൻ ഉറക്കെ പാടുകയും കുറുക്കന്മാരെ അനുകരിച്ചു കൂവിയാർക്കുകയും ചെയ്തിരുന്നു.

ഇപ്പോൾ തനിക്ക് കൂകാനറിയില്ല. പന്തയംവെച്ചു ഓടാൻ പറ്റുകയില്ല. പത്തുനിമിഷം മഞ്ഞുകൊണ്ടു വയൽവരമ്പിലൂടെ നടക്കാൻ ആരോഗ്യം അനുവദിക്കുകയില്ല. നാളെ ആസ്തമയിളകി ചുമയ്ക്കാൻ വയ്യാതെ വിഷമിക്കുമ്പോൾ അപർണ്ണയുടെ അമ്മ കർക്കശമായി ചോദിക്കും.

‘‘ഇന്നലെ എവിടെയായിരുന്നു, സവാരി?’’

വസുന്ധരയ്ക്ക് ഒരു ലിഫ്റ്റുകൊടുക്കാൻ പോയി എന്നു പറഞ്ഞാലൊ?

അവൾ അലറിക്കരഞ്ഞേക്കും.,

കണ്ണിൽ കണ്ടതെല്ലാം തല്ലിയുടച്ചേക്കും.

പൂച്ചട്ടികൾ ഒന്നൊന്നായെടുത്തു പുറത്തേക്കെറിയും. അപർണ്ണയാണല്ലോ അവളുടെ ആയുധം. ഇരുതല മൂർച്ചയുള്ള ആയുധം.

കൊപ്രക്കളത്തിൽ വല വിരിക്കുന്ന ഒരു ഗ്രാമീണൻ വണ്ടിയുടെ ഒച്ചുകേട്ട തല ഉയർത്തിനോക്കി.

‘‘ആർക്കാണാവോ ദീനം! അയാൾ തന്നത്താൻ പറയുന്നതു കേട്ടു. ഗ്രാമീണരിലാർക്കെങ്കിലും അത്യാസന്ന രോഗം വന്നാലാണ് ഒരു കാർ അസമയത്ത് ഈ വഴിക്കു കടന്നുവരുന്നത്.

മാസങ്ങൾക്കുമുമ്പ് അമ്മയുടെ മൃതദേഹവുമായി വരുമ്പോൾ ഗ്രാമീണർ ഓടിക്കൂടിയിരുന്നു. പട്ടണത്തിലെ ശ്മശാനത്തിൽ എരിഞ്ഞടങ്ങാൻ അമ്മയുടെ ഉടൽ കൂട്ടാക്കുമായിരുന്നില്ല.

അപ്പോഴും ചുവപ്പുരാശി വിട്ടിട്ടില്ലാത്ത ആകാശത്തിൽ ചെറിയ നക്ഷത്രങ്ങൾ; വസുന്ധരയുടെ സാരിപോലെ. വസുന്ധരയുടെ വീട് ഇവിടെ അടുത്തെങ്ങോ ആണ്.

തന്റെ വണ്ടിയുടെ ശബ്ദം അവൾ തിരിച്ചറിയുമോ?

ആനന്ദൻ അത്ഭുതപ്പെട്ടു.

വളവുതിരിഞ്ഞാൽ പടിപ്പുരയായി. ആനന്ദൻ ജനിച്ചുവളർന്ന പറമ്പും വീടും.

മതിലിന്റെ ഓരം ചേർത്ത് വണ്ടി നിർത്തി, ആനന്ദൻ കല്പടവുകൾ കയറി. പടിവാതിൽ തുറന്നുകിടപ്പുണ്ട്. മുറ്റത്ത് തുളസിത്തറയുടെ മറവിൽ ഇരപിടിക്കാൻ പതുങ്ങിനിൽക്കുന്ന പൂച്ച.

അരണ്ട വെളിച്ചം പരത്തുന്ന ഒരു റാന്തൽ ഉമ്മറത്തു തൂങ്ങുന്നു. നന്നായി. ലൈൻ നഷ്ടപ്പെട്ടത് നന്നായി. ഇതാണ് തന്റെ പഴയവീട്; ഇതുതന്നെ ചിമ്മിനിയിൽ ഒരല്പം പുക പിടിച്ചിട്ടുണ്ടെന്നുമാത്രം. ചിമ്മിനി തുടച്ചു വൃത്തിയാക്കാൻ അമ്മയില്ലല്ലോ.

ഉമ്മറത്ത് ഒച്ചയനക്കമില്ല. ആനന്ദൻ കോലായയിൽ കയറി, ചാരുപടിയുടെ നേർക്ക് തിരിഞ്ഞു. വൃദ്ധന്റെ കൈത്തലംപോലെ മിനുത്ത, കടുപ്പമേറിയ പടി. എണ്ണപോലെ പരന്ന വെളിച്ചം. ആനന്ദൻ വിരലുകൊണ്ട് തൊട്ടു നോക്കി. അയാളുടെ ഉടൽ കോരിത്തരിച്ചു. എന്തോ, അന്തരിച്ച അച്ഛന്റെ സ്പർശനമേറ്റപോലെ.

ആനന്ദൻ പടിയിന്മേൽ നീണ്ടുനിവർന്നുകിടന്നു.

പാരിജാതത്തിന്റെയും എരിക്കിൻപൂക്കളുടെയും മണം ആനന്ദനെ വീശിത്തണുപ്പിച്ചു.

മിഴികൾ പതുക്കെപ്പതുക്കെ അടഞ്ഞു.

ഇരുട്ട് ഒരു ഗതകാലസ്മരണപോലെ അയാളെ പൊതിഞ്ഞു.

ഉറക്കത്തിന്റെ നിഴലിൽക്കിടന്ന്, ആനന്ദൻ കാളവണ്ടികളുടെ മണിയൊച്ച കേട്ടു. വസുന്ധരയുടെ വീട്ടിലെ പശു കരയുന്നതു കേട്ടു. പുഴക്കടവിലെ ആർപ്പുവിളി കേട്ടു. കുറുക്കന്മാർ ഓരിയിടുന്നതു കേട്ടു. ബാല്യകാലം തിരിച്ചുവരികയാണ്. എണ്ണമറ്റ പരിചിത ശബ്ദങ്ങൾ. കാലത്തിന്റെ കരിയിലക്കൂമ്പാരത്തിനടിയിൽ പടിഞ്ഞു കിടന്നിരുന്ന സ്മരണകൾ മെല്ലെമെല്ലെ കണ്ണുമിഴിച്ചു. മധുരമായൊരു ഉറക്കുപാട്ടിലൂടെ ആനന്ദൻ ഒഴുകിപ്പോയി.

ഒരു കനത്ത കാലൊച്ച.

കാലത്തിന്റേതുപോലെ ഭാരിച്ച, നടുക്കുന്ന കാലൊച്ച.

ചരൽക്കല്ലുകളുടെ ഞരക്കം.

കാലൊച്ച അടുത്തടുത്തു വരുന്നു ഇറയത്തു നിൽക്കുന്നു.

''ആരാ ഈ കെടക്ക്ണെ?''

''ഗോയ്ന്ദാ നീയാണൊ, കൊറെ, ഇന്നും അകത്താക്കീട്ട്ണ്ടാവും, ല്ലേ?''

ആനന്ദന്റെ കാതുകൾ ഉണർന്നു.

''ഗോയ്ന്ദനല്ലാന്ന്ണ്ടോ? വഴിപോക്കരാരാനും ആണോ?''

ആനന്ദൻ കണ്ണുതിരുമ്മി എണീറ്റിരുന്നു.

"കൊഴങ്ങിപ്പോയോ? ഉറങ്ങാനൊന്നും സമയായ്ട്ട്ല്യാട്ടോ! കെടന്നാട്ടെ, കെടന്നാട്ടെ! എന്നും ഞാന്തനിച്ചല്ലെ. ഇന്ന് ഒരു മനുഷ്യപ്രാണ്യോടു മിണ്ടിപ്പറഞ്ഞു കെടക്കാലെ!"

"നിങ്ങളാരാ?" അവസാനം ആനന്ദൻ ചോദിച്ചു.

"ഞാനൊ! നല്ലകഥ. ഞാൻ കണാരക്കുട്ട്യല്ലെ. ആലിഹാജി എന്നെ വീട്ടുകാവലിന്നാക്കീട്ട് കടല് കടന്നില്ലെ. ഇപ്പം തോന്ന്വാ വേണ്ടാർന്നു, വേണ്ടാർന്നു."

ആനന്ദൻ ആശ്ചര്യസ്തബ്ധനായി ഇരുട്ടിലൂടെ കണാരക്കുട്ടിയുടെ നേർക്ക് തുറിച്ചുനോക്കി.

"അമ്മാളുഅമ്മ മരിച്ചേർന്ന്ല്ല്യെങ്കില് ഈ വീട്പ്പഴും ആല്യാപ്ലക്ക് കിട്ട്വാർന്നുല്ല്യ. പിന്നെ, പത്രാസുകാര് മക്കൾക്ക് പാർക്കാൻ ഇതൊട്ടു പറ്റൂംല്ല്യാന്ന്ച്ചോളൂ.

ഒരു തേള് കുത്തിയിട്ടെന്നപോലെ ആനന്ദൻ ചാടിയെണീറ്റു.

താനിവിടെ, ജനിച്ചുവളർന്ന വീട്ടിൽ, പതിനഞ്ചുനായും പുലിയും കളിച്ച ഈ ചാരുപടിമേൽ, തികച്ചും ഒരന്യനാണെന്ന വസ്തുത, ഇരുട്ടിലൊരു പൂവിരിഞ്ഞ് ദുർഗന്ധം പരത്തുംപോലെ അയാൾക്കനുഭവപ്പെട്ടു.

ഇത് ആനയറവീട്ടിലെ അമ്മാളുവിന്റെയും മക്കളുടെയും വീടല്ല.

ആലിഹാജി എല്ലാം വിലയ്ക്കു മേടിച്ചിരിക്കുന്നു. നഗരം, തന്നെ വിലയ്ക്കുമേടിച്ചിരിക്കുന്നതുപോലെ.

പിടിച്ചുപറിച്ചെറിയപ്പെട്ട ഓർമ്മകൾ കഴുത്തുഞെരിഞ്ഞു, കരൾ വിതുമ്മി, മുറ്റത്ത് ഇരുട്ടിൽക്കിടന്ന് പിടയുന്നു. ആനന്ദൻ കണ്ണുകൾ ചിമ്മിത്തുറന്നു അടക്കിയ പകയോടെ കണ്ണിറുക്കുന്ന റാന്തൽ.

ആനന്ദൻ പടിയിറങ്ങി, മുറ്റത്തിറങ്ങി തണുത്തചരലുകൾ പാദങ്ങളെ നോവിച്ചു.

"പോവ്വായൊ? ഞാൻ നിരീച്ചു ഒരു രാവിലെങ്കിലും കൂട്ടിന് ആളായല്ലൊ! ഇന്ന് ഇരുട്ടാണ്. നടക്കാനേറെ ദൂരംണ്ടൊ?"

ആനന്ദൻ നടത്തത്തിന് വേഗം കൂട്ടി.

"സൂക്ഷിച്ചുപോണെ! നല്ലജാതി ഇഴജന്തുക്കളുണ്ട്!"

"അറിയാം!"

ഭിക്ഷയ്ക്കുവന്നു അവമാനിതനായി. ആട്ടിയിറക്കപ്പെട്ടവനെപ്പോലെ, ആനന്ദൻ മുഖംകുനിച്ച് അതിവേഗത്തിൽ പടിപ്പുരവാതിൽ തുറന്ന് പുറത്തു കടന്നു. ■

പരീക്ഷകൾ അവസാനിച്ച
ഒരു സായാഹ്നം

കോളണി നിവാസികൾക്ക് പരീക്ഷകൾ അവസാനിച്ച ഒരു ശീതകാല സായാഹ്നത്തിൽ ഭരതൻ തന്റെ കൊച്ചുവീടിന്റെ, അതിനേക്കാൾ കൊച്ചായ ഉമ്മറത്ത് വെറുതെ ഇരിക്കുകയായിരുന്നു. ഈ നേരത്ത് ഈ ഉമ്മറത്ത് ഭരതൻ ഇരിക്കുന്ന പതിവില്ല. അയാൾക്കവിടെ സ്വന്തം ഉമ്മറത്ത് ഇരുന്നപ്പോൾ വീർപ്പുമുട്ടി.

കീശ കാലിയായതുകൊണ്ടു കൂടിയാണ് ഇന്ന് വൈകുന്നേരം ഭരതൻ ജോലിസ്ഥലത്തുനിന്ന് നേരെ വീട്ടിലേക്കു പോന്നത്. ഒരു വലിയ പണിമുടക്കിനുശേഷമുള്ള ആലസ്യത്തിൽ ആണ്ടുകിടപ്പാണ് അയാളുടെ സംഘടനാപ്രവർത്തനം. യൂണിയനാപ്പീസിൽ ചുരുട്ടിവച്ച കൊടികളും അക്ഷരങ്ങൾ തേഞ്ഞ പ്ലക്കാർഡുകളും കുന്നോളം ഫയലുകളും വിശ്രമിക്കുന്നു. വഴിപിരിച്ചും സംഭാവന തേടിനടന്നും അയാൾ തളർന്നിരുന്നു. മാസാവസാനത്തിലെ സായാഹ്നമാണ് ഒരു വിശ്രമത്തിന് പറ്റിയ സമയം എന്ന് ഭരതന് തോന്നി.

അയാൾക്കു ചുറ്റും കോളണിയിലെ ഇരുനിലക്കെട്ടിടങ്ങൾ കോട്ടയുയർത്തിയിരുന്നു പിൻനിരയിലെ ഒറ്റനിലക്കെട്ടിടങ്ങളിലൊന്നായിരുന്നു ഭരതന്റേത്. ഈ കോളണിയിൽ, ഒരൊറ്റനിലക്കെട്ടിടത്തിൽ പോലും താനെങ്ങനെ എത്തി എന്നത് ഭരതന് ഇന്നും ഒരത്ഭുതമാണ്.

എൻജിഒമാരുടെ കോളണിയിൽ പരുക്കൻ നിലവും സർക്കാർ കെട്ടിടങ്ങളുടെ നേർവരകളിലൊതുങ്ങുന്ന സൗകര്യങ്ങളും പൊത്തോടിയ കതകുകളും ചേർത്തടയ്ക്കാൻ പറ്റാത്ത കുളിമുറികളും പുകമൂടിയ അടുക്കളയുമുള്ള ഒരു കൊച്ചു ക്വാർട്ടേഴ്സിൽ, നവവധുവിന്റെ കലഹിച്ച മുഖം കണ്ടില്ലെന്നു നടിച്ച് കഴിഞ്ഞുകൂടുന്ന കാലത്താണ് അതു സംഭവിച്ചത്. ഇടത്തരക്കാരുടെ കോളണിയിലേക്കുള്ള ഈ കുടിയേറ്റം.

മായയുടെ അച്ഛൻ അവിചാരിതമായി മരിച്ചപ്പോൾ അയാളുടെ വകയായി മകൾക്ക് കിട്ടിയതാണ് ഈ വീട്.

ക്വാർട്ടേഴ്സിന്റെ കുറവുകളെക്കുറിച്ച് മായയുടെ അച്ഛൻ പരോക്ഷമായി പലപ്പോഴും സൂചിപ്പിക്കാറുണ്ടായിരുന്നു.

പകലുകളിൽ അവൾ ഒറ്റപ്പെടുന്നു.

അയൽപക്കങ്ങളിലെ എൻ ജി ഒ മാരുടെ ഭാര്യമാരെല്ലാം ഭർത്താക്കന്മാരോടൊപ്പം നഗരത്തിൽ ജോലി ചെയ്യുന്നവരായിരുന്നു. അടച്ചിട്ട അനേകം വീടുകൾക്കിടയിൽ ഒരോർമ്മത്തെറ്റുപോലെ, പകലുറങ്ങിയും അയൽപക്കത്തെങ്ങാനും മുലകുടിമാറാത്ത ശിശുക്കളുണ്ടെങ്കിൽ അവരുടെ ആയമാരോട് കഥകൾ പറഞ്ഞും അവൾ കഴിഞ്ഞു കൂടുകയായിരുന്നു.

പല കാരണങ്ങൾകൊണ്ടും ഈ കുടിമാറ്റം ഭരതന്ന് രസിച്ചിരുന്നില്ല. പലതിനോടും പൊരുത്തപ്പെടാൻ ഇതുവരെ അയാൾക്കു കഴിഞ്ഞിട്ടില്ല. മായയ്ക്ക് ഫുൾടൈം കുടുംബിനികളായ അയൽക്കാരെ കിട്ടിയല്ലോ എന്നൊരു സമാധാനമാണ് അയാളെ തണുപ്പിച്ചത്.

മുൻനിരയിലും പിൻനിരയിലും വലതുവശത്തും ഇരുനിലക്കെട്ടിടങ്ങൾ അയാളുടെ ആകാശങ്ങളെ മറച്ചിരുന്നു. കിഴക്കുഭാഗത്തു മാത്രമാണ് ഉയരമേറിയ കെട്ടിടങ്ങൾ ഇല്ലാതിരുന്നത് സൂര്യനുദിക്കുന്നതിന് മാറ്റമില്ലല്ലോ എന്ന് ഭരതൻ സമാധാനിച്ചു. തനിക്കായി ഈ കോളണിയിൽ സൂര്യനുദിക്കുന്നു. തിളങ്ങുന്ന സായാഹ്നങ്ങൾ പടിഞ്ഞാറ് അവശേഷിക്കുന്ന ഒരു പനയ്ക്കു മീതെ നിന്ന് പൊടുന്നനെ കെട്ടിടങ്ങൾക്കപ്പുറത്തേക്ക് വഴുതി വീഴുന്നതു കാണാൻ ഭരതൻ തന്റെ വീട്ടിലിരിക്കാറില്ല. അതുകൊണ്ട് അസ്തമയങ്ങളെക്കുറിച്ചുള്ള ചിന്ത ഭരതനെ ഒരിക്കലും അസ്വസ്ഥനാക്കിയില്ല.

കിഴക്കോട്ടു ജാലകങ്ങളുള്ള തന്റെ ഇരുപ്പുമുറിയിലിരുന്നു ഭരതൻ പല പ്രഭാതപത്രങ്ങൾ വായിച്ചു തീർക്കും. അവ തീരുമ്പോൾ, അയൽപക്കങ്ങളിൽ നിന്നു കിട്ടാവുന്നവയും വായിച്ചു തീർക്കും, പല പത്രങ്ങൾ വായിക്കാതെ താൻ നിൽക്കുന്നതെവിടെയെന്നു തനിക്കൊരിക്കലും മനസ്സിലാക്കാൻ പറ്റില്ലെന്നു ഭരതൻ വിശ്വസിച്ചു. ഈ കോളണി പോലെ പരന്നു കിടക്കുകയാണ് പത്രങ്ങളുടെ പ്രപഞ്ചം. അകത്തേയ്ക്ക് കാറ്റും വെളിച്ചവും കടക്കാനുള്ള വഴികളെ കൂറ്റൻ കെട്ടിടങ്ങൾ കൊട്ടിയടച്ചിരിക്കുന്നു. മുകളിലെ ആകാശം ശൂന്യമാണ്. അകലെയൊരു പ്രഭാതം വിരിയാനുണ്ട് എന്നതിൽ കവിഞ്ഞ വാഗ്ദാനങ്ങളൊന്നും നൽകാത്ത ഒരു നരച്ച

ആകാശം... നിനച്ചിരിക്കാതെ ഏതെങ്കിലുമൊരു കോണിൽ നിന്ന് ഒരു പറ്റം വെള്ളക്കൊക്കുകൾ പറന്നുയരുന്നതു കാണാം. നേരെ എതിർവശത്തേക്ക് അവ തിരമാലപോലെ ഉലഞ്ഞുലഞ്ഞു നീങ്ങി അപ്രത്യക്ഷമാവുന്നു. സന്ധ്യകളിൽ ഒറ്റപ്പെട്ട പരുന്തുകൾ അത്യുന്നതങ്ങളിൽ കറങ്ങിക്കറങ്ങി ഒരു ബിന്ദുവിൽ അപ്രത്യക്ഷമാവുന്നതു കാണാൻ ഭരതൻ ഈ ഉമ്മറത്തിരിക്കാറില്ലല്ലോ.

ഉയരങ്ങളിൽ വട്ടം ചുറ്റിയ ഒരു കൃഷ്ണപ്പരുന്ത് കോളണിയുടെ അതിരിൽ തലയുയർത്തി നിൽക്കുന്ന പനയുടെ ഉച്ചിയിൽ താണിരുന്നപ്പോൾ ഭരതൻ വിചാരിച്ചു.

അതവന്റെ താവളമായിരിക്കും. അവന്റെ സാമ്രാജ്യം ചുറ്റും പരന്നുകിടക്കുന്നു. ഒരു ഇര താഴ്വരയിലനങ്ങിയാൽ അവനു കാണാം. താണുവന്ന് ഏതു നിമിഷവും അവൻ അതിനെ റാഞ്ചിക്കൊണ്ടുപോകും.

മുൻനിരയിലെ മട്ടുപ്പാവുകളിൽ കുളിച്ചു മോടിയുള്ള കുപ്പായങ്ങൾ ധരിച്ച സുന്ദരിമാർ പ്രത്യക്ഷപ്പെടാൻ തുടങ്ങി. പോക്കുവെയിലേറ്റ് അവരുടെ കവിളുകൾ സ്വർണക്കിണ്ണങ്ങൾപോലെ തിളങ്ങി. അവരുടെ മിഴികളിൽ നെയ്ത്തിരികൾ മിന്നി. മട്ടുപ്പാവുകളുടെ രഹസ്യങ്ങളെ മറച്ചുകൊണ്ട് എമ്പാടും ബൊഗൺ വില്ലകൾ പൂത്തുലഞ്ഞുനിന്നു.

ഭരതൻ നേരിയ ദുഃഖത്തോടെ ഓർത്തു. എൻ ജി ഒ ക്ലബ്ബിലെ ഹാളിലിരുന്നു ഇപ്പോൾ കൂട്ടുകാർ ചീട്ടുകളിക്കുന്നുണ്ടാവും. തെന്നിവീഴുന്ന കാരംസിന്റെ നനുത്ത ശബ്ദം അയാളുടെ ഓർമകളിൽ ഇറുന്നുവീണു. തങ്ങളുടെ രാഷ്ട്രീയ ഭാവിയെക്കുറിച്ചുള്ള ചർച്ചകളിൽ മുഴുകിയിരിക്കുന്ന സഹപ്രവർത്തകരുടെ വാക്കുകൾ അയാൾ വ്യക്തമായിക്കേട്ടു.

അനുദിനം നമ്മൾ ഭീരുക്കളായി വരികയാണ്.

നമ്മൾ സർക്കാരിന്റെ അടിയാളരാണല്ലോ!

''ഛെ!''

പിന്നീട് ക്വാർട്ടേഴ്സിൽ ഒരു ഇംഗ്ലീഷ് മീഡിയം വിദ്യാലയം സ്ഥാപിക്കേണ്ടതിന്റെ ന്യായാന്യായങ്ങളെക്കുറിച്ചായി തർക്കം. പലരും വലിയ ചെലവുവഹിച്ചാണ് നഗരത്തിലെ പ്രൈവറ്റ് സ്കൂളുകളിൽ കുട്ടികളെച്ചേർത്തിരുന്നത്. ഈ പ്രവൃത്തി ഒരു വിഷസൂചിപോലെ അവരുടെ മനഃസാക്ഷിയെ കുത്തിനോവിച്ചിരുന്നു.

അജയനെ പ്രസവിച്ച അന്ന് മായ പറയാൻ തുടങ്ങിയതാണ് ഇംഗ്ലീഷ് സ്കൂളുകളില്ലാത്ത ക്വാർട്ടേഴ്സ് പരിസരത്തിൽ നിന്ന്

വിട്ടുപോരണമെന്ന്. ഇവിടെ മുറ്റത്തുവന്ന് വലിയ പണക്കാരുടെ മക്കൾക്കൊപ്പം അജയനേയും സ്കൂൾബസ്സ് പെറുക്കിക്കൊണ്ടു പോവുന്നത് ആശ്വാസത്തോടെ അവൾ നോക്കിനിൽക്കുന്നു. അഞ്ചു വയസ്സുകാരനായ അജയന്റെ സ്കൂൾ ചെലവുകൾ കഴിഞ്ഞു തങ്ങൾ രണ്ടുപേരും ഇതിന്നകത്ത് കഴിഞ്ഞു കൂടുന്നതെങ്ങനെയെന്ന് ഭരതൻ വിസ്മയത്തോടെ ചിന്തിച്ചു, അഞ്ചുവയസ്സുകാരന് ശമ്പളത്തിൽ പാതി.

ഉമ്മറത്ത് ഒരു റോസാച്ചെടി മേടിച്ചു വെയ്ക്കാനിതുവരെക്കഴിഞ്ഞില്ല. നട്ടുപിടിപ്പിക്കാൻ മണ്ണില്ലാതെന്തു ചെയ്യും? ക്വാർട്ടേഴ്സിലായിരുന്നപ്പോൾ ഒരുപാട് ഒഴിഞ്ഞ സ്ഥലങ്ങളും പച്ചക്കറി കൃഷിയുമുണ്ടായിരുന്നു. ഇത്തരമൊരു സായന്തനം ചെലവാക്കാൻ.

ഭരതൻ മുകളിലെ പത്തടി ചതുരത്തിലേക്ക് മിഴിയോടിച്ചു. വീശിവീശി കൈകഴച്ചിരുന്നു. പുസ്തകത്തിന്റെ ചട്ട താഴെയിട്ടു.

പരീക്ഷയുടെ അവസാന ദിനമായ ഇന്ന് മുറ്റത്തുനിന്ന് പുസ്തകങ്ങൾ ഉമ്മറത്തേക്കു വലിച്ചെറിഞ്ഞാണ് അജയൻ കളിത്തട്ടിലേക്കോടിയിരിക്കുന്നത്. പുഴുങ്ങിയ പഴവും ഒരു ഗ്ലാസ് പാലുമായി മായ പുറകെയോടി.

പതിവിലും നേരത്തെ അയൽക്കാരുടെ അടുക്കളകളിൽ അരവു യന്ത്രങ്ങൾ തിരിയാൻ തുടങ്ങി.

ചെമ്മണ്ണ് കിളറിയ കളിത്തട്ടിനുമീതെ പൊടിയുടെ ചുവന്ന മഞ്ഞ് പരക്കാൻ തുടങ്ങിയതേയുള്ളു വീട്ടമ്മമാർ ഗ്രൗണ്ടിന്റെ അതിരിലും മട്ടുപ്പാവുകളിലും വന്നുനിന്നു മക്കളെ നീട്ടിവിളിക്കുന്നു.

ഉച്ചമയങ്ങിയ നേരം കോളണിപ്പാതകളിലൂടെ മാർക്കറ്റിലേക്കു പോയ പെൺകിടാങ്ങൾ തിരിച്ചുവരുന്നുണ്ടായിരുന്നു. കറുപ്പ്ചുറ്റി, ദീക്ഷ വളർത്തി, സ്വർണ്ണമാലയും തുളസിമാലയുമണിഞ്ഞ ചെറുപ്പക്കാർ കൂട്ടത്തോടെ കടന്നു.

സായാഹ്നസവാരിക്കിറങ്ങിയ കിഴവന്മാർ, പേരമക്കളുടെ കൈപിടിച്ച് വരുന്നത് ഭരതൻ കണ്ടു.

ഒരുന്തുവണ്ടിനിറയെ മടക്കിയ സ്റ്റീൽക്കസേരകൾ രണ്ടു ചെറുപ്പക്കാർ വലിച്ചുകൊണ്ടുപോയി. വണ്ടിയുടെ കൂടെത്തന്നെ ഹർഷനുണ്ട്. കോളണിയിലെ ക്ലബ്ബ് സെക്രട്ടറി.

ഹർഷൻ ഭരതനെ നോക്കി പരിചയഭാവം നടിച്ചു. അവരുടെ ക്ലബ്ബിൽ ഭരതൻ ഒരിക്കലും പോകാറുണ്ടായിരുന്നില്ല. മായ കൃത്യമായി വരിസംഖ്യ കൊടുക്കുന്നുണ്ടാവണം. ക്ലബ്ബിലെ പ്രധാന വിനോദം ടേബിൾ ടെന്നീസും വലിയ കമ്പനികൾ സംഘടിപ്പിക്കുന്ന സാരി

പ്രദർശനങ്ങളുമാണ്. രണ്ടിലും ഭരതനു താത്പര്യമുണ്ടായിരുന്നില്ല. ഒരു നൃത്തപരിശീലന ക്ലാസും സംഗീത പീഠവുമുണ്ട്. അജയന് കളിത്തട്ടിലിറങ്ങി പന്തു കളിക്കുന്നതിൽമാത്രമാണു താത്പര്യം.

ഹർഷൻ ഒരിക്കൽകൂടി ചിരിച്ചു. എന്തോ പറയാനാഞ്ഞു. പിന്നെ വേണ്ടെന്ന മട്ടിൽ വണ്ടിയുടെ ഒപ്പം ധൃതിയിൽ നടന്നുപോയി.

നൃത്തപരിശീലനവും പ്രസംഗപരിശീലനവും നടക്കുന്ന റിക്രിയേഷൻ ഹാളിന്റെ പരിസരത്ത് പതിവില്ലാത്തവിധം ആൾത്തിരക്ക്. ഭരതൻ അത്ഭുതപ്പെട്ടു. കളി മതിയാക്കി കുട്ടികൾ കൂടുതേടിയിരുന്നു. മൺതരികൾ ചെടികളിൽ തലചായ്ച്ചിരുന്നു.

വിജനമായ കളിത്തട്ടിൽ കുട്ടികൾ എറിഞ്ഞുകളഞ്ഞ മിഠായിക്കടലാസുകൾ പൊൻവെയിലിൽ തുമ്പിച്ചിറകുകൾ പോലെ തിളങ്ങി.

ഹാളിലെ ജനത്തിരക്കിനെക്കുറിച്ച് അറിയാനുള്ള ആകാംക്ഷയോടെ ഭരതൻ വിളിച്ചു.

‘‘മായേ... മായേ...’’

മായ അപ്പുറത്ത് കുട്ടികളുടെ ഉടുപ്പ് അലക്കിയിടുകയാവും. ഇവിടന്നു വിളിച്ചാൽ കേൾക്കില്ല. അല്ലെങ്കിൽ അവൾ കുളിക്കുകയാവും.

ഭരതൻ എണീറ്റു. ഉമ്മറം കടന്നു തളത്തിലൂടെ കുളിമുറിയുടെ നേർക്കു നടന്നു.

മായ കിടപ്പുമുറിയിൽ ഉടുത്തൊരുങ്ങി നിൽക്കുന്നതുകണ്ട് ഭരതൻ ഒന്നു നടുങ്ങാതിരുന്നില്ല: കോളനിയുടെ അയൽപക്കത്തെ തീയേറ്ററിൽ ഒരു നല്ല പടം വന്നതിനെപ്പറ്റി അവൾ പറയാൻ തുടങ്ങിയിട്ട് ഒരാഴ്ച കഴിഞ്ഞു. പക്ഷേ, ഇന്നു മുപ്പതാം തീയതി മാത്രമാണെന്ന കാര്യം മായ മറന്നുപോയോ?

നേട്ടത്തിൽ തീക്ഷ്ണത വരുത്തിക്കൊണ്ട് ഭരതൻ മായയോടു ചോദിച്ചു.

‘‘ഇന്നു മുപ്പതാം തീയതിയല്ലേ?’’

മറുപടി പറയുന്നതിനു പകരം അവൾ മനോഹരമായിച്ചിരിച്ചു. കപടമെന്ന് പ്രകടമായൊരു പരിഭവത്തോടെ അവൾ പറഞ്ഞു.

‘‘ഇവിടെ അല്ലെങ്കിലും നല്ല പടങ്ങൾ വരുന്നതെല്ലാം മുപ്പതാം തീയതിയോടടുത്താണല്ലോ.’’

‘‘മായേ തിയേറ്ററുടമ മണ്ടനാണോ. ഒന്നാം തീയതിയോടടുത്ത് നല്ല പടങ്ങളല്ലെങ്കിലും നിന്നെപോലുള്ളവർ കാണാൻ വരുമെന്നു നിനക്കറിയില്ലേ? അയാൾക്കറിയില്ലേ?’’

''ഞാനിനി സിനിമ കാണണമെന്നു തിരക്കുകൂട്ടുകയില്ല.''

ഒരു ശപഥം പോലെ.

ഭരതൻ അത്ഭുതപരതന്ത്രനായി.

മാസത്തിൽ ചുരങ്ങിയത് മൂന്നു പടമെങ്കിലും കാണാൻ പഴുതുണ്ടാക്കുന്ന ഒരു എൻ ജി ഒവിന്റെ ഭാര്യയാണിത് പറയുന്നത്. മായയുടെ ജീവിതത്തിലെ ഏറ്റവും വലിയ അഭിനിവേശം പടം കാണലാണ്. അതാർക്കാണറിഞ്ഞുകൂടാത്തത്.

കോളണിയുടെ തെരുവുകളിൽ മഞ്ഞ പൂക്കൾ പൊഴിയാൻ തുടങ്ങിയിരുന്നു. സൂര്യകാന്തിമരങ്ങൾ പൊന്നണിഞ്ഞുനിൽക്കുന്ന പാതയിലൂടെ ഒന്നുനടക്കാൻ പോകണമെന്നുണ്ടായിരുന്നു. അതിലേറെ ഭരതനെ വിമ്മിട്ടപ്പെടുത്തിയത്, ശമ്പളം കിട്ടാൻ രണ്ടുദിവസം കൂടി കഴിയണമല്ലൊ എന്ന ചിന്തയാണ്. പോക്കറ്റിൽ അവശേഷിക്കുന്നത് ബസുകൂലിക്കുള്ള ഏതാനും ചില്ലറ നാണയങ്ങളാണ്.

ഭരതൻ മുഖം വീർപ്പിച്ചുകൊണ്ട് ഉമ്മറത്തേക്ക് തിരിച്ചുപോന്നു.

മായയുടെ വിവരക്കേടിനെക്കുറിച്ച് പരിതപിച്ചു. തന്നെ പോകട്ടെ. ഒമ്പതര മണിക്കു ചെന്ന് കൂട്ടിക്കൊണ്ടുപോരാം. അറ്റ കൈക്ക് അവൾ തനിച്ചും സിനിമ കാണാൻ പോകാറുണ്ട്. കോളണിയിൽ അവളുടെ പാകത്തിനുള്ള കൂട്ടുകാരികളുണ്ടല്ലോ.

ഭരതൻ ചോദിച്ചു,

''അജയനെവിടെ? കുളിക്കാൻ പോയിട്ടുവന്നില്ലേ?''

മായ, അവസാനത്തെ മിനുക്കുപണികൾ നടത്തിക്കൊണ്ട് വാതിൽക്കൽ പ്രത്യക്ഷപ്പെട്ടു. ഇളംമഞ്ഞയിൽ നന്ത്യാർ വട്ടപ്പൂക്കൾ ചിതറിക്കിടക്കുന്ന ഒരു സാരിയാണ് അവൾ ഉടുത്തിരിക്കുന്നത്. ഈ മാസത്തെ ശമ്പളത്തോടുകൂടി അതിന്റെ അഞ്ചാമത്തേതും അവസാനത്തേതുമായ ഇൻസ്റ്റാൾമെന്റ് അടച്ചുതീരുമെന്നും ഭരതൻ ആശ്വാസത്തോടെ ഓർത്തു.

ഒരു മധുരമന്ദഹാസത്താടെ അവൾ മൊഴിഞ്ഞു.

''പൈപ്പിൽ വെള്ളം വന്നാൽ പിടിച്ചുവെച്ചേക്കണേ. അത്താഴം ഉണ്ടാക്കിവച്ചിട്ടുണ്ട്. ഒമ്പതരയാവുന്നതിനുമുമ്പുതന്നെ ഞങ്ങളെത്തും.''

''അവിടെ ഇന്നെന്താണ്?''

''നിങ്ങൾ ഈ ലോകത്തെങ്ങാനും ആണോ?'' അവൾ പരാതിപ്പെട്ടു.

''എപ്പോഴും ഒരു...ഒരു...''

അവൾ പറഞ്ഞുകൊണ്ടുവരുന്നത് തന്റെ സംഘടനാപ്രവർത്തനത്തെക്കുറിച്ചാണ്. വരിപിരിക്കാനും സംഭാവന തേടാനും കൊടി പിടിക്കാനും പോയിട്ട് ഉള്ള ജോലി കളയേണ്ട എന്നാണ് താക്കീത്. തനിക്ക് ലഭിച്ചിരിക്കുന്ന ഈ പൊൻകൂട് നഷ്ടപ്പെടാൻ അവൾ ഏതായാലും ആഗ്രഹിക്കുന്നില്ല.

ഭരതന് ദുഃഖിക്കാൻ കാരണമുണ്ടെന്നു തോന്നി. കുറേക്കൂടി സജീവമായി പ്രവർത്തിച്ചിരുന്നെങ്കിൽ... മാസശമ്പളത്തിന്ന് അടിമകളായിപ്പോയവരെ ഒന്നുണർത്താൻ കഴിഞ്ഞിരുന്നെങ്കിൽ...

മായ ഉമ്മറവാതിലടച്ചു.

പാതിവഴിയോളം ഭരതൻ അനുയാത്ര ചെയ്തു.

ആ നേരത്ത് മായയുടെ ഭർത്താവിനെ കണ്ട് അവളുടെ കൂട്ടുകാരികൾ അത്ഭുതപ്പെട്ടു.

ക്ലബ്ബ് ഹാളിന്നു നേരെ കവലയിലെത്തിയപ്പോൾ ഭരതൻ നിന്നു.

മായ, അവളുടെ കൂട്ടുകാരികൾക്കൊപ്പം നടന്നെത്തി.

അവർ പട്ടുചേല ഉടുത്തിരുന്നു. തലമുടിയിൽ മുല്ലപ്പൂവോ റോസാപ്പൂക്കളോ ചൂടിയിരുന്നു. പലതരം പരിമളങ്ങൾ ഒന്നിച്ചുചേർന്ന ഒരു കാറ്റ് ഭരതനെ തഴുകിക്കൊണ്ടു കടന്നു പോയി.

രണ്ടുനിര ഇരുനിലക്കെട്ടിടങ്ങളുടെ ഇടയ്ക്കാണ് താൻ നിൽക്കുന്നതെന്ന് ഭരതൻ കണ്ടു. പടിഞ്ഞാറുനിന്ന് നേരെ വീശുന്ന കാറ്റ് പരിഷ്കൃത രീതികളിൽ അലങ്കരിക്കപ്പെട്ട വീടുകൾ, ഒന്നിനൊന്നു മികച്ച രീതിയിൽ അവ ഒരുങ്ങിനിൽക്കുന്നു. പുതുതായി ചായം തേച്ച ഉയരം കുറഞ്ഞ മതിൽക്കെട്ടുകൾക്കകത്ത് കമനീയമായ പൂന്തോപ്പുകൾ. ഓരോ വീടും ഓരോ സ്വപ്നം പൂർത്തീകരിച്ചപോലെ മോഹനമാണെന്ന് ഭരതൻ കണ്ടു. ഇവയ്ക്കിടയിൽ തന്റെ അനലംകൃതമായ ഭവനം അവഗണിക്കപ്പെട്ട ഒരു ഔട്ട്ഹൗസ് പോലെ കിടക്കുന്നു.

മിക്ക വീടുകളും വിജനമാണ്. ഉമ്മറങ്ങളിൽ ചാരുകസേരകൾ ഒഴിഞ്ഞുകിടന്നു. മട്ടുപ്പാവുകളിൽ മന്ദമാരുതൻ അലഞ്ഞുനടന്നു.

ഹാളിന്നു മുമ്പിലെ അങ്കണത്തിൽ ആളുകൾ വന്നു നിറയുന്നത് ദൂരെനിന്നു ഭരതൻ ശ്രദ്ധിച്ചു.

വലത്തുവശത്തെ മണിമാളികയുടെ താഴെ അറയിൽ നിന്നു ഒരു മധുരശബ്ദം ശകാരിക്കുന്നു – ''ഇവൻ, ഈ കൊച്ചുകള്ളൻ കാരണമാണ്... അല്ലെങ്കിൽ എനിക്കും പോകാമായിരുന്നു.''

ഭരതൻ വലത്തോട്ടുനോക്കിപ്പോയി. വലിയ ജാലകത്തിന്നു പുറകിൽ പതുക്കെ ആടുന്ന ഒരു തൊട്ടിൽ. തൊട്ടിലിന്റെ കയറുപിടിച്ചു

പുറത്തേക്കു നോക്കുന്ന ഒരു ചെറുപ്പക്കാരി. മുറ്റത്തെ പുൽത്തകിടിയിൽ വിരിച്ചിരുന്ന ഉണങ്ങിയ തുണികൾ അടുക്കി ഒരിടത്തു വെയ്ക്കുന്ന വേലക്കാരിയുടെ ശബ്ദം.

‘‘ഞാൻ പോവ്വാണ് ചേച്ചി! എല്ലാരും പോയി. ഞാനൊറ്റയ്ക്ക് പോണം.’’

ഭരതന് ആശ്ചര്യം അടക്കാൻ കഴിഞ്ഞില്ല. ഈ കോളണിയിലെ ആബാലവൃദ്ധം ജനങ്ങളെ ആകർഷിക്കാൻ എന്തൊന്നാണ് ഈ ക്ലബ്ബിൽ സംഭവിച്ചുകൊണ്ടിരിക്കുന്നത്!

ഒരു സൗന്ദര്യറാണി മത്സരമായിരിക്കുമോ?

ഒരു സോഷ്യൽ ആയിരിക്കുമോ?

എന്താണെന്ന് മായയോട് ചോദിക്കേണ്ടതായിരുന്നു.

ഇവിടെ നടക്കുന്ന പല കാര്യങ്ങളും താൻ പരിഹസിക്കുമെന്നു കരുതി അവൾ തന്റെ ശ്രദ്ധയിൽ പെടുത്താറില്ല. ഈയിടെ അവൾ പഴയ പത്രങ്ങൾ ചുരുട്ടി ഒരു വലിയ പൊതിക്കെട്ട് തയ്യാറാക്കി. അതിന്നകത്ത് അവൾ ഒളിച്ചുവെച്ചത് പാർട്ടിയുടെ ഒരു ലഘുലേഖ ആയിരുന്നു. ആ പൊതി കയ്യിൽവെച്ചു പുറത്തേക്കുപോകുന്നതിന്നിടയിൽ അവൾ വിജയഭാവത്തിൽ പറഞ്ഞു.

‘‘ഇതിൻെറ ഉള്ളടക്കം എന്താണെന്നു പറയാൻ അവിടുത്തെ ഒരു പെണ്ണിനും കഴിയില്ല.’’

‘‘എന്താണ് സൂത്രം?’’

‘‘എല്ലാരും ഇത്തരം ഓരോ പൊതി കൊണ്ടുവരും. ഉള്ളടക്കം പ്രവചിക്കാൻ പറ്റിയില്ലെങ്കിൽ അതിന്റെ ഉടമയ്ക്ക് ഒരു സമ്മാനം കിട്ടും.’’

‘‘ആരാണ് പ്രവചിക്കുക?’’

‘‘മറ്റുള്ളവർ.’’

‘‘കൊള്ളാം. സമ്മാനം മായയ്ക്ക് തന്നെയായിരുന്നു. കിട്ടിയത് ഒരു റബ്ബർ കളിപ്പാവ.’’

ഇന്നും അതുപോലെ എന്തെങ്കിലുമാവും. കഴിഞ്ഞ കുറി ഒന്നര രൂപ ടിക്കറ്റിന് അവൾക്ക് കിട്ടിയത് അഞ്ചു പൈസയുടെ ഒരു കറുത്ത ‘ബോ’പിൻ ആയിരുന്നു.

ഇക്കുറി, ഭാഗ്യത്തിന് അവൾ പൈസയൊന്നും ചോദിച്ചില്ല.

വല്ല ജാലവിദ്യക്കാരനോ. ഹിപ്പ്നോട്ടിസ്റ്റോ വന്നിട്ടുണ്ടാവും. ഭരതൻ കരുതി.

വിജനമായ ഒരു തെരുവിലൂടെ ഭരതൻ നടന്നു.

കോളണിയിലേക്കുള്ള കാറുകൾ ഓരോന്നായി നഗരത്തിൽ നിന്നു തിരിച്ചു വരാൻ തുടങ്ങിയിരുന്നു.

ബിസിനസ്സുകാരൻ സേഠ്ജി, ഗേറ്റിന്നു പുറത്തു വെച്ചുതന്നെ കാറിൽ നിന്നിറങ്ങി ക്ലബ്ബ് ഹാളിനു നേർക്ക് നടക്കുന്നതു കണ്ട് ഭരതന്റെ അത്ഭുതം പതിന്മടങ്ങായി.

മഹിളാസമാജം ഉദ്ഘാടനത്തിന് മുഖ്യമന്ത്രിയും പത്നിയും വന്നപ്പോഴാണ് ഭരതൻ ഇവിടുത്തെ ഏറ്റവും വലിയ തിരക്കു കണ്ടത്. അന്നുപോലും സേഠ്ജി ആപ്പീസിൽ നിന്നു വന്നു, വീട്ടിൽ പ്രവേശിച്ചു, വീടിനകത്തെ സ്വകാര്യ ആപ്പീസിൽ കയറിയിരുന്നു. ക്ലാർക്കിനെ വിളിക്കുന്നതാണ് കേട്ടത്.

ഒരന്യനെപ്പോലെ താനിങ്ങനെ അകന്നുനിൽക്കേണ്ട ഒരാവശ്യവുമില്ലെന്നു ഭരതനു തോന്നി. നാളെ ഞായറാഴ്ചയാണ്. കമ്മിറ്റി മീറ്റിങ്ങിൽ അവതരിപ്പിക്കാനുള്ള കണക്കുകളെല്ലാം ശരിയായിട്ടുണ്ട്. അജയനും പോയ സ്ഥിതിക്ക് ഈ സന്ധ്യയുടെ നീളം കൂടാനാണിട. ഒരു സെക്കന്റ്ഹാൻഡ് സ്കൂട്ടറെങ്കിലും വാങ്ങാൻ ഇതുവരെ തരപ്പെടാത്തതിൽ ഭരതൻ ദുഃഖിച്ചു. ഈ മടുപ്പിക്കുന്ന സന്ധ്യയിൽ നിന്നു ഓടിപ്പോകാമായിരുന്നു. ക്വാർട്ടേഴ്സിൽ ചെന്നു പഴയ കൂട്ടുകാരെക്കാണാമായിരുന്നു. രണ്ട് ബസ്സ് പിടിച്ചുവേണം അവിടെയെത്താൻ. കീശയിലുള്ള നാണ്യങ്ങളുടെ എണ്ണം.

ഭരതൻ ഉമ്മറത്തുകയറി. ഭംഗിയുള്ള ഒരു ഷേഡുപോലും ഇല്ലാത്ത ബൾബ് എരിഞ്ഞു. ഇമയില്ലാത്ത കൺമണികൾപോലെ നഗ്നമായ ബൾബുകൾ.

ഭരതൻ അകത്തുകയറി ലുങ്കിയും ഉലഞ്ഞ ഷർട്ടും മാറ്റി. അലക്കിത്തേച്ച ഒരു സെറ്റ് വസ്ത്രങ്ങൾ പുറത്തെടുത്ത് വേഷം മാറി.

ക്ലബ്ബ് ഹാളിലേക്കുള്ള ഇടുങ്ങിയ റോഡ് ചെത്തിക്കോരി വെടുപ്പാക്കിയിരുന്നു. ഇരുവശവും വെളുത്ത തോരണങ്ങൾ. ഹാളിന്റെ വിശാലമായ മുറ്റത്തു നിറയെ കസേരകൾ. കസേരകൾക്കുമുമ്പിൽ വിരിച്ച പുല്പായകൾ, പരവതാനി. അതിന്നും മുമ്പിൽ...

ഭരതൻ സൂക്ഷിച്ചുനോക്കി.

ഒരു കാവി വസ്ത്രധാരി.

ഉയർത്തിക്കെട്ടിയ മണ്ഡപത്തിൽ പരവതാനിയുടെ നടുക്ക് കത്തിച്ചുവച്ച വലിയ ദീപസ്തംഭത്തിൽ ചിറകുകൾ ഉറച്ചുപോയ

ഗരുഡൻ. വിളക്കിന്റെ നാളം വൈദ്യുതവെളിച്ചത്തിൽ മഞ്ഞച്ചു പോയിരുന്നു.

കാവിവസ്ത്രധാരിയുടെ വലിയ കണ്ണടയിൽ വിളക്കിന്റെ നാളവും ബൾബ് ചൊരിയുന്ന പ്രകാശവും മത്സരിച്ചു. കാവിപ്പട്ടുകുപ്പായം അസ്തമയസന്ധ്യയുടെ നിറം പകർന്നു.

വെളുത്ത കടലാസ്സുതോരണങ്ങൾക്ക് കീഴെ ദീപസ്തംഭത്തിന്റെ നിഴലിന്നപ്പുറം ചമ്രംപടിഞ്ഞിരിക്കുന്ന ഒരു സുമുഖൻ. മേദസ്സു മിന്നുന്ന കവിളുകൾ. മയങ്ങുന്ന മിഴികൾ, അവയുടെ തിളക്കമേറ്റ് അർദ്ധനിമീലിതാക്ഷങ്ങൾ. അയാളുടെ ചുണ്ടുകളുതിർക്കുന്ന തേന്മഴയിൽ പുളകമണിയുന്ന തരുണീമണികൾ.

പരീക്ഷയുടെ വലപൊട്ടിച്ച് പുറത്തുചാടിയ കുരുന്നുകൾ ശൂന്യമായ മിഴികളോടെ കുറെ നേരം സന്ന്യാസിയുടെ മുഖത്തുനോക്കിയിരുന്നു. പിന്നെയവർ, ഇരുന്ന ഇരിപ്പിൽ തിരിയാനും മറിയാനും തുടങ്ങി.

യുവസുന്ദരികൾ, പട്ടുസാരികളുടെ ഞൊറികൾ ഭംഗിയിലൊതുക്കി അതീവതാത്പര്യത്തോടെ, ബ്രഹ്മചാരിയുടെ കമ്രവദനത്തിൽ മിഴിയൂന്നി അനങ്ങാതിരിക്കുന്നു.

കൂട്ടത്തിൽ മായയുമുണ്ട്.

ഭരതന് അരിശം വന്നു. മായയെ വിളിക്കണം വീട്ടിലേക്ക് കൊണ്ടുപോകണം. ഇവിടെ വന്നിരിക്കേണ്ട കാര്യമെന്ത്? ബ്രഹ്മചാരിയുടെ ചലനങ്ങളിൽ ദത്തശ്രദ്ധരായവർ അയാളുടെ വചനങ്ങൾ കേൾക്കുന്നില്ലെന്ന് ഭരതനു തോന്നി. എല്ലാ ശ്രദ്ധയും മിഴികളിൽ മാത്രം കേന്ദ്രീകരിച്ചിരിക്കയാണ്.

മായ അടുത്തിരിക്കുന്നവളുടെ പുത്തൻസാരിയിൽ വിരലോടിച്ച് എന്തോ സംസാരിക്കുന്നു.

അതിന്റെ വിലയെന്തെന്നാവും. എവിടുന്ന് മേടിച്ചു എന്നാവും.

ഭരതൻ മുഖം തിരിച്ചു.

അജയനെവിടെ?

അജയനും അവന്റെ ഒരു കൂട്ടുകാരനും മുഖത്തോടുമുഖം തിരിഞ്ഞിരുന്ന് 'ബബിൾഗം' വായിലിട്ട് കൊഞ്ഞനം കാണിക്കുകയാണ്. ആർക്കാണ് വലിയ കുമിളയുണ്ടാക്കാൻ കഴിയുക?

ഹാളിന്റെ വരാന്തയും മുറ്റവും ആഴക്കാരേക്കൊണ്ടു നിറഞ്ഞിരുന്നു.

ഒരു സപ്താഹത്തിന്റെ എല്ലാ ഗാംഭീര്യവും അവിടെ നിറഞ്ഞു മുഴങ്ങി. ബ്രഹ്മചാരിയുടെ സ്ഫുടമായ ശ്ലോകങ്ങൾ വ്യാഖ്യാനങ്ങളിലൂടെ വിരിഞ്ഞ് ആയിരം ദളങ്ങളുള്ള പുഷ്പമായി. അയാളുടെ യുവകപോലങ്ങൾ പാതിവിടർന്ന ഒരു താമരപ്പൂപോലിരുന്നു. ഒരു പ്ലാസ്റ്റിക് പൂവുപോലെ.

മുത്തണിഞ്ഞ ഒരു മനോഹര കരം ഒരു വള്ളിപ്പാത്രത്തിൽ സ്വാമിജിയുടെ നേർക്ക് എന്തോ നീട്ടി. ഒരു മധുര മന്ദസ്മേരത്തോടെ കൈയ്യിന്റെ ഉടമയുടെ ചാരുമിഴികളിൽ ബ്രഹ്മചാരി ഉറ്റുനോക്കി.

ഭരതന്റെ പുരികങ്ങൾ ചുളിഞ്ഞു. ആ സ്ത്രീ പുരുഷോത്തംദാസിന്റെ പുതിയ പത്നിയാണ്. അവൾ കോളണിയിലെ സംഭാഷണ വിഷയമാണ്. പുരുഷോത്തംദാസിന്റെ മകളുടെ ക്ലാസ്മേറ്റായിരുന്നവൾ. അവൾ കോളണിയിലെ ഏറ്റവും വലിയ ധനാഢ്യന്റെ ഏറ്റവും ഒടുവിലത്തെ ഭാര്യയായി വന്നതിനെപ്പറ്റി മായയ്ക്ക് ഒരുപാട് പറയാനുണ്ടായിരുന്നു. ഭരതന്റെ ആപ്പീസിലെ ജോലിത്തിരക്ക് അവളെ നിരാശാഭരിതയാക്കിയിരിന്നു.

ഒരു കൈ ചുമലിൽ മൃദുവായി പതിച്ചപ്പോൾ ഭരതൻ തിരിഞ്ഞു നോക്കി.

ഹർഷൻ!

വിശാലമായൊരു ചിരിയോടെ ഹർഷൻ ചോദിച്ചു:

''ഭരതേട്ടൻ ഇവിടെ നിന്നുകളഞ്ഞതെന്ത്?''

ഹർഷന്റെ ബലപ്രയോഗം ഭരതനെ വേദിയുടെ വലതുഭാഗത്തെത്തിച്ചു.

അവിടെ വിശിഷ്ടാതിഥികൾക്കുള്ള കസേരകളിലൊന്ന് ഒഴിഞ്ഞു കിടന്നിരുന്നു.

ഭരതൻ അവിടെയിരിക്കാൻ നിർബ്ബന്ധിതനായി.

അവിടെയിരുന്നാൽ അയാൾക്ക് അജയന്റെ ചെയ്തികൾ ശ്രദ്ധിക്കാം.

ഭർത്താവിനെ 'അവിഹിതമായ' സ്ഥാനത്തുകണ്ട് മായയുടെ മുഖം അത്ഭുതം കൊണ്ട് വികസിച്ചു. ഒരു വിജയിയുടെ മട്ടിൽ അവൾ അയാളെ വിണ്ടും വീണ്ടും കടാക്ഷിച്ചു.

പുരുഷോത്തംദാസിന്റെ പത്നി, പാദസരം കിലുക്കി അരഞ്ഞാണിന്റെ തൊങ്ങലുകൾ കിലുക്കി, ചുണ്ടുകൾ കടിച്ച് വൈരമോതിരമിട്ട കൈകൊണ്ട് ഒരിക്കൽക്കൂടി ഒരു വെള്ളിത്താമ്പാളത്തിൽ കാച്ചി

ക്കുറുക്കിയ പാലുമായി സ്വാമിജിയെ സമീപിച്ചു. പുരുഷോത്തം ദാസ് ഒരു വലിയ സ്റ്റീൽ കസേരയിൽ അമർന്ന് ചാഞ്ഞ് പ്രിയപത്നി യുടെ സൗന്ദര്യം ദ്വിഗുണീഭവിച്ചതുകണ്ട് സംതൃപ്തനായി.

ബ്രഹ്മചാരി പാത്രംമേടിച്ച് അരികെവെച്ചു. ജ്വലിക്കുന്ന മിഴികൾ കൊണ്ട് സുന്ദരിയെ അനുഗ്രഹിച്ചു.

ഇരിക്കുന്ന കസേരയുടെ ചൂരക്കണ്ണികൾക്കിടയിലൂടെ സന്ധ്യ യിൽ മദം പൂണ്ട കൊതുകുകൾ ഭരതനെ ആക്രമിച്ചു. ഭരതൻ തിരിഞ്ഞും മറിഞ്ഞും ഇരുന്നു.

ആനന്ദം പതയുന്ന മിഴികളോടെ ഹർഷൻ പതുക്കെപ്പറഞ്ഞു.

കേൾക്കേണ്ട പ്രഭാഷണമാണ്. ഇന്ന് ഒന്നാം ദിവസം. ഏഴു ദിവസ മുണ്ടാവും. ഏഴാം നാൾ അർദ്ധരാത്രിവരെ.

ഭരതൻ ഞെട്ടി.

ഏഴ് സായന്തനങ്ങൾ! താനെന്തുചെയ്യും? എവിടേക്ക് ഓടി പ്പോകും?

ചുറ്റും തിങ്ങിനിറഞ്ഞിരിക്കുന്ന ആൾക്കാരുടെ ഇടയിൽനിന്ന് മായയെ ഇറക്കിക്കൊണ്ടുപോകാൻ ഒരു മാർഗ്ഗവുമില്ലായിരുന്നു.

അല്ലെങ്കിലും ഈ കോളണിയിൽ വന്നുപെട്ടതു മുതൽക്ക് മായ അവരുടേതാണല്ലോ. മായ ഉടുക്കുന്നതും ചിരിക്കുന്നതും നടക്കു ന്നതുമെല്ലാം അവരിലൊരാളെപ്പോലെയാണ്. പുരുഷോത്തം ദാസിന്റെ പത്നിയേപ്പോലുള്ളവരാണ് അവളുടെ കൂട്ടുകാരികൾ:

മായ ഇടയ്ക്ക് ഭരതനെ ശ്രദ്ധിക്കുന്നുണ്ടായിരുന്നു.

അവളുടെ വിടർന്ന മുഖത്തിന് മങ്ങലേറ്റിരിക്കുന്നു.

ഭരതൻ എണീറ്റു.

ബബിൾഗം ഉപേക്ഷിച്ച് ഒരു ഐസ്മിഠായി നുണഞ്ഞുകൊണ്ടു നിൽക്കുന്ന മകനെ ഭരതൻ കണ്ടെത്തി. മിഠായിവണ്ടിയുടെ ഓരത്ത് കുട്ടികളെല്ലാം ഒത്തുകൂടിയിരുന്നു.

നേർത്ത നിലാവിൽ ഉറങ്ങുന്ന പാതയിലൂടെ ഭരതൻ തന്റെ വീടു നോക്കി നടന്നു.

ഏഴുനാൾ ആ പാതകൾ അന്നേരത്ത് ഉറങ്ങിക്കിടന്നു. ഏഴു നാൾ കോളണി സപ്താഹത്തിനുവേണ്ടി അണിഞ്ഞൊരുങ്ങി.

ഏഴു രാവുകൾ ബ്രഹ്മചാരിയുടെ മധുരവചനങ്ങളിലാറാടിയ പെൺമണികൾ അയാളെ സ്വപ്നംകണ്ട് കൊണ്ടുറങ്ങി. പാഠപുസ്ത കങ്ങളിൽ നിന്നും ട്യൂഷൻമാസ്റ്റർമാരിൽനിന്നും മോചനം നേടിയ

കിടാങ്ങൾ പാതയിലൂടെ ആർത്തുരസിച്ചുനടന്നു. ഒച്ചവെയ്ക്കാതിരിക്കാൻ അവരുടെ കൊച്ചു വായ്കളിൽ മിഠായിക്കാരൻ ഐസ്മിഠായികൾ തിരുകിക്കൊടുത്തു. മായയ്ക്ക് അകമ്പടി സേവിച്ച് ഏഴു രാവുകളിലും ഭരതൻ സപ്താഹം കേൾക്കാൻ പോയി. കേട്ടുകേട്ട് അയാളുടെ കാതുകൾ തഴമ്പിച്ചു. കണ്ടു കണ്ട് മിഴികൾ മരവിച്ചു.

എട്ടാം നാൾ രണ്ട് അത്ഭുത വാർത്തകൾ കേട്ടുകൊണ്ടാണ് കോളണി ഉണർന്നത്.

മിസ്റ്റർ പുരുഷോത്തംദാസിന്റെ ലേറ്റസ്റ്റ് പത്നിയെ കാണാനില്ല.

ഭരതൻ മാലയിട്ട് ദീക്ഷ വളർത്തി മലചവിട്ടാൻ തീരുമാനിച്ചിരിക്കുന്നു. കറുത്ത വസ്ത്രങ്ങളണിഞ്ഞ യുവാക്കൾ അന്നുവരെ അവിടെ കയറിവന്നിട്ടില്ലാത്തവർ, വഴിക്കുവഴിയും കൂട്ടത്തോടെയും പടികയറിവന്നു ഭരതനെ അനുമോദിച്ചിട്ടു കടന്നുപോയി.

■

കൂനമ്പാറയിലെ മേള

കൂനമ്പാറയിൽ യൂക്കാലിപ്റ്റസ് കാടിന്റെ ഇമയിൽ തങ്ങിനിൽക്കുന്നൊരു കണ്ണീർക്കണംപോലെ അഴുകിയ പുൽകൂരയോടുകൂടിയ ഡിസ്പെൻസറി. മരണം മുഖത്തോടു മുഖം അടുക്കുമ്പോഴാണ് കൂനമ്പാറക്കാർ ഡിസ്പെൻസറിക്കകത്തുള്ള ഡോക്ടർ സദാനന്ദനെ ഓർക്കുന്നത്.

ഡിസ്പെൻസറിക്കുടില് ഗ്രാമത്തിൽനിന്ന് വളരെ അകലെ രോഗികളെ വെല്ലുവിളിച്ചുകൊണ്ട് മാറിനിൽക്കുന്നു. അവിടെ ചായ്വിന്റെ ഇറയത്തിരുന്നാൽ ഡോക്ടർക്ക് വളർത്തുകാടുകളെ കാണാം. കാട്ടുപോത്തിനെപ്പോലെ പാഞ്ഞുപോകുന്ന രണ്ടു ഇന്റർ സ്റ്റേറ്റ് ബസ്സുകളെ കാണം. അവയിലെ യാത്രക്കാർ ഡോക്ടർ സദാനന്ദനെ ഒരു വന്യജീവിയെ എന്നപോലെയാണ് കൗതുകത്തോടെ നോക്കുന്നത്.

കാടുകൾക്കപ്പുറം കൊച്ചു വയലേലകളിൽ മനുഷ്യരുണ്ടെന്ന് വേച്ചുവേച്ചു കുന്നും കുഴിയും താണ്ടി അവർ എത്തിച്ചേരുമ്പോൾ മാത്രമാണ് ഡോക്ടർ അറിയുക.

സദാനന്ദന്റെ മുമ്പിൽ കാലം പുറകോട്ട് നടക്കുന്നു.

ഒന്നോ രണ്ടോ ദിവസം പഴക്കമുള്ള പത്രവുമായി അറ്റന്റർ ചാത്തുണ്ണി പ്രത്യക്ഷപ്പെടുന്നതോടെ ഡോക്ടറുടെ ദിവസം ആരംഭിക്കുന്നു. ചാത്തുണ്ണിയുടെ കയ്യിൽ ഒരു കപ്പ് കട്ടൻകാപ്പി.

കൂനമ്പാറയിലെ താമസക്കാരനായപ്പോൾ സദാനന്ദൻ പാലിന്റെ നിറം മറന്നുപോയി. ടിൻപാൽ കലക്കിയ കാപ്പിക്ക് അജീർണ്ണം ബാധിച്ച ശിശുവിന്റെ വിസർജ്ജനത്തിന്റെ ഗന്ധമുണ്ടെന്ന് അദ്ദേഹത്തിന്നു തോന്നി. അങ്ങനെയാണ് കൂനമ്പാറക്കാരുടെ വിശിഷ്യ പാനീയമായ കട്ടൻകാപ്പിയെ ഡോക്ടർ ശരണം പ്രാപിച്ചത്.

പത്രവായനയ്ക്കിടയിൽ രോഗികൾ വരുന്നു. സംഘം ചേർന്ന് വിരുന്നിനോ പൂരത്തിനോ പോകുന്നതുപോലെയാണ് അവർ

എത്തുന്നത്. കൂട്ടത്തിൽ രോഗിയാര്, അനുഗാമിയാര് എന്നു കണ്ടു പിടിക്കാനാവാതെ ഡോക്ടർ കുഴങ്ങി വിളർത്തു മരവിച്ചു മരക്കൂണു കൾപോലുള്ള മുഖങ്ങൾ, ശോഷിച്ച കൈകാലുകൾ, കാറ്റിലുലയുന്ന ശരീരം.

ഡോക്ടറുടെ വിദഗ്ദ്ധനയനങ്ങൾ നിർവ്വികാരമായ ആ മുഖ ങ്ങളിലൂടെ സഞ്ചരിക്കവേ, ഒരശരീരിപോലെ കേൾക്കാകുന്നു.

എനിക്ക് കടച്ചിൽ!

ഏതു മുഖത്തുനിന്നാണതു പൊട്ടിത്തെറിച്ചതെന്ന് സദാനന്ദന് മനസ്സിലാകുകയില്ല.

സാവകാശത്തിൽ 'കടച്ചി'ലിന്റെ ഉടമകളെ കണ്ടെത്തുകയും അവർക്കു ലഭിച്ചിരിക്കുന്ന രോഗം ഡിസന്ററിയോ, ടൈഫോയ്ഡോ മലേറിയായോ ആണെന്ന് തിട്ടപ്പെടുത്തുകയും ചെയ്യുന്നതോടെ ഡോക്ടറുടെ ഉള്ളിൽ അസ്വാസ്ഥ്യം കതിരിടുന്നു. അദ്ദേഹത്തിന്റെ പക്കലുണ്ടായിരുന്നത് കുറെ സൾഫാ ഗുളികകളും നിറം മങ്ങിയ വൈറ്റമിൻ സി-കളുമായിരുന്നു. ഇല്ലാത്ത മരുന്നുകളുടെ സ്ഥാനത്ത് ഡോക്ടർ ചീട്ടെഴുതാൻ തുടങ്ങുന്നു. അപ്പോഴാണ് താൻ ജീവിച്ചി രിക്കുന്ന കാലത്തെക്കുറിച്ച് ഡോക്ടർക്ക് സംശയം ഉദിക്കുന്നത്.

ഇതു വർത്തമാനമോ? ഭൂതമോ?

പത്രത്തിൽനോക്കി, ഒന്നോ രണ്ടോ ദിവസം പുറകോട്ടു സഞ്ച രിച്ച് വെള്ളക്കടലാസിന്റെ മുകളിൽ തീയതി കുറിക്കുന്നു. സ്ഫുട മായ അക്ഷരങ്ങളിൽ രോഗിയുടെ പേര് രോഗവിവരം.

രോഗിയെ ജില്ലാ ആശുപത്രിയിലേക്ക്.

അങ്ങനെ ചീട്ടെഴുതുക എന്നതു മാത്രമായി ഡോക്ടറുടെ തൊഴിൽ.

ചീട്ടുകൾ പലപ്പോഴും മരണത്തിലേക്കുള്ള പാസ്പോർട്ടുകളാ യിരുന്നു.

ജില്ലാ ആശുപത്രി പല കുന്നുകൾക്കും കൊല്ലികൾക്കും അപ്പു റത്ത്, കാലത്തിനും ഉറുപ്പികൾക്കും അപ്പുറത്താണ്. അവിടുത്തെ ചികിത്സ രോഗിയെ സംബന്ധിച്ചിടത്തോളം സ്വപ്നമായി കലാശി ക്കുന്നു. സ്വപ്നം അവസാനിക്കുംമുമ്പു യാത്രയുടെ അന്ത്യം.

ചീട്ടെഴുതുമ്പോൾ ഡോക്ടറുടെ കൈ വിറയ്ക്കാതെയായി. ഹൃദയത്തിൽ ക്ഷോഭം പതച്ചുയരാതെ തണുത്തറഞ്ഞു. പക്ഷേ അവരുടെ നിർവ്വികാരമായ മുഖങ്ങൾ സ്വപ്നത്തിലും ഉണർച്ചയിലും അദ്ദേഹത്തെ വേട്ടയാടി.

അതുകൊണ്ടാണു മുമ്പിൽ നിവർന്നുകിടന്ന് ചിറകടിക്കുന്ന പത്രത്തിൽ മുദ്ദന്റേയും ജോഗിയുടേയും മുഖങ്ങൾ തിരിച്ചറിയാൻ അദ്ദേഹത്തിനു കഴിഞ്ഞത്.

ഡോക്ടർ സദാനന്ദൻ ഒരിക്കൽകൂടി നോക്കി,

അവർതന്നെ. മറ്റു പലരും. വിഷക്കൂണുകളുടെ നീലിമ ബാധിച്ച പല മുഖങ്ങൾ. കീഴെ ബോക്സിൽ കൂനമ്പാറ ഗ്രാമത്തിന്റെ ചരിത്ര പശ്ചാത്തലം. ഡോക്ടർ സദാനന്ദൻ കേട്ടിട്ടില്ലാത്ത അത്യസാധാരണമായൊരു രോഗത്തിന്റെ പേരും.

വിശപ്പിന്നു കണ്ടുപിടിക്കപ്പെട്ടിരിക്കുന്ന പുതിയ പര്യായം കണ്ട് സദാനന്ദൻ അന്ധാളിച്ചു. പട്ടിണിക്ക് തന്റെ ഡിസ്പെൻസറിയിൽ മരുന്നില്ലെന്നതിൽ അദ്ദേഹം പരിതപിച്ചു.

മുദ്ദന്റെ കുടുംബത്തെ ബാധിച്ചിരിക്കുന്ന ടൈഫോയ്ഡിന്നുപോലും മരുന്നില്ലാത്ത ഈ ആതുരാലയത്തിൽ ഒരു കഞ്ഞിപകർച്ച തുടങ്ങിയാലെന്ത്?

തണുത്ത കാപ്പിയിലും ഡോക്ടറുടെ മുഖത്തും പാത്രത്തിലും മാറിമാറി കണ്ണോടിച്ചുകൊണ്ട് ചാത്തുണ്ണി തലവലിച്ചു.

ഡോക്ടർ സദാനന്ദൻ തീരുമാനിച്ചു.

ജില്ലാ അധികൃതർക്ക് റിപ്പോർട്ട് തയ്യാറാക്കണം.

മേശപ്പുറത്തിരിക്കുന്ന വെള്ളക്കടലാസ്സ് വൈക്കോലിന്റെ ചോര ക്കണ്ണീർവീണ് മലിനമായിരിക്കുന്നത് ഡോക്ടർ കണ്ടു. രാത്രി മഴ പെയ്തിരിക്കണം.

ഇരുണ്ടമൂലയിൽ അയക്കോലിൽ ഞാന്നുകിടക്കുന്ന തണുത്ത ഉടുപ്പുകൾ ധരിച്ചു ഡോക്ടർ സദാനന്ദൻ മേലധികാരികളെത്തേടി മലയോരത്തെ പട്ടണത്തിലേക്ക് പുറപ്പെട്ടു. കാദറിന്റെ വാൻ അവസാനത്തെ ഇരയേയും വിഴുങ്ങി ഇഴഞ്ഞിഴഞ്ഞുനീങ്ങി.

ജില്ലാമെഡിക്കൽ ആഫീസർ സ്ഥലത്തുണ്ട്. കരിങ്കല്ലുകൊണ്ട് നിർമ്മിച്ച തണുത്ത കെട്ടിടത്തിന്നകത്ത്, തന്റെ ആഫീസ്സുമുറിയിൽ മെഡിക്കൽ ആഫീസ്സർ സദാനന്ദനെ സ്വീകരിച്ചിരുത്തി.

ആഫീസറുടെ കഷണ്ടിമണ്ടയിൽ മുകളിൽ അനങ്ങാതെ നിൽക്കുന്ന ഫാനിന്റെ നിഴൽ.

ഒരു മോറൽ സയൻസ് ക്ലാസ്സിൽ ഇരുന്നാലുള്ള അനുഭവം. ആഫീസർ സംസാരിക്കുന്നത് മെഡിക്കൽ ക്യാമ്പ് എന്ന ഒറ്റമൂലി യെക്കുറിച്ച് മാത്രമാണ്.

''കൂനമ്പാറയിലെ രോഗികൾ ഭാഗ്യം ഉള്ളവരാണ്. മഹാഭാഗ്യം സിദ്ധിച്ചിരിക്കുന്ന കൂനമ്പാറ ഗ്രാമം. അതുകൊണ്ടല്ലെ ഇക്കണ്ട

വിദഗ്ദ്ധരെല്ലാം ക്യാമ്പിൽ പങ്കെടുക്കാമെന്നുവച്ചത്. എല്ലിന്, പല്ലിന്, കണ്ണിന്, മൂക്കിന് മനുഷ്യന്റെ സമസ്താവയവങ്ങൾക്കും ബാധിച്ചിരിക്കാവുന്ന രോഗങ്ങൾക്ക് വിധിക്കപ്പെട്ട വിദഗ്ദ്ധരായ ചികിത്സകന്മാർ. വിദേശ ഡിഗ്രിയുള്ളവർ. ഒരു നിരയിലൊതുങ്ങാത്ത ഡിഗ്രികൾ...''

ആഫീസർ അവരുടെ മാഹാത്മ്യങ്ങൾ വിവരിച്ചു.

ഡോക്ടർ സദാനന്ദൻ കോട്ടുവായിട്ടു

ഇത്തരം ആനക്കാര്യങ്ങൾക്കിടയിൽ. തന്റെയൊരു കൊച്ചു ഗ്രാമീണ ഡിസ്പൻസറിയിലില്ലാത്ത പ്രാഥമിക മരുന്നുകളെക്കുറിച്ച് എന്തു കൊച്ചുകാര്യം പറയാൻ. ഡോക്ടർ സദാനന്ദൻ മൗനം പാലിച്ചു. എഴുതിത്തയ്യാറാക്കിയ റിപ്പോർട്ട് ബ്രീഫ്കെയ്സിൽ വിശ്രമിച്ചു.

കൂനമ്പാറയയുടെ ചരിത്രരേഖ ആഫീസർ സദാനന്ദന്റെ മുമ്പിലേക്കെടുത്തിട്ടു.

''കണ്ടില്ലെ, പത്രക്കാർ വേണ്ടിവന്നു ഈ രോഗം കണ്ടെത്താനുള്ള സാഹചര്യം സൃഷ്ടിക്കാൻ...'' ,

കൂനമ്പാറക്കാരുടെ മുഖങ്ങളിൽ പരിഹാസം മൊട്ടിടുന്നുണ്ടെന്ന് സദാനന്ദന് തോന്നി. അദ്ദേഹം പത്രത്തിൽ നിന്ന് കണ്ണുകൾ തിരിച്ചു.

പടികടക്കുന്ന ഡോക്ടർ സദാനന്ദന്റെ ചുമലിൽതട്ടി മെഡിക്കലാപ്പീസർ അഭിനന്ദിച്ചു.

നിങ്ങളെപ്പോലെയുള്ള ചെറുപ്പക്കാരെയാണ് ഇന്ന് ഡിപ്പാർട്ട്മെന്റിനാവശ്യം. യുആർ സച്ച് എ സ്മാർട്ട് ബോയ്. നമ്മുടെ ക്യാമ്പ് ഒരു ഗ്രാന്റ് സക്സസ് ആക്കണം.

ആപ്പീസർ ആ വർഷം റിട്ടയർചെയ്യുകയാണെന്ന് സദാനന്ദനറിയാം. സദാനന്ദൻ അനുകമ്പയോടെ തന്റെ മേലധികാരിയുടെ മുഖത്തുനോക്കി തിരിഞ്ഞുനടന്നു.

പിന്നെ മേളയുടെ തിരപ്പുറപ്പാടായി കുറേനാളേക്ക് തന്റെ ഇല്ലാത്ത മരുന്നുകളെച്ചൊല്ലി ഡോക്ടർക്ക് ഖേദിക്കേണ്ടിവന്നില്ല.

കൂനമ്പാറയുടെ വിജനതയിലേക്കു വാഹനങ്ങൾ ഇരച്ചെത്തി ജീപ്പുകൾ ആരോഗ്യത്തിന്റെ, സാമൂഹ്യവികസനത്തിന്റെ, ഹരിജന-ഗിരിജന ക്ഷേമത്തിന്റെ വാഹനങ്ങൾ: കൂനമ്പാറക്കാർ വോട്ടു നൽകി ജയിപ്പിച്ച എം.എൽ.എ. എത്തി. വിളർച്ചബാധിച്ച, മുഷിഞ്ഞ മുണ്ടും മുഷിഞ്ഞ ഭാവവുമുള്ള പഞ്ചായത്ത് കൗൺസിലറെത്തി, അയാളുടെ മുഖത്തുനോക്കാൻ ഡോക്ടർ സദാനന്ദനു ധൈര്യം വന്നില്ല.

സമഗ്രമായ പരിപാടിയെത്തി.

കാലത്ത് ചായ, സെമിനാർ, ഉച്ചയ്ക്ക് ഊണ്, പ്രസംഗങ്ങൾ കലാപരിപാടികൾ, ഇവയ്ക്കിടയിൽ വൈദ്യപരിശോധന രോഗ നിർണ്ണയം. ഏറ്റവും അവസാനം കൂലി വിതരണം, ഡിസ്പെൻസറി ക്കൂരയുടെ തിരുമുറ്റത്തു കൂടിയാലോചനയായി. ഡിസ്പെൻസ റിയും പരിസരവും പരിശോധനയ്ക്കോ രോഗനിർണ്ണയത്തിനോ പറ്റിയ സ്ഥലമല്ലെന്നു ഏകകണ്ഠമായി വിധിയെഴുതപ്പെട്ടു.

കൂനമ്പാറയുടെ വിജനതയിൽ മറ്റൊരു കേന്ദ്രമുണ്ട്. എൽ.പി. സ്കൂളെങ്കിലും വിശാലമായ പരിസരം പ്രകൃതിയൊരു പ്രിയ പുൽത്തകിടി...

പുൽത്തകിടിയിൽ കൂറ്റൻ പന്തലുയർന്നു.

പന്തലിൽ തൂക്കാൻ മലയോരത്തെ പട്ടണത്തിൽ നിന്ന് തോരണ ങ്ങളുമായി കരാറുകാരെത്തി. സംഗീതത്തിന്, മൈക്കുകളും ലൗഡ് സ്പീക്കറുകളും സിനിമാഗാനങ്ങളുമെത്തി, വിവിധ വർണ്ണാഞ്ചിത മായ ലഘുലേഖകൾ കാട്ടിലെ ചതുപ്പിൽ പറന്നുനടന്നു.

ശബ്ദകോലാഹലം കേട്ട് കാട്ടുകിളികൾ പറന്നകന്നു. മലങ്കാറ്റ് അടക്കിയ സ്വരത്തിൽ പിറുപിറുത്തു, മണ്ണട്ടകൾ മാത്രം പരിസരം മറന്ന്, കാലബോധമില്ലാതെ, മര്യാദയില്ലാതെ അപ്പോഴും ചലിച്ചു കൊണ്ടിരുന്നു. സ്പീക്കറുകളുടെ അലർച്ചയിൽ മണ്ണട്ടകളുടെ ശബ്ദം മണ്ണിലമർന്നു

കൂനമ്പാറയിൽനിന്നുവന്ന ചെറുപ്പക്കാർ ഡോക്ടറോട് ചോദിച്ചു.

''ആർക്കുവേണ്ടിയാണ് ഈ ഉത്സവം?''

അവരുടെ കണ്ണുകളെ നേരിടാനാവാതെ ഡോക്ടർ സദാനന്ദൻ രോഗവിവരപ്പട്ടികയ്ക്കുള്ള കടലാസ്സുകൾ അടുക്കുന്നതിൽ മുഴുകി.

എസ്റ്റേറ്റുകളുടെ രഹസ്യമാളങ്ങളിൽനിന്നു പ്രമാണിമാർ തല നീട്ടി.

സദ്യവട്ടത്തിനുള്ള കുട്ടകങ്ങളും വാർപ്പുകളും എത്തി.

കൂനമ്പാറയിലെ വളർത്തുകാടും പരിസരവും ഒരു പൂരപ്പറ മ്പായി.

കാട്ടിലെ കോടയുരുകി. യൂക്കാലിക്കാടുകൾ നെടുവീർപ്പിട്ടു.

കൂനമ്പാറയുടെ അനന്തതയിൽനിന്നു മനുഷ്യർ ഉറുമ്പുകളെ പ്പോലെ ചാലിട്ട് ഒഴുകിവന്നുകൊണ്ടിരുന്നു. നടന്നു കാൽകഴച്ചു വീർപ്പുമുട്ടിവന്നുചേർന്നുകൊണ്ടിരിക്കുന്ന വിഭവങ്ങളുടെ സുഗ ന്ധമുൾക്കൊണ്ട് അവർ കാത്തുനിന്നു. വകുപ്പുദ്യോഗസ്ഥന്മാർ

ജീപ്പുകളിൽ പറന്നെത്തി. പല ദിനങ്ങളിലെ അദ്ധ്യയനംകൊണ്ടു തളർന്നവർ. റ്റി.എ. ബില്ലുകൾ നിറച്ച ഫയലുമായി ക്ലാർക്കുമാർ അവരെ അനുഗമിച്ചു.

ഡോക്ടർ സദാനന്ദൻ തന്റെ പുല്പുരയുടെ ഇരുട്ടിൽനിന്ന് വേഷം ധരിച്ച് പുറത്തുവന്നു. മലയോരത്തെ പട്ടണത്തിൽനിന്ന് അലക്കിത്തേച്ചുകൊണ്ടുവന്ന വെള്ളക്കോട്ടിന്റെ വടിവിൽനിന്ന്, സദാനന്ദൻ അതിഥികളെ സ്വീകരിക്കാൻ തയ്യാറായി.

ഉച്ചവെയിൽ യൂക്കാലിപ്സ് വൃക്ഷങ്ങളുടെ മൂർദ്ധാവിനെ മുകർന്നു. ഒളിക്കണ്ണിട്ട് കൂനമ്പാറക്കാരെ പരിഹസിക്കാൻ തുടങ്ങി.

അപ്പോൾ വിദഗ്ദ്ധന്മാരെ വഹിച്ച വെള്ളവണ്ടികൾ വഴിക്കുവഴി എത്തിച്ചേർന്നു.

കൂനമ്പാറയെ ഒരു ടൂറിസ്റ്റ് കേന്ദ്രമാക്കണമെന്ന അത്യാവശ്യ ത്തെക്കുറിച്ചാണ് അവർ പരസ്പരം സംസാരിച്ചുകൊണ്ടിരുന്നത്.

ജനം ആശ്വാസത്തിന്റെ കോട്ടുവായിട്ടു.

അടിവാരത്തിൽനിന്നു വരുത്തപ്പെട്ട മനോഹരമായ കസേര കളിൽ അവർ ഉപവിഷ്ടരായി. പതിമ്മൂന്നു കസേരകളിൽ പതി മ്മൂന്നു വിദഗ്ദ്ധന്മാർക്കുമുമ്പിൽ പതിമ്മൂന്ന് അറ്റംകാണാത്ത നിരകൾ. മനുഷ്യനിരകൾ കാടുകളിലേക്ക് നീണ്ടു.

ഡോക്ടർ സദാനന്ദൻ താൽക്കാലിക ഡിസ്പെൻസറിയുടെ ഉള്ളിൽച്ചെന്നു നോക്കി ഏതാനും സാമ്പിൾകാർട്ടണുകൾ ബഞ്ചു കളിൽ ചിതറിക്കിടക്കുന്നു, പ്ലാസ്റ്റിക് കൂട്ടിനകത്തെ അലിയുന്ന, നിറംമങ്ങിയ വൈറ്റമിൻ സി-കൾ.

"ഇവ ഇപ്പോൾ തീരും."

നാലുപേർ ചേർന്ന് ചായ തിളപ്പിച്ചിരുന്ന വട്ടളം മറയ്ക്കകത്തെ ത്തിച്ചു. വട്ടളത്തിൽ മിക്ചർ കലക്കി അറ്റൻഡർമാർ കൊച്ചുകുപ്പി കളിൽ ചുവന്ന ദ്രാവകം നിറച്ചുനിരത്തി. ഒപ്പം വിദഗ്ദ്ധന്മാർ ചീട്ടെ ഴുതാൻ തുടങ്ങി.

ഇടയ്ക്ക് മാറിയിരുന്ന് ചായ കഴിക്കുന്നതിനിടയിൽ ത്വക്രോഗ വിദഗ്ധൻ സദാനന്ദന്റെ നേരെ തട്ടിക്കേറി.

"കൂനമ്പാറക്കാർക്ക് സിഫിലിസ്സ് ബാധിച്ചിരിക്കുന്നത് നിങ്ങൾ ഇതുവരെ കണ്ടിട്ടില്ലെന്നോ!"

നെഞ്ചുരോഗവിദഗ്ദ്ധർ മൂക്കത്തുവിരൽവച്ചു.

"ഇവരിൽ പലരും ടി.ബി. ബാധിച്ചവരാണ്. എന്നിട്ടും നിങ്ങൾ നോക്കിയിരുന്നു."

നേത്രരോഗവിദഗ്ദ്ധൻ മുരണ്ടു;

“കഷ്ടം, ഇവരിൽ എത്രയോപേർക്ക് ട്രക്കോമ പിടിപെട്ടിരിക്കുന്നു. നിങ്ങളെന്തുചെയ്തുകൊണ്ടിരുന്നു?”

സദാനന്ദൻ താനെഴുതിയ ചീട്ടുകളെക്കുറിച്ചോർത്തു.

അദ്ദേഹം ചുണ്ടുകൾ ചേർത്തടച്ച് അനങ്ങാതെനിന്നു.

വെറും വെള്ളക്കടലാസ്സിലെഴുതിയ ചീട്ടുകൾ രോഗശാന്തി വരുത്തുമായിരുന്നെങ്കിൽ കൂനമ്പാറയിന്നൊരു ആരോഗ്യനികേതനമായിരുന്നേനെ! അപ്പോൾ ഈ മേള എവിടെവച്ചു നടത്തും? ഡോക്ടർ സദാനന്ദൻ അരിശം വിഴുങ്ങി,

പരിശോധന കഴിഞ്ഞപ്പപ്പോൾ മണി അഞ്ച്. അതിനിടയ്ക്കവർ സംഘങ്ങളായി ഊണുകഴിച്ചുവന്നുകൊണ്ടിരുന്നു. അവർ പിന്നെയും കാത്തുനിന്നു.

ആളെണ്ണം പത്തുരൂപ കൂലി എണ്ണിമേടിച്ചു കൂനമ്പാറക്കാർ താഴ്‌വരയുടെ നിത്യമായ ഇരുട്ടിൽ മറഞ്ഞു.

വിദഗ്ദ്ധന്മാർ വൈകിയനേരത്തെ ഊണിനായി മൂപ്പിൽനായരെ അനുഗമിച്ചു...

പൂരംകഴിഞ്ഞ പന്തലിൽ ഡോക്ടർ സദാനന്ദനും ചാത്തുണ്ണിയും ശേഷിച്ചു. വെളുത്ത ചീട്ടുകൾ പുൽത്തകിടിയിലെമ്പാടും ചിതറിക്കിടന്നു. വിദഗ്ദ്ധന്മാരുടെ കൈക്കുറ്റപ്പാടുകൾ.

വട്ടളത്തിൽ ശേഷിച്ച ചുവന്ന ദ്രാവകം മണ്ണിൽ മറച്ച് വേലക്കാർ പാത്രങ്ങളുമായി സ്ഥലംവിട്ടു.

കാടിന്റെ കൺപീലിത്തുമ്പിൽ കണ്ണീർക്കണങ്ങൾ ഇറ്റുനിന്നു.

കൂനമ്പാറയുടെ വികൃതജീവിതത്തിനു മേൽ രാവ് ഒരിക്കൽക്കൂടി മഞ്ഞിന്റെ പുതപ്പിട്ടുമൂടി. പുതപ്പിന്നടിയിൽ കിടന്നു തന്റെ രോഗികൾ ഞരങ്ങുന്നുണ്ടെന്നു ഡോക്ടർ സദാനന്ദനു തോന്നി. നീണ്ട നിരകളിലൂടെ പരതി നടന്ന് അദ്ദേഹത്തിന്റെ കണ്ണുകൾ കഴച്ചിരുന്നു. സദ്യയുടെ സുഗന്ധത്തിനുപോലും ആകർഷിക്കാൻ കഴിയാത്ത വിധം അവർ അവശരായിക്കഴിഞ്ഞിരിക്കുമെന്നു സദാനന്ദൻ ഊഹിച്ചു.

നിലാവിന്റെ ചരമാവരണം ധരിച്ച കൂനമ്പാറ ഗ്രാമം അദ്ദേഹത്തിന്റെ കൺമുമ്പിൽ താഴ്‌വരയുടെ ഓരത്ത് നീണ്ടു നിവർന്നു ചലനമറ്റു കിടന്നു. കാറ്റ് തേങ്ങിക്കൊണ്ടിരുന്നു. സദാനന്ദന്റെ ഉൾക്കാമ്പ് വിങ്ങി...

ജഡത്തിനു കാവൽനിൽക്കുന്ന തന്റെ ക്ഷുദ്രമായ അവസ്ഥയെക്കുറിച്ച് അയാൾക്കു ബോധമുദിച്ചു. കുടിലിലേക്കു നടന്നു, ഇരുട്ടിൽ

സ്റ്റവ്വിന്റെ കണ്ണുകൾ തിളങ്ങി. കൂരയുടെ മുറ്റത്ത് വിരിച്ച പുൽപ്പായിൽ നീണ്ടുനിവർന്നു കിടന്നു.

രഹസ്യങ്ങളുടെ ഗർഭം ധരിച്ച് നിൽക്കുന്ന ആകാശത്തിന്റെ മുഖം മ്ലാനമാണ്. ഒരു കറുത്ത കൂറ്റൻ പൂവുപോലെ വിടർന്നുപരക്കുന്ന മേഘം വടക്കുകിഴക്കേ കോണിൽ പ്രത്യക്ഷപ്പെട്ടു. അഗ്നിയുടെ പരാഗങ്ങൾ ചക്രവാളത്തിലേക്ക് തെറിച്ചുവീഴുന്നു. തീവെന്തു കരിയുന്ന അടിക്കാടിന്റെ ഗന്ധവുമായി കാറ്റു വീശാൻ തുടങ്ങി.

ഡോക്ടർ സദാനന്ദൻ പ്രതീക്ഷിച്ചു.

മഴ ഇപ്പോൾ പെയ്യും. ചിതറിയ ഓമ്മകൾപോലെ, ഓർമ്മത്തെറ്റുകൾ പോലെ ഏതാനും നേർത്തതുള്ളികൾ സദാനന്ദന്റെ മുഖത്തു വീണു.

അദ്ദേഹം തകർത്തു പെയ്യുന്ന മഴ പ്രതീക്ഷിച്ചു മലർന്നു കിടന്നു. ആ കിടപ്പിൽ മറ്റൊരു പകൽകൂടി.

ഡോക്ടർ സദാനന്ദൻ തന്റെ ബ്രീഫ്കെയ്സിൽ നിന്ന് ചോര നിറത്തിലുള്ള ക്യാപ്സൂളുകൾ നിറച്ച കൊച്ചു കൊച്ചു ഡപ്പികൾ പുറത്തെടുത്തു. സ്വന്തം പോക്കറ്റിൽനിന്നു കാശുകൊടുത്തു മേടിച്ച ആ കൊച്ചുകുപ്പികളെ അദ്ദേഹം മരപ്പലകയിൽ നിരത്തി.

രണ്ടാഴ്ചകൾക്കുമുമ്പ് 'കടച്ചിലു'മായി തന്നെ സമീപിച്ചിരുന്ന ജോഗിയേയും മുദ്ദനേയും അവരുടെ കുടുംബാംഗങ്ങളേയും കാത്ത് ഡോക്ടർ ഉമ്മറത്തിരുന്നു.

ചാത്തുണ്ണി പറഞ്ഞു.

"ഇന്നവർ എന്തായാലും വരില്ല. സദ്യയുടെ ക്ഷീണം തീർക്കേണ്ടെ!"

ഡോക്ടർ നിരാശനായില്ല. ഇന്നല്ലെങ്കിൽ നാളെ.

അഴുകിയ കരിയിലക്കൂമ്പാരങ്ങൾ ചവുട്ടി ഡോക്ടർ തലേന്നാൾ പൂരംനടന്ന പറമ്പിലേക്കുനടന്നു. അവിടെ അപ്പോഴും പമ്മിനടക്കുന്നു കുട്ടികൾ. കെട്ടഴിഞ്ഞുവീണ മുടിപ്പൂരണങ്ങളും പൊട്ടിയ പ്ലാസ്റ്റിക് പൂവുകളും വളപ്പൊട്ടുകളും മലിനമായ പുൽത്തകിടിയിൽ ചിതറിക്കിടക്കുന്നു. എച്ചിലിലക്കൂമ്പാരങ്ങളിൽനിന്നു പുളിച്ച ദുർഗന്ധം ഉയരുന്നു.

അവിടെ കുട്ടികൾ എന്തോ പരതുകയാണ്. ഡോക്ടർ കുറേക്കൂടി അടുത്തുചെന്നു.

കുട്ടികൾ പരതൽ നിർത്തി. ശങ്കയോടെ ഡോക്ടറുടെ മുഖത്ത് ഒരു നിമിഷം തറച്ചുനോക്കി. പിന്നെയവർ, ഒരു കരിഞ്ഞ മരക്കുറ്റിയെ എന്നവണ്ണം സദാനന്ദനെ അവഗണിച്ചു.

ചെളിപുരണ്ട പച്ചക്കറിത്തുണ്ടുകളും നനഞ്ഞ പപ്പടക്കഷണങ്ങളും പെറുക്കിയെടുത്ത് അവർ വായിലിട്ടു. ഒരു നടുക്കത്തോടെ ഡോക്ടർ നോക്കിനിന്നു.

''അരുത്! അരുത്!'' വിജ്ഞാനിയായ അദ്ദേഹം ആരോഗ്യത്തിന്റെ ബാല്യപാഠങ്ങളെക്കുറിച്ചു ചിന്തിച്ചു. പക്ഷേ, കുട്ടികളുടെ മുഖം കണ്ടപ്പോൾ ശബ്ദം പുറത്തുവന്നില്ല.

സദാനന്ദൻ പാതയോരത്തെ ഒരു കാട്ടുകല്ലിൽ വന്നിരുന്നു. തെരച്ചിലവസാനിപ്പിച്ചു തിരികെപ്പോകുന്ന കുട്ടികൾ കാട്ടുകിളികളെപ്പോലെ ചിലച്ചു.

ഡോക്ടർ തിരിഞ്ഞുനോക്കി. അവരുടെ ഉണർവേറിയ വാക്കുകൾ അദ്ദേഹത്തിന്നു ധൈര്യം നൽകി. അവർ കുട്ടികൾതന്നല്ലോ.

''നിങ്ങളിലാരാണ് മുദ്ദന്റെ മക്കൾ?''

''ആരാണ് ജോഗിയുടെ മക്കൾ?''

അവർ നിഷേധാർത്ഥത്തിൽ തലയാട്ടിയതല്ലാതെ ഒരു വാക്കുരച്ചില്ല.

അവർക്കെല്ലാം ഒരേ ഛായയാണുള്ളതെന്ന് ഡോക്ടർക്കു തോന്നി.

''ജോഗിയുടെ മകൻ നീലന്റെ രോഗം മാറിയോ?''

കൂട്ടത്തിൽ മുതിർന്ന കുട്ടി പിന്തിരിഞ്ഞു നിന്നു.

''അവൻ ശത്തുപോയി സർ!''

സദാനന്ദൻ ഞെട്ടി. അടുത്ത ചോദ്യം ചോദിക്കാനുള്ള മനക്കരുത്ത് അവശേഷിച്ചിട്ടില്ല.

അവർക്ക്, മരിക്കാത്തവർക്ക് ഞാൻ മരുന്നുമേടിച്ചുവച്ചിട്ടുണ്ട്. സദാനന്ദന്റെ ചുണ്ടുകൾ തുറന്നപടി നിന്നു. ശബ്ദം പുറത്തുവന്നില്ല. കുട്ടികൾ ഇരുണ്ട താഴ്വരയിലേക്ക് കുതിച്ചു. ജീർണ്ണിച്ച മണ്ണിൽ അവരുടെ കാലൊച്ചകൾ അകന്നകന്നുപോയി.

പിന്നെയും പല പ്രഭാതങ്ങളിൽ ഡോക്ടർ കാത്തിരുന്നു. അവരാരും വന്നില്ല. വന്നവർക്ക് മരത്തിൽനിന്നുവീണ പരിക്കോ വാക്കത്തി കൊണ്ടു പറ്റിയ മുറിവോ ആയിരുന്നു.

ഘനീഭവിച്ച ചോരത്തുള്ളികൾപോലെ ഗുളികകൾ സ്ഫടികച്ചെപ്പിനകത്ത് മരവിച്ചു കിടന്നു.

സായന്തനങ്ങളിൽ ഡോക്ടർ കാട്ടുപാതയിലൂടെ ദീർഘദൂരം നടന്നു. ഒരു മുഖവും അദ്ദേഹത്തെ എതിരേറ്റില്ല. പാത കൂടുതൽ

അന്ധകാരത്തിലേക്ക് നീണ്ടു. യൂക്കാലിപ്റ്റസ് കാടുകളിൽ ചൂടുകാറ്റ് വികൃതമായി ചിരിച്ചു.

ഒരാഴ്ച കഴിഞ്ഞപ്പോൾ സദാനന്ദൻ നടത്തം അവസാനിപ്പിച്ചു. ഉടുപ്പുകൾ മാറ്റി. മുഷിഞ്ഞ കുപ്പായങ്ങൾ സൂട്ട്കേസിനകത്ത് കുത്തി നിറച്ചു. ജില്ലാ ആപ്പീസറുടെ പേർക്ക് ഒരു കുറിപ്പെഴുതി കവറിലാക്കി ചാത്തുണ്ണിയെ ഏല്പിച്ചു.

താനുപേക്ഷിച്ചുപോകുന്ന പുൽക്കൂരയുടെ നേർക്ക് ഒരിക്കൽ കൂടി തിരിഞ്ഞു നോക്കി. പിന്നെ പരുപരുത്ത കറുത്ത കാട്ടുപാത യിൽ കാലൂന്നി.

സ്വന്തം കാലൊച്ച കേൾക്കാതിരിക്കാൻ നടത്തത്തിനു വേഗത കൂട്ടി. ഭാരിച്ച വെള്ളക്കോട്ട് അപ്പോഴും കൈത്തണ്ടിൽ തൂങ്ങി ക്കിടക്കുന്നതുകണ്ട് സദാനന്ദൻ നെറ്റി ചുളിച്ചു. രാത്രിയിലെ മഴ ചോർന്ന് അയക്കോലിൽ കിടന്നിരുന്ന കോട്ട് നനഞ്ഞിരുന്നു. അതിനെ മറുകൈകൊണ്ട് തൂക്കിയെടുത്ത് അദ്ദേഹം ഒരു നിമിഷം സംശയിച്ചുനിന്നു. പിന്നെ ഇരുവശത്തും വാ തുറന്നുനിൽക്കുന്ന ഇരുണ്ട കൊല്ലികളിലൊന്നിലേക്ക് വലിച്ചെറിഞ്ഞു

എളുപ്പത്തിൽ നടക്കാമെന്നായി. തലയ്ക്കുമീതെ മരച്ചില്ലകളിൽ കാട്ടുകിളികൾ ചിലച്ചു. വഴിയോരത്തെ മരക്കൊമ്പത്ത് ഒറ്റക്കയ്യിൽ ഞാന്നുകിടക്കുന്ന കരിമന്തി ഉഗ്രമായി മുരണ്ടു. താഴോട്ടുനോക്കി ഇളിച്ചു. കാലം മഷിയെഴുതിയ അവന്റെ ഉടൽ ഉറയിട്ട ഒരു ഖഡ്ഗം പോലെ ശിരസ്സിനുപരി ഞാന്നു കിടക്കുന്നു. സദാനന്ദന്റെ ഉടൽ വിറച്ചു.

■

വേഷം

വർഷങ്ങൾക്കുമുമ്പ്, സ്കൂളിന്റെ രണ്ടാംനിലയിലേക്കുള്ള കോണിപ്പടിയുടെ ചുവട്ടിലെ ഗ്രീൻറൂമിൽ വേഷംകെട്ടി, അരങ്ങത്തെ സിഗ്നലിന്നുവേണ്ടി കാത്തുനിന്നിരുന്നു.

ആ വീർപ്പുമുട്ടൽ ഇന്നും ഉള്ളിലുണ്ട്. എല്ലാം ഒന്നവസാനിച്ചെങ്കിൽ, ഈ മുഖത്തെ ചായം ഒന്നു കഴുകിക്കളഞ്ഞെങ്കിൽ, കസവുകൾ ചൊറിച്ചിലുണ്ടാക്കുന്ന, കാറ്റു കടക്കാത്ത ഈ കുപ്പായങ്ങൾ മാറ്റി, തന്റെ പഴയ സാരി ഒന്നു ചുറ്റാൻ കഴിഞ്ഞെങ്കിൽ...

ഇന്ന് അത്തരം സങ്കല്പങ്ങൾക്കിടമില്ല.

ഈ വേഷം അഴിച്ചുമാറ്റാൻ കഴിയാത്തതാണ്.

താൻ ഇതിന്നുള്ളിൽ ബന്ധനസ്ഥയാണ്.

തന്റെ അച്ഛൻ റേഷനരിയിൽ കല്ലും മണ്ണും വാരിക്കൂട്ടി, പഞ്ചസാരയിൽ ആറ്റുമണൽ ചേർത്ത്, സമ്പാദിച്ചതത്രയും ഈ വേഷം തനിക്കുവേണ്ടി വാങ്ങിത്തരാനായിരുന്നു. ഇതഴിച്ചുമാറ്റിയാൽ, പകരം ധരിക്കാൻ ഒന്നുമുണ്ടാവില്ല. അഴിച്ചുകളയാനുള്ള കരുത്ത് തനിക്കില്ല. പെണ്ണ് അബലതന്നെയായിരിക്കണം എന്നു സിദ്ധാന്തിക്കുന്ന അച്ഛന്റെ പ്രിയപ്പെട്ട മകളാണ് താൻ...

അവൾ ചുവരിന്റെ നിറമില്ലാത്ത മുഖത്തേക്കു നോക്കി സ്വയം മന്ദഹസിച്ചു. നിർവ്വികാരമായ ആ മുഖത്ത് കറുത്തുമങ്ങിയ നിഴലുകൾ ഇളകിക്കളിച്ചു.

ആ മുഖം അവൾക്ക് മടുത്തു കഴിഞ്ഞിരുന്നു.

അവൾ ജനലിന്റെ വിരികൾ നീക്കി പുറത്തേക്കു നോക്കി.

കന്മതിൽ. അതിനപ്പുറം സമാന്തരമായിക്കടന്നു പോകുന്ന കുറേ ടെലഫോൺ കമ്പികൾ.

ആ കമ്പികൾക്കു താഴെ മതിലിൽ കൂട്ടത്തോടെ പറന്നു വന്നിരിക്കുന്ന കാക്കകൾ തന്റെ കൂട്ടുകാരാണ്. അവരുടെ പരുത്ത

സ്വരങ്ങൾ തനിക്കു തിരിച്ചറിയാം. അവരുടെ ഭാഷ തനിക്കു വശമാണ്.

താഴെ ഒറ്റപ്പെട്ട ഒരു കാപ്പിക്കടയുണ്ട്.

കാപ്പിക്കടക്കാരൻ കിഴങ്ങു തൊലികളഞ്ഞ് പുറത്തേക്കെറിയുന്നു. നിരുന്മേഷമായ സ്വരങ്ങൾ...

കാ...കാ...കാ...

മത്സ്യം കഴുകുന്നു. തലയും കുടലും പുറത്തേക്കു വലിച്ചെറിയുന്നു.

ക്രാ...കാ...ക്രാ....കാ...ക്രാ... നിലയ്ക്കാത്ത നിരവധി സ്വരങ്ങൾ. ഉത്സാഹത്തിമർപ്പ്.

എല്ലാം വിധിയാണ്...

തന്നെ കാക്കകളുടെ കൂട്ടുകാരിയാക്കി, നീണ്ട പകലുകളിൽ ഇവിടെ ഇരുത്തുന്നത്.

മൂന്നാംക്ലാസ്സുവരെ തന്റെകൂടെ പഠിച്ച, അമ്മ മരിച്ചതുകൊണ്ട് പഠിപ്പുനിർത്തിയ, നിയന്ത്രിക്കാനാളില്ലാത്തതുകൊണ്ട് തേവിടിശ്ശിയാക്കപ്പെട്ട ശാരദയുടെ വിധി...

സുലോചനയെ വിധവയാക്കിത്തീർത്ത വിധി...

തന്റെ ചേച്ചിയെ ദരിദ്രന്റെ ഭാര്യയാക്കിത്തീർത്ത തലയിലെഴുത്ത്-

എല്ലാം ഒന്നാണ്.

തനിക്കുമാത്രം ഈ അസഹ്യതയെന്തിന്?

അവർ സഹിക്കുന്നില്ലെ? താനും, അവരെപ്പോലൊരു പെണ്ണല്ലെ? അവരെല്ലാം കൊതിക്കുന്ന ഭാര്യാപദം അല്ലേ ഇത്?

ഇന്നോ നാളേയോ അവസാനിക്കാനിടയില്ലാത്ത ഈ ഏകാന്തതയോടു രമ്യതയിലെത്താൻ ജനലിന്റെ കട്ടിത്തിരശ്ശീലകൾ ചുരുക്കി പുറത്തേക്കു നോക്കുന്നു.

മതിൽ. സമാന്തരങ്ങളായി നീങ്ങുന്ന കമ്പികൾ...

പൊടിയണിഞ്ഞു വൃത്തികെട്ട ഇലകളുമായി നിൽക്കുന്ന മരച്ചില്ലകൾ...

ഗേറ്റിന്റെ വിജാഗിരികൾക്കിടയിലെ നേർത്ത പഴുതിലൂടെ മിന്നിമറയുന്ന വസ്ത്രങ്ങളുടെ വർണ്ണശകലങ്ങൾ.

ധൃതിയിൽ കടന്നുപോവുന്ന മനുഷ്യസ്വരങ്ങൾ.

അപ്പുറത്തെ ഫാക്ടറിയിൽനിന്നു കേൾക്കുന്ന ചൂളംവിളി.

യന്ത്രത്തിന്റെ വിളികേട്ട് ഓടിപ്പോവുന്ന ആ മനുഷ്യരെ തനിക്കു മനസ്സിലാവും. അവരുടെ കയ്യിൽ അലൂമിനിയത്തിന്റെ ചെറിയ ചോറ്റുപാത്രങ്ങളുണ്ടാവും. വേല ചെയ്യുമ്പോൾ മാറിയുടുക്കാനുള്ള തുണി പൊതിഞ്ഞ് കയ്യിൽ വെച്ചിരിക്കും. സമയത്തിന് ഫാക്ടറിയിലെത്താനുള്ള അവരുടെ ധൃതി കുപ്പിവളകൾ വിളിച്ചറിയിക്കുന്നു.

ഒരേ നിറത്തിലും തരത്തിലുമുള്ള, ഒരേ പീസിൽ നിന്നും മുറിച്ചെടുത്ത, കച്ചവടക്കാരനോട് കടമായി വാങ്ങിയ ആ ബ്ലൗസുകളിലും ഉടുതുണിയിലും അവരുടെ ദേഹങ്ങളിലും കശുവണ്ടിയുടെ ഗന്ധമുണ്ടാവും. അവർ നിത്യേന ചവിട്ടിക്കടന്നുപോവുന്ന മണൽത്തരികൾക്കു പോലും ഉണ്ടാവും ആ ഗന്ധം.

അവർ തന്റെ കൂട്ടുകാരാണ്.

അക്കൂട്ടത്തിൽ ശാരദയുടെ അനിയത്തിയുണ്ടാവും. സുലോചനയുണ്ടാവും. ജാനുവുണ്ടാവും. ഒരു പക്ഷേ, തന്റെ ചേച്ചിയുമുണ്ടാവാം. അവർ ഏതു നാട്ടിലും ഒന്നാണ്. അവരുടെ വിയർപ്പിന്റെ ഗന്ധംപോലം ഒന്നാണ്. താനും അവരെപ്പോലെ...

ധൃതിപിടിച്ച ജീവിതങ്ങൾ.

നീളം കുറഞ്ഞ നിമിഷങ്ങൾ അദ്ധ്വാനത്തിന്റെ ഗന്ധമുള്ള വിയർപ്പ്. വിയർത്തുതളർന്ന സുഖകരമായ ശരീരം. തളർന്ന ശരീരത്തിനകത്തെ ഉന്മേഷമുള്ള മനസ്സ്. കൺമുമ്പിൽ മതിൽക്കെട്ടില്ലാത്ത, സമാന്തരങ്ങളായി നീണ്ടുപോവുന്ന കമ്പികളില്ലാത്ത, പരിസരങ്ങൾ...

ടെലഫോൺ കമ്പികൾക്കുതാഴെ, മതിൽക്കെട്ടിൽ കാക്കകൾ വരിവരിയായി വന്നിരിക്കാൻ തുടങ്ങിയപ്പോൾ ഉച്ചയായി, അവ കലമ്പൽകൂട്ടി. ചാഞ്ഞും ചെരിഞ്ഞും താഴെ ഒരു പ്രത്യേക ബിന്ദുവിനെ ലാക്കാക്കി ഏറുകണ്ണിട്ടു.

പന്ത്രണ്ടു മണിക്കുള്ള സൈറൺ.

മണ്ണുപുരണ്ട മരച്ചില്ലകൾക്കു കീഴെ കാപ്പിക്കടയിൽ ഒത്തുകൂടുന്ന പുരുഷ സ്വരങ്ങൾ, പുഴുങ്ങിയ കിഴങ്ങിന്റെയും കട്ടൻ കാപ്പിയുടെയും ഗന്ധം അവിടെ ചുറ്റിയടിക്കുന്നുണ്ടെന്ന് അവൾക്കു തോന്നി.

ആ ഗന്ധത്തിനു ചുറ്റും തിങ്ങിക്കൂടുന്ന മനുഷ്യർ, കാക്കകൾ, തെണ്ടിപ്പട്ടികൾ... ആ ചലനങ്ങൾ ചില നിമിഷങ്ങളോളം അവളുടെ ഞരമ്പുകളിൽ ഒഴുകിനടന്നു.

ഊണുകഴിഞ്ഞു തിരികെ തന്റെ പഴയ സ്ഥാനത്ത്. തെരുവ് എപ്പോഴോ ചത്തുകഴിഞ്ഞിരിക്കും.

താഴെ, അടുക്കളയിൽ പാത്രങ്ങൾ ശബ്ദിച്ചു. വേലക്കാരുടെ പതിഞ്ഞ സ്വരങ്ങൾ...

കറങ്ങുന്ന കാറ്റിൽ, അടയുന്ന മിഴികളിൽ മകനെ കാണുന്നു. പാതിമയക്കത്തിൽ അവനെ അണച്ചുകൂട്ടുന്നു.

അവൻ തുറന്നിട്ട പ്രകാശങ്ങളുടെ പഴുതുകളെല്ലാം അടഞ്ഞു പോയി.

അവനൊ?

വെളിച്ചത്തിനു പ്രവേശനം നൽകാത്ത ഊക്കൻ കരിങ്കൽ ഭിത്തിക്കകത്ത്, തടിച്ച നീലിച്ച തിരശ്ശീലകളിട്ടുമറച്ച ജനലുകൾക്കു പിന്നിൽ, കന്യാസ്ത്രീകളുടെ പരിലാളനയിൽ.

അവൻ തന്റെ നൃത്തം ചെയ്യുന്ന സുന്ദരിപ്പാവയെ മറന്നിരിക്കുമോ?

ഗേറ്റിനപ്പുറം, വൈകുന്നേരങ്ങളിൽ ഇരച്ചൊഴുകുന്ന തെരുവിനെ?

അവൻ തന്റെ രണ്ടു ലോകങ്ങളെ കൂട്ടിയിണക്കുന്ന കണ്ണിയായിരുന്നു.

അവൻ വന്നപ്പോൾ, നാട്ടിലേക്കു കത്തയയ്ക്കാൻ തുടങ്ങി. വഴിക്കുവഴി. അനിയത്തിക്ക്. അമ്മയ്ക്ക്. കൂട്ടുകാരികൾക്ക്. നീണ്ട കത്തുകളിൽ നിറയെ അവനായിരുന്നു, തന്റെ മകൻ.

മാസംതോറും വളർന്നുവരുന്ന രാജീവിന്റെ പുത്തൻ ഫോട്ടോകളെടുത്ത് നാട്ടിലേക്കയച്ചു. ജാനുവും ശാരദയും സുലോചനയും തന്റെ രാജീവിന്റെ വിടർന്ന നേത്രങ്ങളിൽ ഉമ്മവയ്ക്കുന്നത്, അവനോട് കിന്നാരം പറയുന്നത്, അവന് താനുമായുള്ള രൂപസാദൃശ്യത്തെക്കുറിച്ച് അഭിപ്രായം പറയുന്നത് അവളിവിടെയിരുന്നു കണ്ടു. കേട്ടു.

ഒരിക്കൽ അച്ഛനുപോലും ഒരു കത്തയച്ചു. കല്യാണം കഴിച്ചയയ്ക്കാൻ ഇനിയും പെൺമക്കളുള്ള അച്ഛൻ, മറുപടിയെഴുതാതിരുന്നത് അവൾ ഗൗനിച്ചില്ല.

അങ്ങനെ, തന്റെ ചുറ്റും ഉയർന്നിരുന്ന എല്ലാ മതിലുകളും തകർന്നിരുന്നു.

എല്ലാം പ്രകാശമായിരുന്നു. ഇരുപതു വർഷങ്ങൾ ജീവിച്ച അവൾക്ക് പുനർജ്ജന്മം കിട്ടിയിരുന്നു.

റേഷൻ കടയും കുരുമുളകു കച്ചവടവും കൊണ്ട് അച്ഛൻ നേടി ത്തന്ന തടവറയിൽനിന്നുള്ള മോചനം.

എന്തൊരു തെറ്റിദ്ധാരണ.

താനൊരു കാവൽക്കാരി മാത്രമായിരുന്നുവെന്ന് മനസ്സിലാക്കി.

'അവനെ ലാളിച്ച് വഷളാക്കരുത്.' അവന്റെ അച്ഛന്റെ താക്കീത്. താനെന്ന കാവൽക്കാരിയുടെ സ്വാതന്ത്ര്യത്തിനു പല പരിമി തികൾ.

റേഷൻകടക്കാരന്റെ മകളായ താൻ.

വലിയ വീടുകളിലെ മക്കളെ വളർത്തുന്നതെങ്ങനെയെന്നു കണ്ടു പരിചയംപോലും ഇല്ലാത്തവൾ.

ഹൈസൊസൈറ്റിയെക്കുറിച്ച് ഒരു ചുക്കും അറിഞ്ഞുകൂടാത്ത വൾ;

അത്തരക്കാരി എങ്ങനെ മകനെ വളർത്തും.

അവനു മുലകൊടുക്കരുത് മുലകുടിച്ചാൽ തന്റേടം പോവും.

അവൻ വേലക്കാരി കല്യാണിയുടെ മകനുമായി കൂട്ടുകൂടരുത്.

അവനെ കൂടെക്കിടത്തിയുറക്കരുത്.

മേത്തരം ബേബീഫുഡ് പാകം ചെയ്യാനും അവനെ പരിഷ്ക രിച്ച മട്ടിൽ വളർത്താനും മാത്രമായി, അവനോട് ഇംഗ്ലീഷിൽ മാത്രം പുന്നാരങ്ങൾ പറയാനായി, ഭർത്താവ് ഒരായയെ നിയമിച്ചു. പരി ചയസമ്പന്ന, മിടുക്കി.

മൈ ഡാർലിങ്... അവളുടെ വിളിയിൽ തേനൂറി മകനതുകേട്ട് കൈകൊട്ടിച്ചിരിക്കാൻ പഠിച്ചു.

അവൻ ആയയുടെ ശ്വാസമേറ്റ് കിടന്നുറങ്ങി. ആയയുടെ വിരൽത്തുമ്പിൽ പിടിച്ചു നടക്കാൻ പഠിച്ചു. ആയ ഉന്തുന്ന വണ്ടിയി ലിരുന്ന് പൂന്തോട്ടത്തിന്റെ ഭംഗി ആസ്വദിച്ചു ഗേറ്റിനുപുറത്തുള്ള ലോകം, അവന്നാരും കാണിച്ചുകൊടുത്തില്ല.

അവൾ, അമ്മ, ഗൃഹനായിക അവിടത്തെ വീട്ടുപകരണങ്ങളി ലൊന്നായി മാറി.

നാട്ടിൽനിന്നു വരുന്ന കത്തുകൾക്ക് അവൾ മറുപടി അയയ്ക്കാ തായി.

ഭർത്താവ് ആപ്പീസിൽ പോകുമ്പോൾ പറയും.

'മിസ്സിസ് റാവു അന്വേഷിച്ചിരുന്നു. എന്തിനാ അകത്ത് അടച്ചു പൂട്ടി ഇങ്ങനെ ഇരിക്കുന്നത്?'

അവൾ സൗമ്യമായി ചിരിക്കും. ആ ചിരിയുടെ നിറവും ഗന്ധവും നഷ്ടപ്പെട്ടിരുന്നത് അദ്ദേഹം മനസ്സിലാക്കിയിരുന്നോ?

''മൂന്നുമണിക്ക് മിസ്സിസ് പെരേരയുടെ വീറ്റ് കുക്കിങ് ക്ലാസ്സുണ്ട്. മുഖം കാണിച്ച് പോരൂ.''

മിസ്സിസ് പെരേരയുടെ ചായം തേച്ച ചുണ്ടുകൾ ചൊരിയുന്ന അളന്നു തൂക്കിയ വാക്കുകളെ അവൾ വെറുത്തു.

മിസ്സിസ് പെരേരയുടെ കുക്കിങ് ക്ലാസ്സിന്ന് അവൾ പോയി. മാസത്തിലൊരിക്കലല്ലേ അവരുടെ ഈ സോഷ്യൽ സർവീസ്?

മുറ്റത്ത് പരിഷ്കാരം കുറഞ്ഞ കുറെ പെണ്ണുങ്ങൾ. മദാമ്മയെപ്പോലുള്ള സ്ത്രീ. നിലംതൊടാതെ, കാറിൽ മാത്രം സഞ്ചരിക്കുന്ന സ്ത്രീ. അവരുടെ ഓരോ ചലനവും അത്ഭുതാദരങ്ങളോടെ അവർ നോക്കിക്കണ്ടു. പാതിതുറന്ന ചുണ്ടുകളിൽ വിസ്മയം. മിസ്സിസ് പെരേരയുടെ തുടുത്തു മിനുത്ത വിരലുകൾ കണ്ടിട്ടാവണം, മുന്നിലിരുന്ന സ്ത്രീ തന്റെ അഴുക്കുപുരണ്ട കൈനഖങ്ങളെ നോക്കി.

പരിചാരകൻ തുറന്നുപിടിച്ച ഭരണിയിൽനിന്ന് മിസ്സിസ് പെരേര നെയ്യ് അളന്നു കോരിയെടുത്തു. പട്ടു വിരിയിട്ട മേശപ്പുറത്ത്, ആസ്ബെസ്റ്റോസിന്റെ ഒരു കഷ്ണത്തിന്നു മീതെ, പരിചാരകൻ ഇലക്ട്രിക് ഹീറ്റർ കൊണ്ടുവന്നുവച്ചു. അവൻ ഒരു തളികനിറയെ, കുഴച്ചുരുട്ടിയ ഗോതമ്പുമാവ് കൊണ്ടുവന്നു. കയ്യിൽ ഗ്ലൗവ്സ് അണിഞ്ഞ് മിസ്സിസ് പെരേര ഓരോ കൊച്ചുരുളയും എടുത്തുരുട്ടി...

പഞ്ചസാരപ്പാവിലിട്ട പലഹാരം തിന്ന്, മനസ്സിലാവാത്തതെങ്കിലും ഒരു നാടകംകണ്ട ഉന്മേഷത്തോടെ പെണ്ണുങ്ങൾ പിരിഞ്ഞു.

കാറിൽക്കയറി വീട്ടിലെത്തിയപ്പോൾ ഭർത്താവും മകനും ഒരുങ്ങി നിൽക്കുന്നു.

അമ്മ ഞെട്ടി. അനങ്ങിയില്ല. മിണ്ടിയില്ല. ശ്വാസം പോലും തെല്ലിട നിന്നു.

അടക്കിപ്പിടിച്ച നീണ്ട നിമിഷം മുറിഞ്ഞുവീണപ്പോൾ, വേലക്കാർ കാൺകെ അവൾ കെഞ്ചി.

''അവനെ കോൺവെന്റിലയയ്ക്കേണ്ട.''

''ഇവിടെയിട്ട് വഷളാക്കണമല്ലെ.''

''ഇംഗ്ലീഷ് സ്കൂൾ വേണമെങ്കിൽ ഇവിടെ ഈ നഗരത്തിലില്ലേ?''

''വൈകുന്നേരം തിരിച്ചുവരുന്നത് ഇവിടേക്കുതന്നല്ലേ?''

അതെ, തന്റെ അടുത്തേക്ക്. ഉച്ചാരണശുദ്ധിയോടെ ഇംഗ്ലീഷ് പറയാനറിഞ്ഞുകൂടാത്ത തന്റെ അടുത്തേക്ക്.

‘‘എന്റെ കുട്ടി ഈ നഗരത്തിലെ കോൺവെന്റിൽ താമസിച്ചോട്ടെ. ആഴ്ചയിലൊരിക്കൽ...’’

‘‘എനിക്കറിയില്ലേ, ഈ കോൺവെന്റിലെ നാടൻ ഫാദേഴ്സിനെ, അവരുടെ ഇംഗ്ലീഷ് കേട്ടാൽ ഛർദ്ദിക്കാൻ വരും. നമ്മുടെ മകന് സെന്റ്.......ൽ അഡ്മിഷൻ കിട്ടിയതിൽ സന്തോഷിക്ക്. ഓരോരുത്തർ നാലായിരവും അയ്യായിരവുമാണ് ഡൊണേഷൻ കൊടുക്കുന്നത്.’’

ആ സന്തോഷം അകത്തേക്കു കടന്നുചെല്ലാത്തതായിരുന്നു. തനിക്ക് മനസ്സിലാക്കാൻ കഴിഞ്ഞിട്ടില്ലാത്ത മറ്റു പലതിൽ ഒന്ന്...

ഗേറ്റുതുറക്കുന്ന ശബ്ദം.

ആശ്വാസം. ആരെങ്കിലുമാവട്ടെ. ഒരു മനുഷ്യനാണല്ലോ. പാൽക്കാരന്റെ സൈക്കിളിന്റെ മണിയടി കേൾക്കാഞ്ഞപ്പോൾ പുറത്തേക്കു നോക്കി.

വിയർപ്പുതുള്ളികൾ തിളങ്ങുന്ന, ഷേവ് ചെയ്യാൻ വൈകിയ ഒരു മുഖം. അയാൾ നേരെ പോർട്ടിക്കോവിലേക്കു നടന്നു. മറഞ്ഞു. അവർ ചെവിയോർത്തു.

കോണിപ്പടിയിൽ കാലൊച്ച.

കല്യാണി.

‘‘ഒരാൾ കാണാൻ വന്നിരിക്കുന്നു.’’

‘‘ഇവിടെ ഇല്ലെന്നു പറഞ്ഞില്ലേ?’’

‘‘രാജീവിന്റെ അമ്മയെ കാണണമെന്ന്...’’

‘‘അവൾ അത്ഭുതത്തോടെ എണീറ്റു...’’

രാജീവിന്റെ പടത്തിൽനിന്ന് സാവധാനത്തിൽ മുഖം തിരിച്ച് അയാൾ നോക്കി. നേർത്തൊരു മന്ദഹാസം.

‘‘കുട്ടിക്ക് നിങ്ങളുടെ ഛായതന്നെ.’’

അയാളുടെ സ്വാതന്ത്ര്യത്തിൽ അവൾക്ക് തെല്ല് അരിശം തോന്നി; അത്ഭുതവും.

‘‘അന്ന് പണിക്കരുമാഷുടെ ക്ലാസ്സിൽ പഠിച്ചിരുന്ന കാലത്ത് കണ്ട അതേ മുഖം.’’ അയാൾ ഫോട്ടോവിൽ തന്നെ നോക്കി.

അവൾക്കു മനസ്സിലായില്ല.

‘‘നിങ്ങൾ...’’

‘‘ഞാൻ, ഭാസ്കരൻ. ഒരു കാര്യം പറയാൻ വന്നതാ...’’

മോണിട്ടർ ഭാസ്കരൻ.

അമ്മയുടെ കത്തിൽ - മറുപടി അയയ്ക്കാത്ത അനേകം കത്തുകളിലൊന്നിൽ...

ആ ഭാസ്കരൻ അവിടത്തെ ആപ്പീസിലെ പ്യൂണാണത്രെ അവന്ന് മാറ്റമുണ്ട്. നീ പറഞ്ഞാൽ ഒഴിവാക്കാൻ പറ്റുമത്രെ...

''ഞാൻ അറിഞ്ഞില്ലാട്ടൊ.''

അയാൾ ചിരിച്ചു. ആദ്യത്തെ സങ്കോചം വിട്ട ചിരി വെയിലിൽ കുളിച്ചുനിൽക്കുന്ന നാട്ടിൻപുറത്തിന്റെ ചിരി.

''സ്ഥലംമാറ്റം എന്തായി?''

''അതു പറയാനാ ഞാൻ വന്നത്. വീട്ടിൽ വരുമ്പോൾ ഒന്നു പറഞ്ഞാൽ, അത് ശരിപ്പെടുത്തിക്കിട്ടും.''

''പ്രൊമോഷനല്ലേ?''

''പക്ഷേ, എനിക്കതു വേണ്ട. മുപ്പതുറുപ്പികയേക്കാൾ വലുത്. എനിക്കെന്റെ മക്കളാണ്.''

അയാൾ പണ്ടും ചെയ്യാറുള്ളതുപോലെ, തന്നെ പരിഹസിക്കയാണെന്ന് അവൾക്കു തോന്നി.

''ഞാൻ കൂടെയില്ലാഞ്ഞാൽ മക്കൾ രണ്ടാളുടേയും പഠിപ്പ് നേരെയാവില്ല.''

ഒന്നു മൂളാൻപോലും കഴിഞ്ഞില്ല.

''ഇവിടുന്ന് വിചാരിച്ചാൽ സാധിക്കും...''

അവൾ ഞെട്ടി: ''ഇവിടുന്ന്...'' താനാര്? വെറും പത്മാവതി. അന്നും ഇന്നും. പത്മാവതിയെ പത്മാവതിയല്ലാതാക്കാൻ ഒന്നിനും സാധിക്കില്ല.

''എന്റെ പ്രൊമോഷൻ ക്യാൻസൽ ചെയ്തു, എന്നെ ഇവിടെത്തന്നെ നിയമിച്ചാൽ മതി. ഉള്ളതുകൊണ്ട് എന്റെ മക്കളെ പുലർത്തി. അവരുടെകൂടെ ജീവിച്ചാൽ മതി എനിക്ക്...'' വാചാലമാകുന്ന വികാരം. ഈ പരുക്കൻ മനുഷ്യന്റെ ഉള്ളിൽ ഇത്ര മൃദുലമായ വികാരങ്ങളോ.

''ഇവിടുന്നു പറഞ്ഞാൽ...''

അവളുടെ ചുണ്ടുകൾ കോടി. മുഖത്ത് കറു

അവൾ മുഖം തിരിച്ചുകളഞ്ഞു. മുഖം താഴ്ത്താൻ അവൾ ഭയന്നു. കണ്ണിൽ നിറഞ്ഞ നീർ, ഉള്ളിലേക്ക് വലിച്ചെടുത്തു.

‘‘പറഞ്ഞുനോക്കാം...’’ ശബ്ദം പുറത്തുവന്നില്ല.

അയാൾ പടിയിറങ്ങിപ്പോയത് അവളറിഞ്ഞില്ല. ഒരു ഗ്ലാസ്സ് കാപ്പി കൊടുത്തില്ല. ഇരിക്കാൻപോലും പറഞ്ഞില്ല.

എന്നാലും അയാൾ താൻ കൊട്ടിയടച്ചിരുന്ന കഴിഞ്ഞ കാലത്തിന്റെ ജാലകം തുറന്നിരിക്കുന്നു. അതിലേ കടന്നുവന്ന വെളിച്ചത്തെ പിടിച്ചു നിറുത്താൻ താലോലിക്കാൻ, അതിലെ ഒരു ബിന്ദുവായി ജീവിക്കാൻ അവൾ മോഹിച്ചു.

സൂര്യനെ കൊച്ചു മുഖക്കണ്ണാടിയിലാവാഹിച്ച് ഭിത്തിയിൽ പിടിച്ചു നിർത്താൻ രാജീവ് ശ്രമിക്കാറുണ്ടായിരുന്നു. പിടിച്ചേടത്തു നിൽക്കാത്ത ആ വെളിച്ചത്തെ നോക്കി അവൻ കരയും. കണ്ണാടി നിലത്തു വീണു ചിതറും.

തന്റെ കയ്യിലിരിക്കുന്നത് അങ്ങനെ എറിഞ്ഞുകളയാൻ പറ്റുന്നൊരു കണ്ണാടിയാണോ?

അവൾ മുറിയിൽ ചുറ്റിനടന്നു.

പാൽക്കാരൻ തുറന്നിട്ട ഗേറ്റിലേക്ക് ഒരു ചെറിയ നിഴൽ നീങ്ങി വന്നു. അവൾ നിന്നു.

കല്യാണിയുടെ മകൻ.

‘‘മാധവാ...’’ അവളുടെ സ്വരം ഗേറ്റുവരെ എത്തിയില്ല. അടുക്കളയിൽ കല്യാണിയുടെ ചെകിട്ടിലെത്തി.

‘‘ചെക്കനോട് എത്ര പറഞ്ഞാലും കേക്കില്ല. സ്കൂളു വിട്ടാൽ ഇങ്ങ് വലിഞ്ഞുകേറി വരും.’’ കല്യാണി പകുതി സ്വാഗതമായും പകുതി കുട്ടിയോടുമായി പറഞ്ഞു.

‘‘അവനെ ചീത്ത പറഞ്ഞുവിടാതെ, ഇങ്ങു വിളിക്കൂ.’’

അവൻ ഭയപ്പെട്ട മിഴികളോടെ കാലുകൾ പിന്നാക്കം വയ്ക്കാൻ തുടങ്ങിയിരുന്നു.

ടീപ്പോയിയിൽ കപ്പിലിരുന്ന ചായയെടുത്ത് അവൾ കുട്ടിക്കു നീട്ടി...

അമ്മയുടെ തുണിത്തുമ്പിൽ പിടിച്ച് അവൻ മറഞ്ഞുനിന്നു.

‘‘കുടിച്ചോടാ അന്നത്തോടും ദാഹിച്ച വെള്ളത്തോടും നിന്ദ അരുത്.’’

അവൻ ചായ ഇടനാഴിയിലേക്കു കൊണ്ടുപോയി കുടിച്ചു.

‘‘മാധവൻ ഇവിടെ വരൂ.’’

അവൻ വന്നു.

ഇടത്തു കയ്യിൽ കൊച്ചുസ്ലേറ്റ് ഇറുക്കിപ്പിടിച്ചുകൊണ്ട് അവൻ നിന്നു പരുങ്ങി. പുത്തൻസ്ലേറ്റിന്റെ കറുത്ത പാടുകൾ വീണ കുപ്പായത്തിന്റെ മുൻവശം അവന്റെ വലത്തു കയ്യിൽക്കിടന്നു ചുരുണ്ട് ഒരു പന്തായി.

''നീ എന്നും സ്കൂളിൽ പോകാറുണ്ടോ?''

അവൻ സംശയിച്ചു തലയാട്ടി.

''നീ എന്തെല്ലാം പഠിച്ചു?''

''അമ്മ....തത്ത...കഞ്ഞി...''

''മിടുക്കൻ, നീ ഏതു ക്ലാസ്സിലാ?''

''ശോശാമ്മടീച്ചറുടെ ക്ലാസ്സിൽ.''

''അടിയ്ക്കൊ, ടീച്ചർ?''

''ഉം.''

''എന്തിനാ?''

''സ്ലേറ്റിൽ തുപ്പലുതൊട്ടുമാച്ചാൽ...''

''നീയ്യെന്താ ഇപ്പൊ ഇങ്ങോട്ടു വരാത്തത്?''

അവന്റെ മിഴികൾ ഉരുണ്ടു.

''അവന്നു പേടിയാ...'' കല്യാണി പറഞ്ഞു.

''രാജീവില്ലാത്തതുകൊണ്ടാണോ?'' അവൻ കണ്ണുകൾ താഴ്ത്തി.

''ഇനി എന്നാ വരാ?''

''ഇനി വരില്യാ.''

''എന്തുകൊണ്ടാ വരാത്തത്?''

''അമ്മ പറഞ്ഞിട്ടുണ്ട്, വരർതെന്ന്.''

അവൻ പോയി. കുറേനേരം കൂടി തടഞ്ഞുനിർത്താൻ ഒരു മാർഗ്ഗവുമില്ല. ഏകാന്തത ഒരു മൃഗത്തെപ്പോലെ അവളെ കടിച്ചുതിന്നാൽ കാത്തു നിന്നു. ഓടിപ്പോകണം. പോയിട്ട് തന്റെ മകനെ കൊണ്ടുവരണം. ഇന്ന് വെള്ളിയാഴ്ച അവൾ നിമിഷനേരം ശങ്കിച്ചു. മൂലയ്ക്കു കിടന്ന മേശപ്പുറത്തെ ടെലഫോൺ ഡയറക്ടറി മറിച്ചു. എന്നോ മറന്നുകഴിഞ്ഞ ഒരു നമ്പരിനുവേണ്ടി തിരഞ്ഞു. കിട്ടി. മിസ്സിസ് റാവുവെ വിളിച്ചു.

''ആര്! മിസ്സിസ് ധരൻ!''

''അതെ, ഞാൻ പത്മാവതി...''

''മിസ്റ്റർ ധരൻ ടൂറിലാണല്ലേ? ഇന്നലെ ക്ലബ്ബിൽവച്ചു പറയുന്നതു കേട്ടു. എന്തുണ്ട് വിശേഷം?''

''എനിക്കൊരിടത്ത് ഉടനേ പോകേണ്ടിയിരുന്നു.''

''ഞാൻ കാറ് കൊണ്ടുവരണോ?''

''മറ്റു ബുദ്ധിമുട്ടുകൾ ഇല്ലെങ്കിൽ വലിയ ഉപകാരം.''

''ഓഹോ, ക്ഷണത്തിൽ വരാം.''

''മുപ്പതുമൈൽ യാത്രയുണ്ടാവും.''

''ഓ, സണ്ണിനെ കാണാനാണോ?''

''അതെ, രാജീവ് പോയിട്ട് ഒരു മാസം കഴിഞ്ഞു.''

''ഹ! ഹ! യൂ ആർ ദാറ്റ് കൺട്രിഗേൾ ഈവൻ നൗ...''

അവൾക്കു ചിരി വന്നില്ല. ഫോൺ താഴെ വച്ചു.

ഒരുങ്ങാനൊന്നും ഇല്ല. മനുഷ്യന്റെ കാലൊച്ചയെ പെരുപ്പിക്കുന്ന വലിയ ഹാളിലൂടെ, തണുത്ത നിഴലുകൾ പതിഞ്ഞുകിടക്കുന്ന കോണിമുറിയിലൂടെ, തന്റെ ഡ്രസ്സിങ് റൂമിൽപോയി സാരി മാറാൻ അവൾ ഭയന്നിരുന്നു. ആ കടുത്ത ഏകാന്തതയിൽ പേടിപ്പെടുത്തുന്ന എന്തോ ഉണ്ടെന്ന് അവൾക്ക് തോന്നി...

മിസ്സിസ് റാവുവിന്റെ കാറ്, റോഡിൽ നിറഞ്ഞൊഴുകി. പറ്റംപറ്റമായി വന്ന സ്കൂൾകുട്ടികൾ അത്ഭുതങ്ങൾ വിടരുന്ന മിഴികളോടെ മാറി നിന്നു. വിയർത്തു തുടുത്ത മുഖങ്ങൾ... കണ്ണിലേക്കു വീണുകിടക്കുന്ന തലമുടി. നിരത്തുവക്കത്തെ വീടുകളുടെ ഉമ്മറത്തിണ്ണയിൽ കാത്തുനിന്ന അമ്മയുടെ കയ്യിലേക്ക് സ്കൂൾസഞ്ചി എറിഞ്ഞുകൊടുത്ത് ഒരുവൻ കാറു കാണാൻ ഓടി വന്നു. ജിജ്ഞാസയുടെ നോട്ടങ്ങൾ...

അവളുടെ മുഖം വാടി.

മുപ്പതുമൈലുകൾക്ക് അറുപതിന്റെ ദൈർഘ്യം.

ഇടയ്ക്കു പെട്രോൾ പമ്പിൽ തങ്ങി.

മിസ്സിസ് റാവു അവരുടെ സ്വതസിദ്ധമായ ഉന്മേഷസ്വരത്തിൽ പറഞ്ഞുകൊണ്ടിരുന്നു.

ലൗഡേയ്ലിൽ പഠിക്കുന്ന അവരുടെ മകനെപ്പറ്റി കേംബ്രിഡ്ജ് എക്സാമിനേഷന്റെ മഹത്വത്തെക്കുറിച്ച്. തന്റെ മക്കൾക്ക് മാതൃഭാഷ ഒട്ടും അറിഞ്ഞുകൂടാത്തതിന്റെ മേന്മയെപ്പറ്റി.

നാട്ടിൻപുറത്തെ മുത്തശ്ശിയോട് അവർ വാതോരാതെ ഓരോന്നു ചോദിക്കും.

പാവം, മുത്തശ്ശി! മിഴിച്ചിരിക്കുകയല്ലാതെ എന്തു ചെയ്യാനാ.

‘‘ഓ മൈ ബ്രില്ല്യന്റ്, ആൻഡ് നോട്ടീ ഡാർലിങ്സ്.’’ അവൾ തന്നത്താൻ ചിരിച്ചു. അവരുടെ കണ്ണുകൾ തിളങ്ങി.

അവൾ കുറെ കേട്ടു. പിന്നീട് ശബ്ദങ്ങൾ, വണ്ടുകളായി. ചുറ്റികകളായി. തലയോട്ടിയിൽ വന്ന് അടിച്ചുകൊണ്ടിരുന്നു.

യാത്രയുടെ അവസാനം, ചുവന്നിരുണ്ട സന്ധ്യ.

നേർകുത്തനെ മേൽപോട്ടു നോക്കിയാൽ മാത്രം അറ്റം കാണാവുന്ന കന്മതിൽ. മതിലിന്റെ ശിരസ്സിൽ പലവർണ്ണങ്ങളുള്ള കുപ്പിച്ചില്ലുകളുടെ കിരീടം. വൈകുന്നേരത്തെ വെയിലിൽ കുപ്പിച്ചില്ലുകളുടെ കണ്ണുകളിൽ ക്രൂരതയുടെ വെളിച്ചം.

മതിൽക്കെട്ടിന്റെ മുഖത്തെ കൊച്ചു വായ്പോലെ അടഞ്ഞു കിടന്നു, ഗേറ്റ്.

ബട്ടണമർത്തി. മറുപടിയില്ല.

ഗേറ്റിനു മുമ്പിൽ തൂങ്ങിക്കിടക്കുന്നു, ഒരിരുമ്പുചങ്ങല. ചങ്ങല ഒരു കൂറ്റൻമണിയുടെ വായിൽനിന്നാണ്. മിസ്സിസ് റാവു ശക്തിയിൽ ആഞ്ഞടിച്ചു.

രാക്ഷസന്റെ വായ് തുറന്നു. വായിലെ ഇരുട്ട് കാറിനെ വിഴുങ്ങി. വൃക്ഷങ്ങളുടെ ഇരുണ്ട നിഴലുകൾ പിണഞ്ഞുകിടന്ന പാതയിലൂടെ...

കരിന്നീലപ്പാവാടയുടുത്ത മദ്ധ്യവയസ്കയായ വേലക്കാരി സ്വീകരണമുറിയുടെ വാതിൽ തുറന്നു. ലൈറ്റിട്ടു. വൈദ്യുത നിലാവിൽ, സ്ഫടികപ്പാത്രത്തിലെ സ്വർണ്ണമീനുകൾ കൺമിഴിച്ചു വാതുറന്നു. ഇല്ലാത്ത ഇര തേടി നടന്നു. മൂക്ക് സ്ഫടികച്ചുമരിൽ തട്ടിയപ്പോൾ ഗതി മാറ്റി. പുറമെ ചായം തേച്ച മൺചട്ടികളിൽ, വരണ്ട മണലിൽ കുത്തിനിർത്തിയ പ്ലാസ്റ്റിക് ലതകൾ വൈവിദ്ധ്യമില്ലാത്ത ഒരേ വർണ്ണത്തിലുള്ള പൂക്കളെ ചുമന്നു നിന്നു.

പട്ടുകുഷ്യനിൽ അസ്വസ്ഥതയുടെ മുള്ളുകൾ.

അവൾ പടിഞ്ഞാറെ ജനൽ ചാരി, പുറത്തേക്കു നോക്കി...

സന്ധ്യയുടെ ചോരയിൽ കുളിച്ചുനിൽക്കുന്ന പള്ളിഗോപുരം. ദൂരെ, ഇരുണ്ട തെങ്ങിൻതലപ്പുകളുടെ പല നിരകൾക്കു മീതെ പിടയുന്ന ചുവന്ന കടൽ. അരികുകളിൽ ചുവപ്പു പുരണ്ട പായ്കളോടു കൂടിയ ചെറുവഞ്ചികൾ തുമ്പികളെപ്പോലെ പാറിക്കളിക്കുന്നു...

രാജീവ് ഇതൊന്നും കാണുന്നില്ല. ഈ മതിൽക്കെട്ടിന്നകത്ത് ഉദയാസ്തമയങ്ങളില്ല. വർണ്ണങ്ങളില്ല. ചലനങ്ങളില്ല. ഒരേയൊരു വർണ്ണം. ഒരേയൊരു ചലനം. ഒരേയൊരു ശബ്ദം. മണിയൊച്ചയുടെ

കൃത്യമായ മിടിപ്പിനെ ആശ്രയിച്ചുനിൽക്കുന്നു, എല്ലാം. ജപമാല കളുടെ മർമ്മരം, കന്യാസ്ത്രീകളുടെ കറുത്ത ഉടുപ്പുകൾ, വേലക്കാ രികളുടെ കരിന്നീലപ്പാവാടകൾ, ജനലുകളിലെ കരിന്നീല വിരികൾ, കറുത്ത ബയന്റിട്ട പ്രാർത്ഥനാപുസ്തകം... ദൈവമേ, ഈ കറുപ്പ് എന്റെ കുഞ്ഞ് എങ്ങനെ സഹിക്കുന്നു.

''കൊക്കുകൾ പറന്നുപോണത് എങ്ങോട്ടാണമ്മേ?''

കടൽത്തീരത്തെ സുന്ദരമായ ഏകാന്തതയിൽ പൂഴിപ്പരപ്പിൽ കളിക്കുന്ന അവൻ ആകാശത്തേക്കു കൈ ചൂണ്ടുന്നു.

''അവരുടെ വീട്ടിലേക്ക്.''

''അവയ്ക്ക് വീടുണ്ടോ?''

''ഉം.''

''എവിട്യാ?''

''ആ തെങ്ങുകളുടെ മുകളിൽ.''

''നമ്മടെ വീടുപോലെയാ?''

''അല്ല. ചുമരുകളും ഗേറ്റുമില്ലാത്ത വീട്. ഇരുമ്പഴികളില്ലാത്ത ജനലുകൾ...''

''പുറത്തേക്കു നോക്ക്യാ എല്ലാം കാണാം?''

''ഓ!''

''കമ്പനി.''

''ഉം.''

''ഹോട്ടൽ?''

''ഹോട്ടലും കെട്ടിടങ്ങളുമെല്ലാം.''

''പിച്ചക്കാരെ?''

''എല്ലാ ആളുകളേം...''

''സ്കൂളിൽപോണ കുട്ടികളെ?''

''എത്രയെങ്കിലും...''

''ചത്ത പൂച്ചയെ കൊത്തിത്തിന്നുന്ന കാക്കകളെ?''

''ഇതാരാ നിനക്കു കാണിച്ചുതന്നത്?''

''മാധവൻ! അല്ലമ്മേ... ഞാൻ നിർബന്ധിച്ച് ഗേറ്റ് തുറപ്പിച്ചതാ, കല്ല്യാണിയെക്കൊണ്ട്.''

അമ്മ ഞെട്ടുന്നു...

പരിസരങ്ങൾ. തണുത്ത നിഴലുകൾ തെരുവുവെളിച്ചത്തിൽ ചായം തേച്ച മുഖത്ത് നിർവികാരത മാത്രമായി നിൽക്കുന്ന ചുമരുകൾ...

''ഒരു കാലത്ത് ഞാനും ഇങ്ങനെയായിരുന്നു.'' സ്നേഹിതയുടെ ആർദ്രസ്വരം.

അവൾ ചിരിച്ചു. പുതിയൊരു ചിരി. പത്മാവതിയുടേതല്ല. മിസ്സിസ് ധരനെന്ന സൊസൈറ്റി ലേഡിയുടെ. ഇരുട്ടിൽ ഒരിക്കൽക്കൂടി അവൾ ഒച്ചയില്ലാതെ ചിരിച്ചുനോക്കി. ചുണ്ടുകളുടെ വളവുകളിൽ വിരലുകൾ സ്പർശിച്ചു നോക്കി. ശരി. എല്ലാം ശരിയാവുന്നുണ്ട്. ■

സുധർമ്മൻ

സുധർമ്മനും അവന്റെ അച്ഛനും ഉമ്മറത്തെ ചാരുപടിയുടെ രണ്ടറ്റങ്ങളിൽ മുഖത്തോടു മുഖം നോക്കി ഇരിക്കുകയായിരുന്നു. പക്ഷേ അവർക്ക് പരസ്പരം കാണാൻ കഴിഞ്ഞിരുന്നില്ല. അവർക്കിടയിൽ കൊളുത്തിയ വിളക്കിനു തീരെ പ്രകാശമില്ല. കമ്പിക്കൂട്ടിനുള്ളിൽ മുഖം കറുപ്പിച്ചു നിൽക്കുന്ന ചിമ്മിനി. ചിമ്മിനി തുടച്ചു വൃത്തിയാക്കാൻ ആരും മെനക്കെട്ടില്ല. ചിമ്മിനിയിലുള്ള ഒരു കൊച്ചു ദ്വാരത്തിലൂടെ കാറ്റു കടന്നു. വിളക്കിന്റെ നാളം ഉലഞ്ഞു.

അച്ഛൻ ബസ്സ് വരാനിടയുള്ള ദിക്കിലേക്കാണ് നോക്കിയിരുന്നത്. മകൻ നേരെ എതിർവശത്തേക്കും. താഴെ നഗരത്തിലേക്കുള്ള അവസാനത്തെ ബസ്സ് വരാറായി. തണുത്തുറഞ്ഞ ഈ താഴ്വരയിൽ നിന്ന്, മലയിടുക്കുകൾ തീർത്ത ഈ തടവറയിൽ നിന്ന് മോചനം നേടാനുള്ള ഏക മാർഗ്ഗം ഈ ബസ്സാണെന്ന് സുധർമ്മനറിയാം. അവൻ സുഹൃത്തുക്കളുടെ മുഖമെന്നോണം ഓരോ വണ്ടിയുടേയും മുഖം ഓർമ്മയിൽ സൂക്ഷിച്ചു. ഒരു ബസ്സ് ഒരു നേരം വരാതിരുന്നാൽ സുധർമ്മൻ ദുഃഖിക്കും.

പുലർന്നന്തിയാവോളം ഈ ചാരുപടിയിൽ കുത്തിയിരിക്കുന്ന സുധർമ്മൻ എന്തു ചെയ്യും?

അവന് വണ്ടികളുടെ സമയ വിവരപ്പട്ടിക മനഃപാഠമായിരുന്നു. സമയം തെറ്റിവരുന്ന വണ്ടികളോട് പ്രതീക്ഷയ്ക്കൊത്ത് വരാതിരിക്കുന്ന സുഹൃത്തുക്കളോടെന്നപോലെ അവൻ പരിഭവിച്ചു.

ദൂരെ മലഞ്ചെരിവിൽ വണ്ടിയുടെ മുരൾച്ച കേൾക്കുന്നുണ്ടോ? അവൻ സാന്ദ്രമായ ഇരുട്ടിലേക്കു ചൂഴ്ന്നു നോക്കി. കോടയും ഇരുട്ടും കൂടിക്കുഴഞ്ഞ് വിളക്കിനു ചുറ്റും ഒരു നേർത്ത പാടയുണ്ടാക്കി. അച്ഛന്റെ മുഖം കുറെക്കൂടി അവ്യക്തമായി.

അവർക്കിടയിൽ പടിമേൽ അച്ഛന്റെ സൂട്ട്കേസ് ഇരുന്നു. സുധർമ്മന് ഓർമ്മയുദിച്ച നാൾ മുതൽ ഈ പെട്ടി അച്ഛന്റെ മുറിയിലുണ്ടായിരുന്നു. കട്ടിലിനു കീഴെ കുട്ടിക്കാലത്തിന്റെ കൗതുകം കൊണ്ട്

അവനത് പലപ്പോഴും തുറന്നു നോക്കി. അലക്കിത്തേച്ച രണ്ടു ജോടി ഉടുപ്പുകൾ, സോപ്പ്, ചീപ്പ്, കണ്ണട, ഇത്യാദി, നഗരത്തിലുപയോഗിക്കാൻ പറ്റിയ പരിഷ്ക്കരിച്ച ഉടുപ്പുകൾ പിന്നെ ഒരു പേഴ്സും.

തോട്ടത്തിലെ കാപ്പി വിളഞ്ഞു പഴുത്താൽ നെല്ല് കൊയ്യാൻ തുടങ്ങിയാൽ ബാലനായ സുധർമ്മൻ ദുഃഖിക്കുമായിരുന്നു. അച്ഛൻ നഗരത്തിൽ പോകാറായി. പിന്നെ തിരിച്ചു വരിക രണ്ടോ മൂന്നോ ആഴ്ചകൾക്കു ശേഷമാണ്.

തോൽച്ചെരിപ്പും വൃത്തിയുള്ള വസ്ത്രങ്ങളും ധരിച്ച് പടിക്കൽ നിന്ന് ബസ്സ് കയറുന്ന അച്ഛനെ സുധർമ്മൻ കണ്ണീരോടെ നോക്കി നിൽക്കും. തിരിച്ചുവരും വരെ കാര്യസ്ഥന്റെ കൂടെ ഊണും ഉറക്കവും.

അച്ഛനെങ്ങോട്ടാണ് പോകുന്നതെന്ന് ഒരിക്കൽ അവൻ ചോദിച്ചു.

ഈ പോക്കുവരവില്ലെങ്കിൽ പിന്നെ നിന്റച്ഛനില്ല. കാര്യസ്ഥൻ പറഞ്ഞു.

ഉലഞ്ഞ ഉടുപ്പുകളും കാലിയായ പേഴ്സുമായി അച്ഛൻ തിരിച്ചു വരുംവരെ അവൻ ഉമ്മറത്തിന്നു കാവലിരുന്നു.

ഒരിക്കൽ അവൻ അച്ഛന്റെ സൂട്ട്കേസ് ഒളിച്ചു വച്ചു.

ഒരു കൊച്ചു വീട്ടിനകത്ത് ആ പെട്ടി ഒളിച്ചു വയ്ക്കാൻ പറ്റിയ ഇടമുണ്ടായിരുന്നില്ല. കോണിച്ചോട്ടിൽ നിന്നു പെട്ടി കണ്ടെടുത്തിട്ട് ഒരു ചിരിയോടെ അച്ഛൻ പറഞ്ഞു,

''എടാ മോനെ ഞാൻ നിനക്ക് ഹലുവ മേടിച്ചു കൊണ്ടുവരാം.''

തെരുവോരത്തെ ഒറ്റപ്പെട്ട ഈ കെട്ടിടത്തിൽ സുധർമ്മൻ ഒരനാഥ ബാലനായി വളർന്നു അച്ഛനില്ലാത്ത സായന്തനങ്ങളിൽ അവൻ അകത്തളങ്ങളിൽ അമ്മയെപ്പരതി നടന്നു. അമ്മ അതിന്നകത്ത് ഒരു കാലത്ത് ജീവിച്ചിരുന്നുവോ, എന്നവനു സംശയമായി.

അമ്മയുടെ മുഖം അവൻ കണ്ടിരുന്നില്ല.

ഓർമ്മയുടെ ഒരു നിഴൽ പോലും മനസ്സിൽ തങ്ങിനിൽപ്പില്ല.

പഴയവസ്ത്രങ്ങൾ സൂക്ഷിക്കുന്ന പെട്ടിയിൽ അവൻ പരതി, ഒരു പുടവത്തുമ്പ്, ഒരു ജാക്കറ്റിന്റെ വർണ്ണശകലം...

പഴയപാത്രങ്ങൾ നിറച്ചുണ്ടായിരുന്ന പത്തായത്തിന്റെ അറയിൽനിന്ന് അച്ഛൻ ഓരോ പാത്രവുമെടുത്തു തൂക്കി വിൽക്കുമ്പോൾ അവൻ നോക്കി നിന്നു. ഒരു പഴയ ആഭരണപ്പെട്ടി?

ഇല്ല. അമ്മയുടെ ഓർമ്മകൾ ഒന്നും അവശേഷിച്ചിട്ടില്ല.

അടുക്കളയ്ക്കകത്ത് അടുപ്പുകല്ലുകൾ ഇളകി കിടന്നിരുന്നു. അതു നേരെ ആക്കുകയോ വീണ്ടും ഉപയോഗപ്പെടുത്തുകയോ ചെയ്തിരുന്നില്ല.

സദാ മണ്ണെണ്ണയുടെ മണം പ്രസരിപ്പിക്കുന്ന ഒരു തകരസ്റ്റൗവ്വ് അവിടെയുണ്ട്. അതിനു മീതെ അച്ഛൻ കാപ്പി തിളപ്പിക്കും. ചുക്കു വെള്ളം ഉണ്ടാക്കും. കഞ്ഞി വയ്ക്കും...

സുധർമ്മൻ ബാലനായിരിക്കുമ്പോൾ തൊഴുത്തിൽ കാളകളും ആലയിൽ കറവപ്പയ്യും കൂട്ടിൽ പലതരം കോഴികളും താറാവുകളും ഉണ്ടായിരുന്നു.

സുധർമ്മൻ മുതിർന്നപ്പോൾ, അച്ഛൻ കാര്യസ്ഥനെ പിരിച്ചയച്ചു. അവൻ തീർത്തും വീടിന്റെ കാവൽക്കാരനായി. അച്ഛൻ വണ്ടി കേറിക്കഴിഞ്ഞാൽ വീടുപൂട്ടി സുധർമ്മൻ കവലയിലേക്കു നടക്കും. അവിടെ പലതരം പാർട്ടി ആപ്പീസുകളും ആപ്പീസുകളിൽ കാരം ബോർഡുകളും ചീട്ടുപെട്ടികളും ഉണ്ട്. എല്ലാ പാർട്ടിക്കാരും അവനോട് അനുഭാവത്തോടെ പെരുമാറി. അറയിൽനിന്ന് അച്ഛൻ അറിയാതെ നെല്ലളന്നു വിറ്റ് അവൻ എല്ലാവർക്കും സംഭാവനകളും ചെയ്തു. തരം കിട്ടിയാൽ എല്ലാവരുടെ ജാഥകൾക്കും അവൻ പ്രോത്സാഹനം നൽകി.

രാത്രി വളരെ വൈകി, കവലയിലെ അവസാനത്തെ മണ്ണെണ്ണ വിളക്കും കണ്ണുചിമ്മുമ്പോൾ സുധർമ്മൻ തീർത്തും അനാഥനാവുന്നു. വിജനമായ തെരുവീഥിയിലെ ഇരുട്ടു തുഴഞ്ഞ് അവൻ വീട്ടുപടിക്കലെത്തുന്നു. പലപ്പോഴും പടിവാതിൽ തുറന്നു കിടപ്പുള്ളതു കണ്ണിൽ പെടുന്നു.

‘‘ഞാനിതു അടച്ചു കൊളുത്തിട്ടതായിരുന്നല്ലോ...’’ ഇരുട്ട് മറുപടി പറയുകയില്ല.

പിന്നെ തണുത്തു വെറങ്ങലിച്ച മെത്തയിൽ കമ്പിളിക്കൂട്ടിനുള്ളിൽ നുഴഞ്ഞു കയറിയാൽ, അടുത്ത പ്രഭാതത്തിൽ മഞ്ഞുരുകി വെയിൽ മൂക്കുന്നതുവരെ ഒരൊറ്റക്കിടപ്പ്.

അപ്പോൾ താഴെനിന്നും ഉഴവുകാരൻ കണ്ണന്റെ വിളി.

‘‘ചെറ്യ തമ്പ്രാ... ചെറ്യ തമ്പ്രാ...’’

കമ്പിളിപ്പുതപ്പോടെ താഴെയിറങ്ങിവന്നപ്പോൾ കണ്ണൻ ചോദിച്ചു,

‘‘എവിടെ കാളകൾ?’’

സുധർമ്മൻ അത്ഭുതപ്പെട്ടു.

''ചിലപ്പോൾ ഉഴവു കണ്ടത്തിൽ എത്തീട്ടുണ്ടാവും!''

''ഇവ്ടന്ന് തോട്ടത്തിലേക്ക് അഴിച്ചു കെട്ടിയോ?''

സുധർമ്മൻ വിസ്മയിച്ചു. കാളകളുടെ അടുത്തുചെല്ലാൻ ധൈര്യമില്ലാത്ത താൻ അവയെ അഴിച്ചു കെട്ടുകയോ?

''പുലിപിടിച്ചുപോയോ?''

''പുലി കയറും അഴിച്ചോണ്ടു പോവുമോ?''

കണ്ണൻ ചിരിയമർത്തി നടന്നുപോയി. പിന്നെയവൻ ഇപ്പടി കേറീട്ടില്ല. സുധർമ്മൻ എന്തുചെയ്യും? അവൻ അച്ഛന്റെ ആജ്ഞ തെറ്റിച്ചിട്ടില്ല. വീട്ടിൽ തന്നെ അന്തിയുറങ്ങി...

നല്ല തണുപ്പുള്ള ഒരു രാത്രി പ്രഭാതത്തിൽ സുധർമ്മൻ വെയിലുദിച്ചിട്ടും ഉണരാൻ കൂട്ടാക്കിയില്ല. ഒരു നല്ല ചായ കുടിച്ചു തിരിയെ വന്നു കിടക്കാം. കണ്ണു തുറക്കാതെ അവൻ ചിന്തിച്ചു. താഴ്വരയിൽ തണുപ്പേറിയതുകൊണ്ട് കിളികളുടെ കലമ്പൽ കുറഞ്ഞിരുന്നു. ജനലഴികൾക്കിടയിലൂടെ മഞ്ഞുരുകിത്തെളിഞ്ഞ് മൂർച്ചകൂടിയ കാടിന്റെ രൂപരേഖകൾ തെളിഞ്ഞപ്പോൾ അവൻ താഴത്തിറങ്ങി.

തളത്തിൽനിന്നു പാൽ മുരുടയെടുത്തു അടുക്കളയിലേക്കു നടക്കുന്നതിനിടയിൽ, സുധർമ്മൻ അത്ഭുതത്തോടെ പാത്രത്തിൽ കണ്ണോടിച്ചു. വിശ്വാസം വരാതെ ഇടനാഴിയുടെ ഇരുട്ടിൽ നിന്നു തളത്തിലേക്കു തിരിച്ചുവന്നു പാത്രം തിരച്ചും മറിച്ചും നോക്കി. അകവും പുറവും പരിശോധിച്ചു. ഓട്ടു മുരുടയുടെ ക്ലാവ് പിടിച്ച മുഖം.

''പാലെവിടെ?''

അവൻ തോട്ടത്തിലേക്കു നോക്കി. കണ്ണന്റെ കെട്ടിയവൾ പഴുത്ത കമുകു പട്ടകൾ പെറുക്കിക്കൂട്ടുകയായിരുന്നു.

അവൾ പറഞ്ഞു.

''പയ്യിനെ ആണുങ്ങളാരോ രാത്രിയിൽ വന്നു അഴിച്ചോണ്ടു പോയി.''

സുധർമ്മൻ അത്ഭുതപ്പെട്ടു.

''ആ ക്ടാവിനേം അവർ കൊണ്ടുപോയല്ലോ തമ്പ്രാ.''

കണ്ണന്റെ കെട്ടിയവൾ അപ്പോൾ കരയുമെന്നു സുധർമ്മനു തോന്നി. അവൻ അകത്തേക്കു വലിഞ്ഞു. കറക്കാൻ വരുമ്പോൾ ക്ടാവിനു വേണ്ടി അവൾ കൊണ്ടുവന്ന ഇളംപുല്ലിന്റെ ഒരു കറ്റ മുറ്റത്തു കിടന്നുണങ്ങി.

സുധർമ്മൻ എന്തുചെയ്യും?

അവനോട് അച്ഛൻ ഒന്നും ചോദിച്ചില്ല.

സുധർമ്മൻ സമാധാനിച്ചു.

അടുത്തൊരു സന്ദർഭത്തിൽ കോഴികൾ കൂടോടെ അപ്രത്യക്ഷമായി.

സുധർമ്മൻ എന്തുചെയ്യും? ആരോടു പരാതി പറയും? നന്ദികെട്ട കോഴികൾ ഒന്നു കൂവുകപോലും ചെയ്തില്ലല്ലോ.

സുധർമ്മനു സ്വാതന്ത്ര്യം വർദ്ധിച്ചു. പറ്റിയൊരു സന്ദർഭത്തിൽ വഴിയോരത്തെ ജീർണ്ണിച്ച ഈ വീടുവിട്ട് വൻ നഗരത്തിലേക്കു പോവും എന്ന് അവൻ തീർച്ചയാക്കി.

വീടിന് ഒരു കാവൽക്കാരനെ ആവശ്യം ഇല്ലാതായി. നെല്ലറ കാലിയാണ്. പത്തായങ്ങളിൽ എലികൾ മണ്ടി നടക്കുന്നു.

പക്ഷേ, വിധി മറിച്ചായിരുന്നു. അച്ഛൻ വിധിച്ചത് മറ്റൊന്നായിരുന്നു.

വീട്ടിലൊരു പെണ്ണുണ്ടായാൽ സുധർമ്മൻ നേരംവിട്ടു, കവലയിൽ കളിക്കില്ല.

അപ്പോൾ പശു കരയും. കോഴി കൂവും. വീട് വീടാവും.

അവനുവേണ്ടി അച്ഛൻ ഒരു സുന്ദരി പെൺകുട്ടിയെ കണ്ടുപിടിച്ചു. പരിഷ്കാരി. പഠിപ്പുള്ളവൾ. മിടുക്കി. മലയോരത്തെ ഒരു കർഷക പുത്രനു അർഹിക്കാവുന്നതിലും കൂടുതലായിരുന്നു അവൾ.

കല്യാണപ്പിറ്റേന്ന് നഗരത്തിൽ നിന്നു വന്ന ബന്ധുജനം ഒഴിഞ്ഞപ്പോൾ വീട്ടിൽ സുധർമ്മനും വിലാസിനിയും ശേഷിച്ചു.

വിലാസിനി പറഞ്ഞു.

“എനിക്കൊരു വേലക്കാരി വേണം.”

“എന്തിനാ വേലക്കാരി?” സുധർമ്മൻ ചോദിച്ചു.

“അരയ്ക്കാനും കറിവയ്ക്കാനും ഞാൻ പഠിച്ചിട്ടില്ല.”

സുധർമ്മൻ എന്തുചെയ്യും?

അവൻ ചാത്തുനായരുടെ കടയിൽനിന്നു പകർച്ച വാങ്ങിക്കൊണ്ടു വന്നു.

പിന്നെയവൾ പറഞ്ഞു.

“എനിക്കൊരു സിനിമ കാണണം.”

''സിനിമയോ. ഇവിടെ അടുത്തെങ്ങും തിയേറ്ററില്ലല്ലോ. എന്തു ചെയ്യും?''

''നമുക്ക് വീട്ടിൽ പോകാം.''

സുധർമ്മനും സന്തോഷം തോന്നി. എങ്ങനെയെങ്കിലും ഇവിടുന്നു തലയൂരാം.

വിലാസിനിയുടെ വീട്ടുകാർ, നഗരവാസികൾ, പരിഷ്കാരികൾ - അവരിലൊരാളാവാം. താനെന്തിനാണ് ഈ പുറ്റിനു കാവലിരിക്കുന്നത്...!

പോയി വന്നതു മുതൽക്ക് വിലാസിനി കളിക്കോപ്പു നിർമ്മാണത്തിലാണ്. എന്നെങ്കിലും പിറക്കാനിരിക്കുന്ന കുഞ്ഞിനുവേണ്ടി കളിപ്പാവയുണ്ടാക്കുകയാണ്, വിലാസിനി. വീട്ടിൽ നിന്നു വർണ്ണത്തുണിത്തുണ്ടുകളും കമ്പികളും ബട്ടണുകളും സൂചിയും നൂലുമെല്ലാം അവൾ ശേഖരിച്ചു കൊണ്ടുവന്നിട്ടുണ്ട്. കുറേ നേരം നോക്കിയിരുന്നിട്ട് അവൻ താഴോട്ടു പോന്നു. അപ്പോഴാണ് ചാരുപടിയിൽ ബസ്സു കാത്തിരി

ക്കുന്ന അച്ഛനെക്കണ്ടത്. അവന് അച്ഛനോട് അസൂയ തോന്നി.

മുകളിൽ വിലാസിനിയുടെ കയ്യിലെ കത്രിക ഇടയ്ക്കിടെ ശബ്ദിച്ചു. മറ്റൊരു ശബ്ദവുമില്ല കിളികൾ കൂടുകളിലിരുന്നു ഞരങ്ങിയിരുന്നു. നല്ല തണുപ്പ്. മഞ്ഞുതുള്ളികളുടെ കാലൊച്ചയല്ലാതെ ഇപ്പോൾ ഒരു ശബ്ദവുമില്ല.

ഇടയ്ക്ക് ചരക്കു കയറ്റിയ ലോറികൾ കയറ്റം കയറി എങ്ങിക്കരഞ്ഞു കൊണ്ടു വഴിക്കുവഴി കടന്നുപോയി.

സുധർമ്മൻ മൂലപ്പലകയിലിരുന്ന ടൈംപീസിന്റെ മുഖത്തു നോക്കി. കാണാൻ വയ്യ.

ചിമ്മിനി തീരെ കറുത്തുപോയി.

ദൂരെ മലഞ്ചെരിവിൽ ഒരു വണ്ടിയുടെ മുരൾച്ച.

അച്ഛൻ പൊടുന്നനെ ചാടിയെണീറ്റു.

''നാളെയാണല്ലോ ബാങ്കിലെ പണം അടയ്ക്കേണ്ടത് അച്ഛൻ ഇരുട്ടിനോടു പറഞ്ഞു.

ഉടനെ അകത്തേക്കു പാഞ്ഞു. അച്ഛന്റെ താഴത്തെ മുറിയിൽ ഒരു തീപ്പെട്ടിക്കമ്പുരഞ്ഞു. നേർത്ത വെളിച്ചത്തിൽ അച്ഛൻ തലയണച്ചോട്ടിൽനിന്ന് ടോർച്ചു തപ്പിയെടുക്കുന്നത് അവൻ കണ്ടു.

ടോർച്ച് ലൈറ്റിൽ പെട്ടി തുറന്നു പ്രമാണങ്ങളുടെ കെട്ട് അച്ഛൻ പുറത്തെടുത്തു.

വളവു തിരിഞ്ഞെത്തിയ വണ്ടിയുടെ വെളിച്ചത്തിൽ ചാരുപടിയിലെ സൂട്ട്കേസ് തെളിഞ്ഞു. ഒരു കുതിപ്പിന് സുധർമ്മൻ സൂട്ട്കേസ് കൈക്കലാക്കി. അവൻ പടിവാതിൽ തള്ളിത്തുറന്നു. റോഡിലെത്തി.

അച്ഛന്റെ പരിചയക്കാരനായ ഡ്രൈവർ അവന്റെ കാൽച്ചുവട്ടിൽ വണ്ടി നിർത്തി ഇരുട്ടിന്റെ തുരങ്കങ്ങൾ താണ്ടി വണ്ടി നഗരത്തിലേക്കു കുതിച്ചു. ഒരു ദുഃസ്വപ്നംപോലെ ഇരുട്ടിന്നു കട്ടികൂട്ടുന്ന വീടിന്റെ രൂപം കണ്ണിൽ നിന്നു മറഞ്ഞു.

■

താവളം തേടി

വൈകിയെത്തിയ രാത്രിവണ്ടിയിൽനിന്ന് ഉറക്കച്ചടവോടെ അയാൾ ഇറങ്ങി.

പതിവുപോലെ അയാൾക്കു കിട്ടിയത് അവസാനത്തെ ബോഗിയിലെ ഒരു ബർത്തായിരുന്നു. ഫോം റബ്ബറിന്റെ മെത്തയില്ലാത്ത ഒരു മരപ്പലക. അതിനുമീതേ വിരിക്കാൻ എക്സ്ട്രാ ചാർജ്ജിൽ, ഒരു മെത്ത വണ്ടിക്കകത്തു കിട്ടുമെന്ന് ആരോ പറഞ്ഞു. അയാൾ അന്തമില്ലാത്ത ഇടനാഴിയിലൂടെ തെന്നിനടന്ന് എത്തിച്ചേർന്നപ്പോൾ അവസാനത്തെ മെത്തയും അയാൾക്ക് നഷ്ടപ്പെട്ടിരുന്നു. ക്യൂവിൽ തൊട്ടുമുമ്പിൽനിന്ന ആൾക്കാണതു കിട്ടിയത്. അതയാളെ കൂടുതൽ അസ്വസ്ഥനാക്കി.

എന്നും അതായിരുന്നു അയാളുടെ വിധി.

തൊട്ടുതൊട്ടില്ല എന്ന പരുവത്തിൽ അയാളെക്കൂടാതെ പറന്നു പോകുന്ന സിറ്റിബസ്സുകളെ നോക്കി എത്രയോ ഇരുണ്ട സന്ധ്യകളിൽ അയാൾക്കു ബസ്സ് ഷെൽട്ടറിൽ കാത്തു നിൽക്കേണ്ടിവന്നിട്ടുണ്ട്. വിനോദത്തിനും വിശ്രമത്തിനും ലഭിക്കേണ്ടിയിരുന്ന നഷ്ടപ്പെട്ട മുഹൂർത്തങ്ങളെക്കുറിച്ച് അയാൾ പലപ്പോഴും ദുഃഖിച്ചു.

അയാളുടെ മുമ്പിൽ ചലിക്കുന്ന പ്ലാറ്റ്ഫോം അറ്റമില്ലാതെ നീണ്ടു കിടന്നു.

നിലാവും മഞ്ഞും അഴുക്കുനിറഞ്ഞ കാറ്റും കൂടിക്കുഴഞ്ഞ പാതയിലൂടെ അയാൾ സ്റ്റേഷനുനേർക്ക് നടയായി.

തന്റെ കംപാർട്ടുമെന്റിനെ അടക്കി ഭരിച്ചിരുന്ന ദുബായിയിൽ നിന്നു വരുന്ന സുന്ദരനായ ചെറുപ്പക്കാരനും എണ്ണമറ്റ പരിവാരവും അവിരാമം ചിലച്ചുകൊണ്ട് അയാളെ കടന്നുപോയിക്കഴിഞ്ഞിരുന്നു.

ഒറ്റപ്പെട്ട ഒരു പഥികനായി അയാൾ കട്ടികുറഞ്ഞ അയാളുടെ നിഴൽ മുമ്പിൽ സഞ്ചരിച്ചു.

പുറത്തേക്കുള്ള വഴിയിൽ കല്പടവുകളിൽ നിന്ന് അയാൾ വിശാലമായ അങ്കണത്തിലേക്കു നോക്കി.

ശൂന്യത അവസാനത്തെ ടാക്സി അയാളെ കളിയാക്കിക്കൊണ്ട് വളവുതിരിഞ്ഞു പാഞ്ഞുപോവുന്നത് അയാൾ കണ്ടു.

ദുബായിസംഘത്തിനു ചുരുങ്ങിയത് നാലു ടാക്സികളെങ്കിലും വേണ്ടിവന്നിരിക്കും. ചുണ്ടുകൾ ചേർത്തടച്ച് അയാൾ ശൂന്യതയ്ക്കു കുട ചൂടിനിൽക്കുന്ന ബസ്സ് ഷെൽട്ടറിൽ എത്തി.

സൂട്ട്കേസു താഴെവച്ച് അയാളൊരു സിഗററ്റിനു തീ കൊളുത്തി.

അരകിലോമീറ്റർ പുറകോട്ടു നടന്നാൽ നഗരത്തിലെ ടാക്സി സ്റ്റാന്റിൽ എത്താം. ഒരു കിലോമീറ്റർ കൂടി മുമ്പോട്ടു നടക്കാം. എന്നാൽ സ്വന്തം താവളത്തിൽ.

അയാൾ രണ്ടാമത്തേത് തിരഞ്ഞെടുത്തു.

പതിവുള്ള പരിചയക്കാരോ ആരാധകരോ ഇന്നു കുശലം ചോദിക്കാനില്ല. രാത്രിവണ്ടിക്കുള്ള ഈ വരവ് ഒരുപക്ഷേ, മേനകപോലും പ്രതീക്ഷിച്ചിരിക്കുകയില്ല. ഒരാഴ്ചകഴിഞ്ഞേ തിരിച്ചെത്തൂ എന്ന ധാരണയിലാണ് രണ്ടുദിവസംമുമ്പ് ഇവിടം വിട്ടത്.

ഒരിക്കലും ഉറങ്ങാത്ത നഗരം നിർവ്വികാരമായ കണ്ണുകൾ മിഴിച്ച് അയാളെ സ്വീകരിച്ചു.

ഉറക്കംവരാത്ത നഗരത്തിന്റെ അസ്വസ്ഥമായ ഞരമ്പിലൂടെ താളം തെറ്റിയ ഒരു മിടിപ്പായി അയാൾ നീങ്ങി.

സ്വന്തം നിഴലുകളുമായി ഒരു പന്തയത്തിലേർപ്പെട്ടവരെന്നപോലെ പഥികർ അയാളെക്കടന്നുപോയി.

ശൂന്യത അയാളെ പിന്തുടർന്നു. വഴിവിളക്കുകൾ നോക്കിനിന്നു.

മുരളി നടത്തത്തിനു വേഗത കൂട്ടി.

വിശ്രമത്തിന്റെ തൊട്ടിലിൽ ഒരു കുഞ്ഞിനെപ്പോലെ വീണുറങ്ങാൻ അയാൾ കൊതിച്ചു ഒരാഴ്ചകൊണ്ടു തീർക്കേണ്ട കഠിനമായ ജോലി രണ്ടു ദിവസംകൊണ്ടു ചെയ്തുതീർത്ത അയാളുടെ ഞരമ്പുകൾ തളർന്നുപോയിരുന്നു.

നഗരത്തിലുള്ള തന്റെ താവളത്തെക്കുറിച്ച് ആശ്വാസപൂർവ്വം ഓർക്കുന്ന അപൂർവ്വം ചില രാവുകളിലൊന്നാണിത്.

ഇരുപതു വർഷങ്ങളായി അതയാളുടെ താവളമാണ്. ഇത്ര ദീർഘിച്ച കാലയളവിൽ അത് ആശ്വാസം അരുളിയ രാവുകൾ നന്നേ കുറച്ചായിരുന്നു എന്ന് അയാളോർത്തു.

അകത്തെ വിശാലമായ കിടപ്പുമുറിയിൽ പതുപതുത്ത മെത്തയിൽ വെളുത്ത സീലിങ്ങ് നോക്കി മിഴിച്ചുകിടക്കവെ തന്റെ കുഗ്രാമത്തിലെ ഇരുളടഞ്ഞ അറകളിൽ പൊലിഞ്ഞുപോയ നിദ്രാസുഖത്തെ അയാൾ സ്വപ്നം കാണും.

നഗരത്തിൽ ജനവാസം കുറഞ്ഞ ഒരു സ്ഥലമാണ്. അയാൾ വീടുവയ്ക്കാൻ തിരഞ്ഞെടുത്തത് കാടും പടലും നിറഞ്ഞ ഒരു തുറസ്സിൽ അയാളുടെ മാളികവീട് ഒരു വെല്ലുവിളിപോലെ ഉയർന്നു നിന്നു.

പിന്നെപ്പിന്നെ ചതുപ്പുകൾ നികന്നു കാടുകൾ അപ്രത്യക്ഷമായി ഒരു സുപ്രഭാതത്തിൽ അയാളുടെ കണ്ണുകളെ അടച്ചുകെട്ടുന്ന ഒരു കൂറ്റൻ കെട്ടിടം തൊട്ടുമുമ്പിൽ ഉയർന്നു.

ദിവസംതോറും കൂണുകൾപോലെയവ പൊടിച്ചുയർന്നു അയാളുടെ കണ്ണുകൾക്കു ചക്രവാളങ്ങൾ നഷ്ടമായി. വീട്ടിലേക്കുള്ള വിശാലമായ തുറസ്സ് അളന്നുമുറിച്ച റോഡായി മാറി. ഒരു കാറിന് ഞെരുങ്ങിക്കടന്നുപോകാവുന്ന വഴി.

അയാളുടെ ജനലുകളെല്ലാം തുറക്കുന്നത് ഓരോ കൂറ്റൻ മതിലുകളുടെ നേർക്കായി.

അയാളുടെ പകലുകൾ തീർത്തും നിഴലുകൾക്കടിപ്പെട്ടു.

പകലുകളിൽ വീട്ടിലെ വിശ്രമം വെടിഞ്ഞു ഒഴിവുദിനങ്ങളിൽ നഗരത്തിൽ നിന്ന് ഒളിച്ചോടി.

വസുമതിയെ കൊണ്ടുവന്നപ്പോൾ അവളതിനകത്ത് വെളിച്ചമെത്തിക്കുമെന്നു വ്യാമോഹിച്ചു.

അങ്ങനെ മുരളിയും അയാളുടെ മാളികയും ഉയർന്ന ഉദ്യോഗവും പെരുമയുമെല്ലാം ഭീമാകാരംപൂണ്ട നഗരത്തിന്റെ തണുത്ത നിഴലിലമർന്നുപോയി.

നഗരംപോലെ വസുമതിയും അയാളുടെ കൺമുമ്പിൽ അനുദിനം ചീർത്തു വന്നു.

മുറിവിട്ടു പുറത്തുപോകുന്ന അവളുടെ പൃഷ്ഠഭാഗം ഒരു കനത്ത ഭിത്തിപോലെ അയാളുടെ കണ്ണുകൾക്ക് അരോചകമായി.

അയാൾ വൈകിയെത്തുന്ന രാവുകളിൽ അവളുടെ കനത്ത കാലൊച്ച ഒരു ഭാരമേറിയ യന്ത്രത്തെ ഓർമ്മിപ്പിച്ചു.

തുറക്കാത്ത പുമുഖവാതിലിനു മുമ്പിൽ, തലനീട്ടി നോക്കുന്ന വഴിവിളക്കിനു മുമ്പിൽ ഒരനാഥനെപ്പോലെ അയാളകത്തുനിന്ന് നടന്നടുക്കുന്ന കാലൊച്ചയ്ക്കുവേണ്ടി കാത്തുനിൽക്കേണ്ടിവന്നു.

അപ്പോൾ മാളികയിലെ കിടപ്പറയിൽ നിന്നു വസുമതിയുടെ പരുഷമായ ശബ്ദം ഉയരുന്നു.

ലക്ഷ്മ്യമ്മേ ചെന്നു വാതിൽ തുറന്നുകൊടുക്കൂ.

വഴിവിളക്കുകൾ കേൾക്കുമെന്ന് അയാൾ ഭയന്നിരുന്നു.

കണ്ണുകൾ തിരുമ്മി കോട്ടുവായിട്ടുകൊണ്ട് ലക്ഷ്മിയമ്മ നന്നെ പ്രയാസപ്പെട്ട് പൂമുഖവാതിൽ തുറക്കുന്നു അയാൾക്കുവേണ്ടി തുറക്കാൻ കൂട്ടാക്കാത്ത സ്വന്തം വീട്ടുവാതിൽ.

സൂട്ട്കേസ് കോണിച്ചോട്ടിലെറിഞ്ഞ് കോണി കയറവേ ലക്ഷ്മിയമ്മ ചോദിക്കുമായിരുന്നു:

''കുഞ്ഞിനൊന്നും കഴിക്കേണ്ടേ?''

''വേണ്ട വിശപ്പില്ല.''

പിറ്റേന്ന് അയാളുടെ കൺമുമ്പിൽ അത്താഴം ഗട്ടറിൽ ചെന്നു വീഴുന്നു.

അകത്ത് ലക്ഷ്മിയമ്മ പതുക്കെ മന്ത്രിക്കുന്നു:

''മഹാപാപം, ധർമ്മക്കാർക്ക് കൊടുത്തിരുന്നെങ്കിൽ.''

ചെകിടടപ്പിക്കുന്ന ശബ്ദത്തിൽ അടയുന്ന വാതിലുകൾ ഉറക്കെക്കരയുന്ന പാത്രങ്ങൾ. അസംതൃപ്തയായ ഒരു വളർത്തുമൃഗത്തിന്റെ മുരളലുകൾ...

അങ്ങനെയാണ് മുരളി വസുമതിയെന്ന വെപ്പാട്ടിയെ പെൻഷൻ നൽകി പറഞ്ഞയച്ചത്. അവർക്കിടയിൽ ഉറപ്പുള്ള ഒരു കണ്ണി ശേഷിച്ചിരുന്ന കാര്യം അമർഷത്തിന്റെആന്ധ്യത്തിൽ അയാളോർത്തില്ല.

കൺമുമ്പിൽ പടിയിറങ്ങിപ്പോകുന്ന മകളോട് അച്ഛൻ ചോദിക്കുന്നു:

''എവിടെപ്പോകുന്നു?''

''അമ്മയുടെ കൂടെ.''

മുരളി തരിച്ചിരുന്നു. കോപം അയാളുടെ ശിരസ്സിൽ ഇരച്ചുകയറി.

എന്നിട്ടും അയാൾ ശേഷിച്ചു. ആ വലിയ വീടും നഗരവും അയാളെ വാ പിളർന്നു വിഴുങ്ങാൻ ഭാവിക്കവേ രണ്ടാമത്തെയടിയറവ്.''

അങ്ങനെ വസുമതിയുടെ സ്ഥാനത്ത് മേനക കയറിവന്നു.

മേനകയെ സ്വീകരിച്ചുകൊണ്ട് ഒരു പ്രതികാരം നിറവേറ്റുന്ന സുഖം അയാളനുഭവിച്ചു.

അയാളുടെ പരിചയവൃത്തത്തിൽ അനേകരിലൊരുവൾ മാത്ര മായ മേനകയോട് അയാൾക്കുള്ള വികാരത്തിന്റെ അടിസ്ഥാനം നന്ദിയാണ്. ഠാൾ നടത്തത്തിനു വേഗതകൂട്ടി.

അടച്ച ഗേറ്റിനു മുമ്പിൽ വഴിവിളക്കിനു കീഴെ എത്തിയപ്പോൾ പയ്യൻ വന്നു പടിവാതിൽ തുറന്നു.

അകത്തു വളകിലുങ്ങി. വിളക്കുകൾ തെളിഞ്ഞു.

സൂട്ട്കേസ് അയാളുടെ പക്കൽനിന്ന് ഏറ്റുവാങ്ങവെ മേനക ചോദിച്ചു:

''വെള്ളം വേണോ?''

''വേണം.''

വെള്ളം കുടിക്കുമ്പോൾ അവൾ വീണ്ടും ചോദിച്ചു:

''ഉണ്ണുന്നില്ലേ?''

''ഇല്ല. കുളിക്കണം, ഉറങ്ങണം.''

അവൾ സൂട്ട്കെയ്സുമായി കോണി കയറി.

അപ്പോഴാണ് വലത്തുവശത്തെ മുറി തുറന്നുകിടക്കുന്നത് അയാ ളുടെ കണ്ണിൽ പെട്ടത്.

കോണിപ്പടിയിലൂന്നിയ കാൽ പിൻവലിച്ച് അയാൾ നോക്കി.

ആരാണ് മകൾ സംഗീതയുടെ മുറി തുറന്നത്?

എന്തിന്?

വസുമതി പോയതിനുശേഷം താഴത്തെ മുറികളെല്ലാം അടച്ചു പൂട്ടിക്കിടപ്പായിരുന്നു. സ്വീകരണ മുറിയിൽ പോലും അധികം സന്ദർ ശകർ വരാറില്ല.

സംഗീതയുടെ മനോഹരമായ വീട്ടിക്കസേരയിൽ കാലൂന്നിനിന്ന് ഹോൾഡറിൽ പുതിയൊരു ബൾബു പിടിപ്പിക്കുന്ന പയ്യന്റെ മുഖം തളത്തിൽനിന്നു വീശുന്ന വെളിച്ചത്തിൽ അയാൾ സൂക്ഷിച്ചു.

''ഏതാണിവൻ?''

''ഇതു ബാലകൃഷ്ണനല്ലല്ലോ.''

ഗേറ്റ് തുറന്നുതന്നതും ബാലകൃഷ്ണനായിരുന്നില്ലെന്നോർ ക്കുന്നു.

ഫ്രിഡ്ജിൽനിന്നു തണുപ്പിച്ച സോഡയെടുത്തു മുകളിലെ മുറി യിൽ കൊണ്ടുവരുന്നതും തപാൽ ശേഖരിക്കുന്നതും ഈയിടെ മേനകയാണ്.

വസുമതി ഉപേക്ഷിച്ചുപോയ വീട്ടിൽ ഏകതുണയായുണ്ടായിരുന്ന ബാലകൃഷ്ണൻ നാട്ടുകാരനായിരുന്നു. അവൻ അടുത്തുവരുമ്പോൾ അരിപ്പൂക്കാടിന്റേയും കാക്കപ്പൂവിന്റേയും ഓർമ്മകൾ ഉണരുന്നു.

അവനെവിടെ?

ഹോൾഡറിൽ പുതിയ ബൾബ് പ്രകാശിച്ചു. പയ്യൻ കസേരയിൽ നിന്നിറങ്ങി.

അലങ്കോലപ്പെട്ടുകിടക്കുന്ന മുറി.

സംഗീതയുടെ ഡ്രസ്സിംഗ് ടേബിളിൽ പയ്യന്റെ ലുങ്കി ചുരുണ്ടു കിടക്കുന്നു ക്ലോത്ത് സ്റ്റാന്റിൽ മുഷിഞ്ഞ ഷർട്ടുകൾ. വീണാപാണികളായ കന്യകമാർ നിരന്നിരുന്ന തിരശ്ശീലകളുടെ സ്ഥാനത്തു കടും വർണ്ണപ്പൂക്കളുള്ള വിലകുറഞ്ഞ കർട്ടൻ.

മുരളിയുടെ മനസ്സിൽ കോപം ഇരച്ചുകയറി.

വൃത്തികെട്ട ഒരു ചിരിയോടെ ചെക്കൻ തളത്തിലേക്കു വന്നു. അവന്റെ ഭാവം കണ്ടാൽ അവൻ വീട്ടുകാരനും താനൊരു വിരുന്നുകാരനുമെന്നു തോന്നും.

അയാൾ വേണ്ടതിലധികം ഉച്ചത്തിൽ ചോദിച്ചു:

''ആരാണീ മുറി തുറന്നത്.''

പയ്യൻ വിസ്മയത്തോടെ നോക്കി.

''ചോദിച്ചതു കേട്ടില്ലേ?''

''ചേച്ചി.''

''ഏതു ചേച്ചി?''

''മേനകച്ചേച്ചിയല്ലാതെ ആരാണിവിടെയുള്ളത്?''

കോണിയുടെ മുകളിൽ, നിശ്ശബ്ദം വന്നുനിന്ന മേനകയുടെ നിഴൽ മുരളിയെ ഗ്രസിച്ചു തളത്തിൽ കുറുകെക്കിടന്നു.

''നീയേതാ?''

''ഞാനോ!'' ചെറുക്കന്റെ വിസ്മയം വർദ്ധിച്ചു.

''ഞാൻ ചേച്ചിയുടെ അനിയനാണ്. സ്വന്തം അനിയൻ. ഞാനിവിടെയായിട്ട് ഒരു മാസം കഴിഞ്ഞില്ലേ?''

ഇപ്പോൾ അത്ഭുതപ്പെട്ടത് മുരളിയാണ്.

ഒരു മാസം ഈ പയ്യൻ ഇതിനകത്ത് തന്റെ കണ്ണിൽപ്പെടാതെ കഴിച്ചുകൂട്ടിയെന്നോ?

''നീയെന്തിനാണ് ഈ മുറി തുറന്നത്?''

''തുറക്കാതെ ഞാൻ കിടക്കുന്നത് ഇതിന്നകത്താണ്.''

അവന്റെ ചെകിട്ടത്ത് ആഞ്ഞടിക്കാനുള്ള ദേഷ്യമുണ്ടായി മുരളിക്ക്.

മേനകയുടെ നിഴൽ അയാളുടെ കൈകളെ നിയന്ത്രിച്ചു.

പൊടുന്നനെ അയാൾ കോണികയറാൻ തുടങ്ങി. കോണിപ്പടിമേൽ നിന്ന മേനക ഒരക്ഷരം ഉരിയാടാതെ അയാളെ പിന്തുടർന്ന് കിടപ്പറയിലേക്കു ചെന്നു.

മനോഹരമായി അലങ്കരിച്ച കിടപ്പറയിൽ മെത്തയിൽ വില കുറഞ്ഞ ഒരു കഥാപുസ്തകം പാതിവായിച്ച നിലയിൽ കമിഴ്ന്നു കിടക്കുന്നു.

കലി പുറത്തുചാടാതിരിക്കാൻ അയാൾ ചുണ്ടുകൾ കടിച്ചമർത്തി.

ഒരുനിമിഷം കൊണ്ടു മേനകയുടെ ചായംതേച്ച വിരലുകൾ പുസ്തകം റാഞ്ചിയെടുത്ത് എങ്ങോ ഒളിപ്പിച്ചു.

അയാൾ കുളിമുറിയിൽക്കടന്നു. കണക്കിലധികം ചൂടുള്ള വെള്ളത്തിൽ ഒരു തുള്ളി പച്ചവെള്ളം ചേർക്കാതെ കുളി തുടങ്ങി. ഏറെ നേരം അയാൾ ശരീരത്തിൽ സോപ്പുപതച്ചും വെള്ളം കോരിയൊഴിച്ചും ചെലവിട്ടു.

ഇടുങ്ങിയ കുളിമുറിക്കകത്തു നിൽക്കുമ്പോഴും ഇതു മാത്രമാണ് തന്റെ സ്വകാര്യലോകം എന്നയാൾക്കു തോന്നി.

നഗ്നമായ ദേഹത്തിലൂടെ വാർന്നൊഴുകുന്ന ചൂടുവെള്ളത്തിൽ എന്നോമറന്ന കരങ്ങളുടെ സ്പർശനം അയാളനുഭവിച്ചു.

കുളികഴിഞ്ഞു മുറിയിൽക്കടക്കുമ്പോൾ ഒരൊഴിഞ്ഞ കോണിലിരുന്ന് മേനക കഥ വായിച്ചുതീർക്കുകയാണ്.

അയാളുടെ കാലൊച്ച കേട്ട് അവൾ പുസ്തകം അടച്ചു മാറ്റിവെച്ചു.

ഉടുപ്പുമാറി അയാൾ കിടന്നു.

മേനക ലൈറ്റണച്ചു.

അവളുടെ ഉടലിന്റെ സാമീപ്യം അയാളിൽ ഒരു വികാരവും ഉളവാക്കിയില്ല. അവളുടെ ശരീരം പ്രസരിപ്പിക്കുന്ന കൃത്രിമമായ മുല്ലപ്പൂവിന്റെ ഗന്ധം മൂക്കിലടിച്ചു കയറിയപ്പോൾ അയാൾ തിരിഞ്ഞു കിടന്നു.

വാടകയ്ക്കെടുത്ത ഏതോ ഹോട്ടൽമുറിയിലാണ് കിടക്കുന്ന തെന്ന വിചാരം പൊടുന്നനെ ഉളവായി മേനക അതിന്റെ ഒരു ഭാഗ മാണെന്ന് അയാൾക്കു തോന്നി. അയാളുടെ സമീപം കിടന്നു മേനക ഉറക്കത്തിലാണ്ടു. സ്വസ്ഥതയില്ലാത്ത നിദ്രയിൽ ആണ്ടും പൊങ്ങിയും രാവു പോക്കുന്ന നഗരത്തിന്റെ ഞരക്കങ്ങൾ അയാൾ കേട്ടു.

മുറ്റത്ത് ഒരു ചങ്ങലക്കിലുക്കം കേട്ടു, അയാൾ എണീറ്റ് ജനൽ പാളികൾ ഓരോന്നായി തുറന്നിട്ട് താഴേക്കു നോക്കി.

കഴുത്തിൽ ചങ്ങലയുമായി ഒരു നായ് കോമ്പൗണ്ടിന്നകത്ത് അലയുന്നത് അയാളുടെ ദൃഷ്ടിയിൽപ്പെട്ടു. ഗേറ്റ് അടഞ്ഞുകിടപ്പാണ്.

നായ് അയൽക്കാരൻ വ്യാപാരിയുടേതാവാം.

അതെങ്ങനെ അകത്തെത്തി?

ബാലകൃഷ്ണനുണ്ടായിരുന്നെങ്കിൽ ഓലിയിടുന്ന നായെ ആട്ടി ത്തെളിച്ചു പുറത്താക്കാൻ പറയാമായിരുന്നു.

അയാൾ ജന്നലിന്നടുത്തുനിന്നു രണ്ടു കെട്ടിടങ്ങൾക്കിടയിലൂടെ കാണായ ഇടുങ്ങിയ ആകാശത്തിലേക്കു നോക്കി.

നഗരം മരണം സംഭവിച്ച ഒരു കൂറ്റൻ വീടാണെന്ന് അയാൾക്കു തോന്നി. മറവു ചെയ്യാൻ വൈകിയ ഏതോ ഒരു ശവത്തിന് കാവ ലിരിക്കുകയാണ് മുരളി. അയാൾ മടുപ്പോടെ കിഴക്കുദിക്കിലേക്ക് കണ്ണുനട്ടു കാത്തുനിന്നു. ദൂരെ കാക്കകളുടെ കരച്ചിൽ കേൾക്കായി.

താഴെ അടുക്കളയിൽ പാത്രങ്ങൾ ശബ്ദിക്കുന്നു. ലക്ഷ്മിയമ്മ വീടുവിട്ടുപോയിട്ടും ആരാണടുക്കളയിൽ ഒച്ചയുണ്ടാക്കുന്നതെന്ന് മുരളി അത്ഭുതപ്പെട്ടു.

താഴെ വീണ്ടും നായ്ച്ചങ്ങലയുടെ കിലുക്കം. രാത്രി കണ്ട ചെറു ക്കൻ കോട്ടുവായിട്ടു കണ്ണുതിരുമ്മി മുറ്റത്തെത്തുന്നു.

''അവനിപ്പോൾ ഗേറ്റുതുറന്നു നായെ ഓടിക്കും.''

ചെറുക്കൻ ചങ്ങലത്തുമ്പിൽ പിടിച്ചു നായയെ അടുപ്പിച്ചു ആലിംഗനംചെയ്തു അതിൻെറ കവിളിൽ ഉമ്മവച്ചു ചങ്ങലയിൽ നിന്ന് അവനെ മോചിപ്പിച്ച്, മുറ്റത്തിന്റെ കോണിൽ ഒരു കൂട്ടി ന്നകത്തുകയറ്റി വാതിലടച്ചു.

അത്ഭുതപരതന്ത്രനായി മുരളി ഒരന്യനെപ്പോലെ എല്ലാം നോക്കി ക്കണ്ടു.

സംഗീത റോസാച്ചെടി നട്ടുപിടിപ്പിച്ചിരുന്നേടത്താണ് പുതിയൊരു നായ്ക്കൂടുയർന്നിരിക്കുന്നത്.

ചെറുക്കൻ നായ്ക്ക് ഒരു പാത്രത്തിൽ പാലുമായി വരുന്നതും കൂട തുറന്ന് അതിനു നൽകുന്നതും മുരളി നോക്കിനിന്നു. അയാളുടെ ഉള്ളിൽ വീണ്ടും കോപം നുരച്ചു.

ബാൽക്കണിയിൽ നിന്ന അയാളും പിന്തിരിഞ്ഞു.

ഉറക്കം മതിയാക്കിയ മേനക താഴോട്ടു പോവുകയാണ്.

മുരളിയുടെ മുഖത്ത് ഒന്നു നോക്കീട്ട് അവൾ ചിരിക്കാൻ ഭാവിച്ചു. അയാളുടെ ഭാവം കണ്ടിട്ട് അതു വേണ്ടെന്നുവച്ചു.

മേശപ്പുറത്ത് പാത്രങ്ങൾ നിരത്തുന്ന മദ്ധ്യവയസ്കയെക്കണ്ടു മുരളി അമ്പരന്നു.

തന്റെ വീട് അപരിചിതരെക്കൊണ്ടു നിറഞ്ഞിരിക്കുന്നു.

ചായയിൽ പഞ്ചസാര ചേർത്തിളക്കുന്ന മേനകപോലും ഏതോ ഒരന്യയുവതിയാണെന്ന് അയാൾക്കു തോന്നി.

അയാൾ നിശ്ശബ്ദം, എന്നാൽ ജിജ്ഞാസയോടെ മുറിക്കു ചുറ്റും കണ്ണോടിക്കാൻ തുടങ്ങി.

സ്വീകരണമുറിക്കും ഊൺതളത്തിനുമിടയ്ക്കുള്ള ഇളംചുവപ്പു വർണ്ണത്തിലുള്ള തിരശ്ശീല കാണുന്നില്ല. സെറ്റിയിലിരുന്നു ചെറുക്കൻ പുലർകാലത്ത് പുറംചട്ടയിൽ നഗ്നസുന്ദരിയുടെ ചിത്രമുള്ള ഒരു പുസ്തകം വായിക്കുകയാണ്. അവൻ മുരളിയുടെ നോട്ടം അറിയുന്നില്ല.

അവനങ്ങനെ നടിക്കുകയാണെന്നു മുരളിക്കു തോന്നി.

ഭാര്യ ചായ തയ്യാറാക്കിയിരിക്കുന്നതു വായ് മലർന്ന ഒരു കപ്പിലാണെന്നു കണ്ട് അയാൾക്കു ദേഷ്യം സഹിക്കവയ്യാതായി.

''എന്റെ ടീമഗ്ഗ് എവിടെ?''

''അതുടഞ്ഞുപോയി.'' മേനക പതുക്കെ പറഞ്ഞു.

അയാൾ ചായക്കപ്പ് മാറ്റിവച്ചു.

പുസ്തകം പിടിച്ചുകൊണ്ടു പയ്യൻ സംഗീതയുടെ മുറിയിലേക്കു കടന്നുപോകുന്നത് നിസ്സഹായതയോടെ അയാൾ നോക്കിനിന്നു.

കൂട്ടിൽക്കിടക്കുന്ന നായ്, വള്ളിക്കുടിലിൽ വന്നിരിക്കുന്ന സൂചിമുഖിപ്പക്ഷിയോടുപോലും ഉഗ്രമായിക്കുരയ്ക്കുന്നതു കേട്ട് അയാൾ പല്ലുകടിച്ചു.

രാത്രി ഉറങ്ങാത്തതുകാരണം അയാളുടെ കണ്ണുകൾ പുകഞ്ഞു തുടങ്ങി.

പത്രക്കാരൻ പയ്യനെ വിളിച്ച് ഒരു പുതിയ വാരികയ്ക്ക് ഓർഡർ കൊടുക്കണമെന്നുവച്ച് അയാൾ ഉമ്മറത്ത് കാത്തിരുന്നു.

നായയുടെ കുര കേട്ടിട്ടാവണം പയ്യൻ പത്രം അഴികൾക്കിടയിലൂടെ അകത്തേക്കിട്ട് സൈക്കിളോടിച്ചു പോയി.

അയാൾ പറഞ്ഞു,

''നിൽക്കൂ, നിൽക്കൂ.''

നായയുടെ കുരയിൽ അയാളുടെ ശബ്ദം മുങ്ങിപ്പോയി.

മുകളിൽപ്പോയി സൂട്ട്കേസിലെ മുഷിഞ്ഞ ഉടുപ്പുകൾ പുറത്തേക്കെറിഞ്ഞു. അയാൾ പുതിയ ഉടുപ്പുകൾ അതിലടുക്കി. ടൂത്ത്ബ്രഷും ഷെയ്‌വിങ്ങ്സെറ്റും എടുത്തുവച്ചു. ചെക്ക് ബുക്കെടുത്തു പെട്ടിയടച്ചുപൂട്ടി വേഷംമാറി അയാൾ കോണിപ്പടികളിറങ്ങി. ■

നേരത്തെ ജനിച്ചുപോയവർ

പോറ്റിയുടെ മകൾ പാർവ്വതി പതിവുപോലെ പടിയ്ക്കൽ കാത്തു നിൽക്കുന്നു. കണ്ണപ്പൻ അതു കണ്ടില്ലെന്നു നടിച്ചു. അഥവാ അവനവളെ കാണുന്നില്ലായിരുന്നു. അവന്റെ മനസ്സ് ദൂരെ താഴ്വരയുടെ തുമ്പത്ത് കടലോരത്തെങ്ങോ വിലസുന്ന പട്ടണത്തിലായിരുന്നു.

ഒരിക്കൽ രാജ്യത്തിനു പരിപൂർണ്ണ സ്വാതന്ത്ര്യം കിട്ടിയ സുദിനത്തെ ഓർമ്മിക്കാൻ നിർബ്ബന്ധിതരായ ഉദ്യോഗസ്ഥരോടൊപ്പം അവന്റെ അമ്മാവൻ പട്ടണത്തിൽ പോയിരുന്നു. അമ്മാവൻ കേണു പറഞ്ഞതിൻഫലമായി, സർക്കാർവക ജീപ്പിന്റെ കമ്പിയിൽ തൂങ്ങി ചാഞ്ഞു മടങ്ങിനിൽക്കാൻ കണ്ണപ്പനും കിട്ടി, ഒരു ചാൻസ്. പിന്നീട് പട്ടണത്തിൽ അമ്പെയ്ത്തുമത്സരത്തിന് അമ്മാവൻ പോയിട്ടില്ല. കൂടെപ്പോകാൻ കണ്ണപ്പനു കൊതിയുണ്ടായിരുന്നു. കാരണവർ അതിനെതിരായിരുന്നു. കാടില്ലാതെ അമ്പെയ്യാൻ തന്നെക്കൊണ്ടാവില്ലെന്നു കാരണവർ അറുത്തുമുറിച്ചു പറഞ്ഞു. തേടിവന്ന സർക്കാർ ജീപ്പ് മറ്റു മലയോരങ്ങൾ തേടി നെടുവീർപ്പോടെ പാഞ്ഞുപോയി.

അന്നു കണ്ട പട്ടണത്തിന്റെ ചിത്രം കണ്ണപ്പന്റെ ഉള്ളിൽ കൽവരപോലെ പതിഞ്ഞുകിടന്നു. അടുക്കടുക്കായ കോൺക്രീറ്റു കെട്ടിടങ്ങൾ. പുല്ലുതേഞ്ഞ മൈതാനം. പുരുഷാരം. സിനിമാക്കൊട്ടകകളിൽ നിന്ന് മലവെള്ളപ്പാച്ചിൽ.

ഇപ്പോൾ കണ്ണപ്പന് നഗരം കാണാൻ ഒരവസരം കിട്ടിയിരിക്കുന്നു. ചുമ്മാ കാണാനല്ല. നഗരത്തിലെ കോളേജിൽ ചേർന്നു പഠിക്കാൻ. പാർവ്വതി കോളേജിൽ പഠിക്കാൻ പോയപ്പോൾ അവനു മോഹമുണ്ടായിരുന്നു.

അവൾ തോറ്റു പഠിപ്പുനിർത്തി തിരികെ കളത്തിൽവന്നു താമസമാക്കിയപ്പോഴും കണ്ണപ്പന്റെ ആഗ്രഹം അവനെ കൈവെടിഞ്ഞിരുന്നില്ല.

പഠിപ്പു നിർത്തി വരുമ്പോൾ അവൾ വളരെ പരിഷ്കരിച്ചു പോയി. കവിളിലും ചുണ്ടിലും ചായംതേച്ച് എണ്ണതേയ്ക്കാത്ത തലമുടി അഴിച്ചിട്ടു പറപ്പിച്ച്; അവൾ കളപ്പടിക്കൽ നിൽക്കുമ്പോൾ പഠിച്ചതെന്ത് എന്നു മനസ്സിലായി. ജയിച്ചതെന്തിലെന്ന് മനസ്സിലായി. തോറ്റ വിഷയങ്ങളും പോറ്റിയുടെ പുത്രിപാർവ്വതിയും തമ്മിൽ ഒരു ബന്ധവുമില്ലാത്ത കാര്യം കണ്ണപ്പനെ അലട്ടിയതുമില്ല.

താൻ നഗരത്തിൽ പഠിക്കാൻപോയാൽ പോറ്റിയുടെ മകളെപ്പോലെ പാതിവഴിക്കുവച്ച് തിരിച്ചുപോരുകയില്ല. കണ്ണപ്പൻ പത്താം തരം പാസ്സായി. പോറ്റിയുടെ പൈക്കളെ മേച്ചു നടക്കുകയായിരുന്നു. അനന്ദൻ മാസ്റ്റർക്കതു സഹിച്ചില്ല. അവനോട് അദ്ദേഹം നിരന്തരം സംസാരിച്ചു. പഠിപ്പുള്ളവന് ഈ താഴ്വരയിലെ ചെളിക്കുണ്ടിൽ നിന്ന് എങ്ങനെ രക്ഷനേടാമെന്നതായിരുന്നു ഉപദേശങ്ങളുടെ രത്നച്ചുരുക്കം. താഴ്വരയിൽ അടിഞ്ഞുകൂടിയ ചെളിയിൽ കാലൂന്നാൻ പ്രത്യാശയുടെ കല്ലുകളിട്ടുകൊടുത്തത് അനന്ദൻമാസ്റ്ററാണ്. ചവിട്ടിച്ചവിട്ടി അക്കരെയെത്താനുള്ള വഴി ഇതാ തെളിഞ്ഞുപോയി.

ഇക്കാര്യം പാർവ്വതിയോടു പറയണമോ എന്നു കണ്ണപ്പൻ ഒരിട ചിന്തിച്ചു.

''ഇന്നു നിനക്കെന്തുപറ്റി കണ്ണപ്പാ? പൈക്കൾ കുന്നത്തേക്കു കയറിപ്പോകുന്നതു നീ കണ്ടില്ലേ? കുന്നത്ത് അച്ഛൻ വാഴനടീച്ചിരിക്കുന്നതു നിനക്കറിഞ്ഞുടെ?''

പറയാൻവന്ന വാക്കുകൾ വിഴുങ്ങി, കണ്ണപ്പൻ കാലികളെ നീട്ടി വിളിച്ചു. അവ കുന്നിറങ്ങിപ്പോന്നു. വിശാലമായ തൊഴുത്തിന്റെ അഴിവാതിലുകളടച്ചു കണ്ണപ്പൻ പടിയിറങ്ങി.

അകത്തുനിന്നു പോറ്റിയുടെ ഭാര്യ ചോദിക്കുന്നുണ്ടായിരുന്നു.

''കണ്ണപ്പൻ പോയോ? അവനു കഞ്ഞിവേണ്ടായിരുന്നോ!''

കണ്ണപ്പനു വിശക്കുന്നുണ്ടായിരുന്നു. ''അനന്തൻമാസ്റ്റർ ട്യൂഷൻ തുടങ്ങുംമുമ്പെ അദ്ദേഹത്തെ ചെന്നു കാണണം. നാളെയാണ് എനിക്കു പോകേണ്ടത്.''

അനന്തൻ മാസ്റ്റർ സ്കൂളിന്റെ ചായ്പ്പുമുറിയിലിരുന്ന് അത്താഴത്തിനുള്ള അരി കഴുകുകയായിരുന്നു. കൂട്ടത്തിൽ നിലത്തു വിടർത്തിയിട്ട ഉണക്കമീൻ പൊതിഞ്ഞു കൊണ്ടുവന്ന പത്രക്കടലാസിന്റെ ചീന്തിൽ ഉള്ള ഒരു വാർത്ത വായിക്കുകയും.

അരി സ്റ്റൗവിനു മുകളിൽ തിളയ്ക്കുന്ന പാത്രത്തിലിട്ട് അനന്തൻ മാഷ് ചോദിച്ചു:

''നാളെയല്ലെ അഡ്മിഷൻ?''

കണ്ണപ്പൻ മുറ്റത്തുതന്നെ നിന്നു അവന്റെ കാലിൽ ചെളിയും തലമുടിയിൽ കരിയിലകളും പറ്റിപ്പിടിച്ചിരുന്നു.

''കാലികളെ പൂട്ടി വരുന്നവഴിയാണല്ലെ?''

''അതെ.''

''ഇനി നീ അടിമപ്പണിക്കു പോവില്ല?''

''ഇല്ല.''

''പഠിച്ചു മിടുക്കനാവും.''

അവൻ തല താഴ്ത്തി.

''നിന്നെപ്പോലുള്ളവർക്കു ജയിച്ചുവന്നാലുദ്യോഗം!''

അവന്റെ കണ്ണുകൾ തിളങ്ങി.

സ്റ്റീൽഗ്ലാസ്സിൽ അടച്ചുവച്ചിരുന്ന ചായയെടുത്തു കണ്ണപ്പനു നീട്ടി അനന്തൻ മാഷ് പറഞ്ഞു.

''നീ വരുമെന്ന് എനിക്കറിയാമായിരുന്നു.''

അനന്തൻമാഷ് അകത്തുപോയി ഒരു പൊതിക്കെട്ട് എടുത്തു കൊണ്ടുവന്നു.

അതിൽ ഒരു പഴയ ലുങ്കിയും കണ്ണപ്പന്റെ പാകത്തിനു തയ്പ്പിച്ച ഒരു പുത്തൻ ഷർട്ടുമായിരുന്നു.

''ബാക്കിയെല്ലാം ഉണ്ടാവും. പേടിക്കണ്ട. പോയി വരൂ.''

പൊതിക്കെട്ടു മേടിക്കുമ്പോൾ കണ്ണപ്പന്റെ പരുക്കൻ കൈകൾ വിറച്ചു. യാത്ര പറഞ്ഞിറങ്ങി. വയലോരത്തു വച്ച് ഒരിക്കൽ തിരിഞ്ഞു നോക്കി. അനന്തൻ മാഷ് പുഴക്കരയിലെ പൊന്തയുടെ ഇപ്പുറം നോക്കിനിൽപ്പുണ്ടായിരുന്നു.

* * *

നഗരത്തിലേക്കു കണ്ണപ്പൻ തനിച്ചാണു പുറപ്പെട്ടത്. നേരം പുലർന്നിരുന്നില്ല. കോട ഉദയഗിരിക്കുമുമ്പിൽ ഒരു കട്ടിപ്പുതപ്പു വിരിച്ചിരിക്കുന്നു. കുട്ട്യാലിക്കയുടെ ചായക്കടയിൽ കടുപ്പച്ചായ തിളയ്ക്കുന്ന മണം.

വാൻഡ്രൈവർ രോമക്കുപ്പായമിട്ട്, മഫ്ളർകൊണ്ടു കാതും കഴുത്തും മറച്ച് ഒരു വലിയ തലക്കെട്ടുമായി കുട്ട്യാലിക്കയുടെ അടുപ്പിൽ കണ്ണുനട്ടിരിക്കുന്നു.

കണ്ണപ്പൻ തന്റെ കൊച്ചുപൊതിക്കെട്ടു ബഞ്ചിന്റെ ഓരത്തു വച്ചു. ഇറയത്തു പതുങ്ങിനിൽപ്പായി.

‘‘എന്താ കണ്ണപ്പാ തേൻ കൊണ്ടുവന്നീട്ടുണ്ടോ?’’

കണ്ണപ്പൻ തലയാട്ടി.

‘‘ചായ വേണോ?’’

‘‘വേണം.’’ ചായ മാത്രം അതിനേ വകയുള്ളൂ.

മുപ്പതുപൈസയെണ്ണി ബഞ്ചിന്റെ പുറത്തുവച്ചു കണ്ണപ്പൻ കാത്തു നിന്നു. ചായ പകർന്നു ചായയുടെ നിറമായിത്തീർന്ന ഗ്ലാസ്സിൽ കുട്ട്യാലി കറുത്തു ആവി പറക്കുന്ന വെള്ളം കൊണ്ടുവന്നു. നല്ല മണം. മധുരം കുറവാണെങ്കിലും തണുപ്പുകുറഞ്ഞു.

ഡ്രൈവർ വാനിന്റെ പുറത്തുനിന്നു മൂന്നുകറി ഹോൺ ഞെക്കി, താഴ്‌വരയിലെ നിവാസികളെ മുഴുവൻ ഉണർത്തി.

വയൽവരമ്പുകളിലൂടെ ഇഴഞ്ഞിഴഞ്ഞു വന്നവരെക്കൊണ്ടു വണ്ടി നിറഞ്ഞു. സീറ്റുകളും കമ്പികളും നിറഞ്ഞു. കാലേകൂട്ടിയെത്തിയ കണ്ണപ്പൻ ഒരു മൂലയിൽ പരുങ്ങിയിരിക്കുകയായിരുന്നു അവന്റെ ഒരുകൈ തടിയൻ അപ്പുച്ചെട്ടിയുടെ ആസനത്തിനുകീഴെ.

അപ്പോഴാണ് ഓടിക്കിതച്ചു പോറ്റി വന്നെത്തിയത്. നിറഞ്ഞു വിങ്ങുന്ന വണ്ടിയെ അയാൾ ആകെയൊന്നു നോക്കി.

കണ്ണപ്പൻ എഴുന്നേൽക്കാൻ ഭാവിച്ചു അപ്പുച്ചെട്ടി അമർന്നിരിക്കുന്ന കൈത്തലം ഒന്നു ഞെരിഞ്ഞതല്ലാതെ അനങ്ങിയില്ല.

പോറ്റിയുടെ രൂക്ഷമായ ഒരു നോട്ടം കണ്ണപ്പനെ ആഞ്ഞുകുത്തി.

കണ്ണപ്പൻ എണീറ്റു. കൈവലിച്ചെടുക്കുംനേരത്ത് അപ്പുച്ചെട്ടി ഉപ്പു ചാക്കുപോലെ ഒന്നു ചെരിഞ്ഞു.

ഒരു കാലിൽ പെരുവിരലൂന്നി കണ്ണപ്പൻ നഗരത്തിലേക്കു യാത്രയായി. മലയിറങ്ങിയാൽ ബസ്സു കിട്ടും. ഇരിക്കാം.

മലയിറങ്ങി. ബസ്സുകളുണ്ടായിരുന്നു. ഇരിക്കാനിടം കിട്ടിയില്ല. ഭാഗ്യത്തിന് ഒരു പാദം മുഴുവനും നിലത്തമർത്തി നിൽക്കാൻ കഴിഞ്ഞു. നല്ലവനായ കണ്ടക്ടർ ടിക്കറ്റു മുറിച്ച് അവന്റെ പോക്കറ്റിലിട്ടു കൊടുത്തു. അവന്റെ കീശയിൽ ഒരു കൊച്ചു പൊതിക്കെട്ടിൽ ഇരുപത്തി മൂന്നു രൂപയും അറുപതുപൈസയുമുണ്ട്.

അനന്തൻമാഷ് പറഞ്ഞിരുന്നു.

‘‘പേടിക്കേണ്ടതില്ല. കോളേജിൽ ചേർന്നാൽ പോക്കറ്റുമണി കിട്ടും. ചേരാനാണെങ്കിൽ ഫീസ് കൊടുക്കേണ്ട. ഹോസ്റ്റലിൽ താമസിക്കാം. ഭക്ഷണംഫ്രീ. എല്ലാ സൗജന്യങ്ങളും നിനക്കുവേണ്ടി കാത്തിരിക്കുന്നു. നീ ഉടലോടെ ഒന്നവിടെ എത്തിയാൽ മതി.

സർട്ടിഫിക്കറ്റിലെ 'കുറിച്യൻ' എന്ന പദം സ്വർഗ്ഗത്തിലേക്കുള്ള കവാടം തുറക്കാനുള്ള മന്ത്രാക്ഷരമാകുന്നു.

അച്ഛന്റെ വല്ലി വിറ്റുകിട്ടിയ കാശാണ് കീശയിലുള്ളതെന്ന് കണ്ണപ്പൻ ഓർത്തു. നാലുനാളത്തെ പണി കടമാണ്. ഒരു നല്ല മുണ്ട് മേടിച്ചുതന്നതും അങ്ങനെയാണല്ലൊ.

വണ്ടി വഴിമദ്ധ്യേ ചായ കുടിക്കാനും ചോറുണ്ണാനും നിന്നു. കണ്ണപ്പന് ഇരിപ്പിടം കിട്ടി. അവൻ വണ്ടിയിൽനിന്ന് ഇറങ്ങിയതേയില്ല. സീറ്റു നഷ്ടപ്പെടുമെന്ന പേടികൊണ്ടല്ല ഇരുപത്തിമൂന്നു രൂപ ചില്ലറയാക്കിക്കളയാൻ അവനു ശേഷി ഉണ്ടായിരുന്നില്ല.

പട്ടണത്തിൽ ബസ്സിറങ്ങിയപ്പോൾ കണ്ണപ്പനു ബോദ്ധ്യമായി കാട് കുറഞ്ഞിട്ടില്ല. ഒരു മഹാവനം. മൃഗങ്ങളും മനുഷ്യരും മേഞ്ഞു നടക്കുന്ന തെരുവുകൾ സദാ ഓടിക്കൊണ്ടിരിക്കുന്ന മനുഷ്യർ. മനുഷ്യരേക്കാൾ വേഗത്തിലോടുന്ന; പറക്കുന്ന വണ്ടികൾ. വണ്ടികൾ ചേക്കേറുന്ന കൂറ്റൻ കെട്ടിടത്തിന്റെ നിഴലിൽനിന്നു കണ്ണപ്പൻ നാലുപാടും കണ്ണോടിച്ചു. താൻ ജനിച്ചുവളർന്ന കാട്ടിൽ ദിക്കറിയാൻ അവനു വിഷമമില്ലായിരുന്നു. കാറ്റൂതുന്നതു നോക്കി അറിയാമായിരുന്നു.

ദിക്കുകളുടെ മുഖം മറച്ചു നിൽക്കുന്ന കോൺക്രീറ്റു കെട്ടിടങ്ങൾ അവനെ തടവിലാക്കി ജീവിതത്തിലാദ്യമായി അവനു തോന്നി. തന്നെ ആരും ശ്രദ്ധിക്കുന്നില്ല. ഒന്നും മിണ്ടാനറിഞ്ഞുകൂടാത്തവർ. കടലാസ്സ് പെറുക്കിത്തിന്നുന്ന ഒരു പശു അവന്റെ അടുത്തു വന്നു നിന്നു. അതെങ്കിലും ഒരു മുഖമുയർത്തിനോക്കുമെന്നു കണ്ണപ്പൻ ആശിച്ചു.

കണ്ണപ്പൻ നിരാശനായി. തടിച്ചുകൊഴുത്ത പശു. കടലാസ്സും എച്ചിലും തിന്നു കൊഴുത്ത പശു നഗരത്തിൽനിന്നു തന്റെ താഴ്വരയിൽ വല്ലപ്പോഴും ജീപ്പിൽ ഇരമ്പിയെത്താറുള്ള ഒരുദ്യോഗസ്ഥന്റെ ഗമയുണ്ടതിന്ന്.

പശു അവനെ കണ്ട ഭാവം നടിക്കാതെ കാഴ്ചകൾ കണ്ടു നിന്നു.

കണ്ണപ്പൻ ഒന്നു മാറിനിന്നു.

ഇനി തന്റെ താവളം കണ്ടുപിടിക്കണം. പൊതിക്കെട്ട് മാറിലടുക്കി അവൻ വലിയ ഗേറ്റിലൂടെ പുറത്തു കടന്നു വാഹനങ്ങൾ അവനെ തൊട്ടുരുമ്മി പറന്നുപോയി നാൽക്കവലയിലെ പീഠത്തിൽ നിൽക്കുന്ന പൊലീസുകാരൻ അവനെ ചീത്ത വിളിച്ചുപറഞ്ഞു.

താൻ തെറ്റായ വഴിക്കാണ് നടക്കുന്നതെന്ന് കണ്ണപ്പന് ബോദ്ധ്യമായി. തിരക്കേറിയ കവലയിൽ പൊടുന്നനെ അവൻ ഒറ്റപ്പെട്ടു

പോയിരുന്നു. കൂടെ തിക്കിത്തിരക്കി നടന്നിരുന്നവർ ഏതോ ഗുഹാ മാർഗ്ഗത്തിലൂടെ അപ്പുറം കടന്നെന്നു അവൻ മനസ്സിലാക്കാൻ വൈകി.

മഴപ്പാറ്റ പൊടിയുമ്പോലെ ഭൂഗർഭത്തിൽനിന്നും നുരച്ചു പൊങ്ങുന്ന ആൾക്കൂട്ടത്തിലേക്ക് അവനെ ആരോ തള്ളി നീക്കി. പിന്നെ രക്ഷ യുണ്ടായില്ല. ഇടംവലം തിരിയാൻ പറ്റിയില്ല. മൂക്കിനു മുമ്പിൽ നോക്കിനടന്നു.

പാത പിരിയുന്നേടത്ത് ബസ്സ് സ്റ്റോപ്പ്. ഇടിഞ്ഞു പൊളിഞ്ഞു ഞൊന്നുനിൽക്കുന്ന കൂരയെ ഭയന്നു മാറിനിൽക്കുന്ന യാത്രക്കാർ. അവരിൽ പലരുടെയും. കൈയിൽ പുസ്തകങ്ങളുണ്ട്. കണ്ണപ്പൻ ധൈര്യസമേതം, പോക്കറ്റിൽ മടങ്ങിക്കിടന്ന മുഷിഞ്ഞ കടലാസ്സ് തപ്പിയെടുത്തു തനിക്കു തങ്ങാനുള്ള ഹോസ്റ്റലിന്റെ പേർ ചൂണ്ടി ക്കാണിച്ചിട്ട് അവൻ ചോദിച്ചു.

''ഇപ്പറയുന്ന സ്ഥലം എവിടെയാണ്?''

പയ്യൻ കടലാസ്സു നോക്കി പിന്നെ അവന്റെ മുഖത്തും.

''അറിയില്ല. അവിടെ നിന്ന ഒരാളും അത്തരമൊരു കേന്ദ്രത്തെ ക്കുറിച്ചു കേട്ടിട്ടില്ല.''

വഴിവക്കിലെ മാളികയിൽനിന്ന് ട്യൂട്ടോറിയൽ ക്ലാസ്സ് കഴിഞ്ഞി റങ്ങി വരുന്ന ഒരു വൃദ്ധൻ അവനെ രക്ഷിച്ചു. ആ മാന്യൻ അവനു വഴി പറഞ്ഞുകൊടുത്തു. അനേകം കവലകൾ. വളവുകൾ, തിരിവു കൾ, വഴി കാണിക്കുന്ന ബോർഡുകൾ, പരസ്യപ്പലകകൾ... ഒന്നല്ല രണ്ടു പ്രാവശ്യം. വിസ്തരിച്ചിട്ട് മാഷ് ചോദിച്ചു.

''ഇനി തെറ്റുമോ?''

ഒരു സ്കൂൾകുട്ടിയുടെ അനുസരണയോടെ അവൻ വിനയ പൂർവം തലകുലുക്കി. ഈ മാഷ് പഠിപ്പിക്കുന്ന കുട്ടികൾ ഒരിക്കലും തോൽക്കുകയില്ലെന്നും അവനു തോന്നി.

അങ്ങനെ കണ്ണപ്പൻ തന്റെ താവളം അന്വേഷിച്ചു നടക്കാൻ തുടങ്ങി. കൊടുങ്കാട്ടിലകപ്പെട്ടവനെപ്പോലെ അവൻ അതീവ ജാഗ്രത യോടെ നടപ്പു തുടങ്ങി. കടന്നുപോകുന്ന ഘോഷയാത്രകളോ വണ്ടികളുടെ അലർച്ചകളോ അവനെ അലോസരപ്പെടുത്തിയില്ല.

അവസാനം ഒരു ചതുപ്പിന്റെ തീരത്ത് അവനെത്തി ചൂരൽപ്പാലം പോലൊരു വരമ്പ്. വരമ്പിനിരുപുറവും തൊണ്ടഴുകുന്നു. ദുർഗന്ധം.

ചെളിയിൽ നാട്ടിയ മനോഹരമായ ബോർഡ്.

കോസ്മോപൊളിറ്റൻ ഹോസ്റ്റൽ!

തന്റെ സ്വർഗ്ഗം!

ഹോസ്റ്റൽ ഒരു കോൺക്രീറ്റ് കെട്ടിടമാണ്. ഒരു കൂറ്റൻ ദീർഘ ചതുരപ്പെട്ടി പോലെ അടച്ചുപൂട്ടിയ അഞ്ചാറു ജനലുകൾ. വീതി കുറഞ്ഞൊരു വരാന്ത. വരാന്തയിൽ തന്റെ സഹജീവികളെ കണ്ടു കണ്ണപ്പൻ ആശ്വസിച്ചു. അവിടെ ഒരു മനുഷ്യജീവിയും ഉണ്ടായിരു ന്നെങ്കിലെന്തുചെയ്യുമായിരുന്നു. അവനെപ്പോലെ നടന്നു വലഞ്ഞ്. വിശന്നു പൊരിഞ്ഞ് അവശരായ പയ്യന്മാർ. ചിലരുടെ പക്കൽ ഒരു സഞ്ചി. പൊതിക്കെട്ട്. ഇരുമ്പുപെട്ടി. സൂട്ട്കേസുള്ള യോഗ്യന്മാരു മുണ്ട്. പരസ്പരം ഉരിയാടാതെ അവർ കാത്തിരുന്നു. ആരെങ്കിലും തങ്ങളെ രക്ഷിക്കാൻ വരുമെന്ന് അവർക്കുറപ്പുണ്ടായിരുന്നു.

സന്ധ്യയാകുന്നു. അപ്പോൾ ചിരപരിചിതനെപ്പോലൊരാൾ കയറി വന്നു. കൈയിലിരുന്ന താക്കോൽകൊണ്ട് ഒന്നൊഴികെ എല്ലാ മുറികളും അയാൾ തുറന്നു.

താൻ മാത്രമാണ് കൂട്ടത്തിൽ പുതിയ ആൾ എന്നു കണ്ണപ്പനു ബോദ്ധ്യമായി. അവരെല്ലാം അകത്തു കടന്നു പോയി.

കണ്ണപ്പൻ ശേഷിച്ചു.

വീടു തുറന്ന കാക്കിക്കുപ്പായക്കാരൻ അവന്റെ അടുത്തു വന്നു.

''നിന്റെ പേരെന്താ?''

''കണ്ണൻ, കണ്ണപ്പൻ.''

ചുവരിൽ തൂക്കിയിട്ട ഒരു ലിസ്റ്റിലൂടെ ആ മനുഷ്യൻ കണ്ണോ ടിച്ചു. പിന്തിരിഞ്ഞിട്ട് അയാൾ ചോദിച്ചു.

''വീട്ടിലും കടലാസ്സിലും ഒരേ പേരു തന്നാണോ?''

''അതെ.''

വീണ്ടും ഒരു നോട്ടത്തിനുശേഷം അയാൾ തലയിളക്കി.

''നിന്റെ പേരില്ല. നീ കോളേജിൽ ചേർന്നതാണോ?''

''അല്ല. നാളെ ചേരും.''

''എന്നാൽ ചേർന്നിട്ടു വന്നോ.''

കണ്ണപ്പന്റെ കണ്ണിൽ കൂരിരുട്ട് പരന്നു. ഈ രാത്രി എങ്ങോട്ടു പോകാനാണ്?

അലിവു തോന്നിയ കാവൽക്കാരൻ പറഞ്ഞു.

''ഇന്നു രാത്രി ഇവിടെ നിന്നോ.''

കൃതജ്ഞതകൊണ്ടു കണ്ണപ്പന്റെ കണ്ണുകൾ നനഞ്ഞു.

രാത്രി എല്ലാവരും പട്ടിണികിടന്നു. അടുക്കള തുറന്നിരുന്നില്ല. അടു ക്കളക്കാരനെ നിയമിച്ചിട്ടില്ല. എല്ലാവരും തന്നെപ്പോലെ, കൈയിരുപ്പ്

ചില്ലറയാക്കാൻ മടിക്കുന്നവരാണ്. ചില്ലറ മാറ്റിയാൽ പണം ആവി യായിപ്പോവുന്നതെങ്ങനെയെന്നറിയില്ല.

* * *

പിറ്റേന്നു കണ്ണപ്പൻ കോളേജിൽ ചേർന്നു. വലിയ വലിയ കെട്ടിട ങ്ങൾ. വലിയ മൈതാനം. ഒരു ഓരത്ത് നിറയെ സൈക്കിളുകൾ, ബൈക്കുകൾ. നടന്നുവരുന്നവർ വേറെ. ചെറുപ്പക്കാരുടെ ഒരു സമുദ്രം. അതു നീന്തിക്കടന്നു കണ്ണപ്പൻ ഹോസ്റ്റൽ വാർഡനെ സമീപിച്ചു.

''നിന്റെ പേരില്ലല്ലോ.''

''അതെന്താണ് സാർ?''

''നീ ഇതുമായി ബന്ധപ്പെട്ട ഉദ്യോഗസ്ഥനെ കണ്ടു നോക്കൂ.''

നഗരത്തിൽനിന്നു മാറി. നാലോ അഞ്ചോ മൈൽ നടന്നാൽ ഉദ്യോഗസ്ഥന്മാർ തിങ്ങിക്കൂടിയ ആഫീസുകെട്ടിടങ്ങൾ കാണാം. നല്ലവനായ വാർഡൻ വഴി പറഞ്ഞുകൊടുത്തു. നാല്പത്തിമൂന്നാം നമ്പർ ബസ്സിൽ കയറുക. അതവസാനിക്കുന്നേടത്തിറങ്ങുക.

നാല്പത്തിമൂന്നാം നമ്പർ ബസ്സ് അവന്റെ പോക്കറ്റിലെ എഴുപതു പൈസ കവർന്നു.

അനേകം നിലകളുള്ള കെട്ടിടം. അനേകം തളങ്ങൾ അറകൾ. അന്തമില്ലാത്ത ഇടനാഴികൾ, പല മുഖച്ഛായകൾ.

കണ്ണപ്പനു ദുഃഖം തോന്നി. പരിചയമുള്ള ഒരു മുഖമെങ്കിലും...

അപ്പുച്ചെട്ടിയെപ്പോലെ തടിച്ചു കുറുകിയ ഒരു മനുഷ്യൻ എതിരെ വന്നപ്പോൾ കണ്ണപ്പൻ തനിക്കു കണ്ടെത്തേണ്ട ആപ്പീസിനെപ്പറ്റി ചോദിച്ചു:

''നാലാംനിലയിൽ നൂറ്റിപ്പതിനേഴാണ്. അതെ. അതുതന്നെ. എന്റെ ഒരു സുഹൃത്താണയാൾ.''

ഭാഗ്യം. അവസാനം തന്നെ തേടി വന്നിരിക്കുന്നു.

ആദ്യം കണ്ട കോണിപ്പടിയിലൂടെ കണ്ണപ്പൻ കയറാൻ തുടങ്ങി. പിന്നേയും പിന്നേയും കോണികൾ. വരാന്തകൾ... നൂറ്റിപ്പതിനേഴ് കണ്ടെത്താതെ ഇന്നു മടങ്ങില്ല. അവൻ മനസ്സിലുറച്ചു.

കൂട്ടംതെറ്റിയ കാലിയെ കണ്ടുപിടിക്കാൻ ഒരിക്കലും ഇത്ര വിഷ മിച്ചിട്ടില്ല.

അവസാനം നൂറ്റിപ്പതിനേഴ് അവന്റെ മുമ്പിലവതരിച്ചു. നൂറ്റിപ്പ തിനേഴിലേക്കുള്ള വലിയ കതകു വലിച്ചടയ്ക്കാൻ ശ്രമിക്കുന്നു ഒരു മനുഷ്യൻ. വേഷംകൊണ്ട് ഉദ്യോഗസ്ഥനെന്നൂഹിച്ചു.

''എനിക്ക് ആപ്പീസ്സറെക്കാണണം.''

ആപ്പീസർ ഉച്ചയ്ക്കേ വരൂ. ഒരു കല്യാണത്തിനു പോയതാ.''

കോൺക്രീറ്റുകെട്ടിടങ്ങളുടെ വനത്തിൽ കൊടുങ്കാറ്റിളകുന്നു. കണ്ണപ്പൻ റെയിലിങ്ങിൽ പിടിച്ചു അനങ്ങാതെ നിന്നു. വാതിലടച്ചു പൂട്ടി അവൻ നടന്നകലുന്നു. അടഞ്ഞുകിടന്ന വാതിലിലേക്കു തുറിച്ചു നോക്കി.

ദൂരെ ക്ലോക്ക്ടവറിൽ എണ്ണിത്തീരുന്ന പകലിനു കാതോർത്തു കൊണ്ട് കണ്ണപ്പൻ മൊസേക്ക്തറയുടെ മാർദ്ദവത്തിലമർന്നിരുന്നു, കൈകൊണ്ട് ഇരുമ്പഴിയിൽ മുറുക്കിപ്പിടിച്ചു. പിടിച്ചില്ലെങ്കിൽ, ആ കൂറ്റൻ കെട്ടിടങ്ങൾ കറങ്ങാൻ തുടങ്ങുമെന്ന് അവൻ ഭയന്നു. കറങ്ങി ക്കറങ്ങി തന്നെ അകലേക്കു തെറിപ്പിച്ചുകളയും.

ഭക്ഷണപ്പാത്രങ്ങൾ ചുമന്ന അനേകംപേർ വരാന്തയിലൂടെ കടന്നുപോയി. അപരിചിതമായ പലതരം ഗന്ധങ്ങൾ. അവന്റെ തൊണ്ട വരണ്ടിരുന്നു. ഒരു നീർച്ചോല പോലുമില്ലാത്ത ഈ വന ത്തിൽ അകപ്പെട്ടുപോയ തന്റെ ദുഃസ്ഥിതിയോർത്ത് അവൻ കേണു.

അകലെയേതോ ടാപ്പിൽനിന്ന് ഇടയ്ക്കിടെ വെള്ളം വീഴുന്ന ശബ്ദം. എഴുന്നേറ്റു ചെന്നുനോക്കാൻ ധൈര്യമില്ല. തനിക്കു കാണേണ്ട ഉദ്യോഗസ്ഥൻ അതിനിടയ്ക്കു കയറിവന്ന് മറ്റെന്തെ ങ്കിലും ആവശ്യത്തിനു വീണ്ടും ഇറങ്ങിപ്പോയാലോ?

വെള്ളത്തിന്റെ ശബ്ദം അവന്റെ ദാഹം ഉണർത്തി. സൈക്കിൾ പ്പുറത്ത് ഒരു കൂട നിറയെ ശീതളപാനീയവുമായി കടന്നുപോയ ഒരുത്തന്റെ നേർക്ക് കൈ കാണിച്ചു. അവൻ ഒരു കുപ്പിയുമായി വന്നു.

നല്ല മധുരം. ഒരു ചവർപ്പുണ്ട്. എന്നാലും ദാഹം തീർന്നല്ലോ.

''മൂന്നു രൂപാ.''

കണ്ണപ്പൻ ഞെട്ടിപ്പോയി.

''മൂന്നു രൂപയോ?''

പിന്നെന്താ പൈപ്പുവെള്ളമാന്ന് നിനച്ചോ?''

അവൻ പൊതിക്കെട്ടഴിച്ചു.

അവസാനം അവന്റെ പ്രാർത്ഥന ഫലിച്ചു.

കാലത്തു വാതിലടച്ചു പൂട്ടിപ്പോയവൻ വന്നു, വാതിൽ തുറന്നു:

''നീയിനിയും പോയില്ലേ?''

''ആപ്പീസറെക്കാണണം.''

അകത്തുനിന്ന് ഒരു സ്റ്റൂളെടുത്തു വാതിലിനരികെയിട്ട് അയാൾ അതിലിരിപ്പായി. എത്രയോ നേരമായി അവിടെ കാത്തിരിക്കുന്ന വന്റെ ഭാവം അയാൾ അഭിനയിക്കുകയാണെന്നു കണ്ണപ്പനു തോന്നി.

ആപ്പീസ്സർ വന്ന് അകത്തു കയറി. ഫാനിനു കീഴെ കസേരയി ലമർന്നു.

കണ്ണപ്പൻ പതുക്കെ എണീറ്റു. കോളേജിൽ കാണിച്ച രേഖകൾ പെറുക്കി അടുക്കി. അഡ്മിഷൻഷീറ്റ് മീതെ വച്ചു.

പ്യൂൺ കണ്ണുകാണിച്ചു.

''സാറ് വിശ്രമിക്കുകയാണ്.''

കണ്ണപ്പൻ കാത്തുനിന്നു. അനക്കമില്ലാതുള്ള ഈ നില്പാണ് അസഹ്യം. എന്നാലും നിന്നു.

അവൻ അകത്തേക്കു വിളിക്കപ്പെട്ടു.

''എന്താ കാര്യം?''

അവൻ ഭവ്യതയോടെ കടലാസ്സുകൾ മുമ്പിൽ നിരത്തിക്കാണിച്ചു.

കടലാസ്സിൽ നോക്കിക്കൊണ്ട്, ഉദ്യോഗസ്ഥൻ തലയാട്ടി.

''നിനക്ക് പ്രായം കൂടിപ്പോയി. നിന്റെ പ്രായക്കാരെ ഹോസ്റ്റലിൽ ചേർക്കാൻ പറ്റില്ല.''

താൻ എട്ടാംവയസ്സിലാണ് സ്കൂളിന്റെ പടി കണ്ടതെന്ന് അവൻ പറഞ്ഞു നോക്കി. മൂന്നുകൊല്ലം പയ്ക്കളെ മേച്ചു... പിന്നെ...പിന്നെ...

■

www.ingramcontent.com/pod-product-compliance
Lightning Source LLC
Chambersburg PA
CBHW031350230926
51848CB00002B/464